என் பெயர் விக்ரோரியா

உண்மை. பழுக்கக் காய்ச்சிய இரும்பைக் கையால் பிடிப்பது போல் உண்மையையும் கையாள அவள் பழகியிருந்தாள். பொய்யால் அன்பைப் பெற முடியாது. பொய் கனவுகளைத் தருவதில்லை. நம்பிக்கையைத் தருவதில்லை. முன்னேற்றம் திட்டமிடல் எதையுமே பொய்மீது கட்டியெழுப்ப முடியாது. பொய் மனிதனினூடு நுழைந்து அவனின் எண்ணங்களை ஆக்கிரமிக்கிறது. அவனை எந்தக் காரியத்தையும் வெற்றிகரமாக செய்துமுடிக்க விடுவதில்லை. உண்மை எத்தனை வலிகளைத் தருவதாயிருப்பினும் வாழ்வின் சாரத்தில் மாற்றங்களை – அது எத்தகைய வாழ்க்கையாய் இருப்பினும், ஏற்படுத்தினும், மனிதனின் தனித்துவத்திற்கும் இருப்பிற்கும் உண்மை இன்றியமையாதது. உண்மை ஒரு பெயரோ பிறந்த இடமோ சமூகமோ அல்ல. அதற்கு மேலாக ஒருவனின் வாழ்வாதாரம். அது தான் அவனின் தனித்துவத்திற்கான அடிப்படை.

என் பெயர் விக்ரோரியா

நதியை கடக்க முனைந்தவள்

தொந்தா விக்டோரியா

தமிழில்: **தேவா**

வடலி

என் பெயர் விக்ரோரியா
(தன்வரலாறு)
தொந்தா விக்ரோரியா
தமிழில்: தேவா

முதற்பதிப்பு: ஏப்ரல் 2018
வெளியீடு: வடலி வெளியீடு
பி55, பப்பு மஸ்தான் தர்கா, லாயிட்ஸ் சாலை
சென்னை 600 005 பேச: 97892 34295
மின்னஞ்சல்: sales.vadaly@gmail.com
www.vadaly.com
நூல் வடிவமைப்பு: ஜீவமணி
அச்சாக்கம்: ஜோதி எண்டர்பிரைசஸ், சென்னை 600 005

விலை: ரூ 200 ($15)

விற்பனை மற்றும் தொடர்புகளுக்கு
கனடா: +1-647.896.3036

தமிழ்நாட்டில் விநியோகம்
கருப்புப்பிரதிகள்
+91 94442 72500

en peyar victoria
(Biography)
(My name is Victoria: the extraordinary story of
one woman's struggle to reclaim her true identity)
Donda, Victoria
Translated by Deva

First Published: April 2018
by Vadaly Veliyeedu
B55, Pappu Masthan Darga, Lloyds Road,
Chennai 600 005, Tamil Nadu, South India
Mobile: 97892 34295
Email: sales.vadaly@gmail.com
www.vadaly.com
Layout: Jeevamani
Printed by: Jothy Enterprises, Chennai 600 005
Price: Rs. 200 ($15)

Vadaly Veliyeedu
35, longmeadowrd
brampton, ON
canada
l6p2b1
PH: 647.896.3036

ISBN: 978-1-7752392-0-8

பதிப்புரை

அர்ஜென்டீனாவில் 1976 இல் நிகழ்ந்த ஆட்சிக்கவிழ்ப்பு அதன் வரலாற்றிலேயே கர்ணகொடூரமானதான சர்வாதிகார ஆட்சிக்கு வழிவகுத்தது. முப்பதாயிரம் வரையான மக்கள் கடத்தப்பட்டார்கள். சித்திரவதைக்குள்ளானார்கள். ஈற்றில் 'காணாமல் போனார்கள்.' அக் காலத்தில்தான் கர்ப்பிணிகளாயிருந்த அரசியல் கைதிகளுக்குப் பிறந்த ஆயிரத்துக்கும் மேற்பட்ட குழந்தைகள் இருண்மைக்குள் சபிக்கப்பட்டிருந்த அவர் தாய்மாரிடமிருந்து திருடப்பட்டு இராணுவத்துடன் தொடர்புடையவர்களிடமோ அந்த சர்வாதிகார ஆட்சிக்கு துணைசெய்தவர்களிடமோ ஒப்படைக்கப்பட்டார்கள். அவ்வாறு கொடுக்கப்பட்ட குழந்தைகளில் ஒருவள்தான் அனாலியா. தான் தத்தெடுக்கப்பட்டவள் என்பதையே சந்தேகிக்காது வளர்ந்த அவள், தனது 27 ஆவது வயதில் தான் தனது பெற்றோர் தனதல்லர் என்றும் தனது பெயரே தன்னுடையது அல்லவென்றும் அறிகிறாள்.

'எனது பெயர் விக்ரோரியா' எனும் இந் நூலில் தனது கதையை அனாலியா அல்ல விக்ரோரியாவே எழுதிச் செல்கிறாள். அதன் பக்கங்கள் ஊடே ப்யூனஸ் அயர்ஸின் புறநகர் பகுதிகளில் ஒரு செழிப்புமிக்க மத்தியதரவர்க்கத்தில் வளர்ந்தவளான தீவிர அரசியல் பிடிப்புகளை உடைய ஓர் இளம் பெண்ணை நாம் அறிகிறோம். தன் உற்றவராய் எண்ணியிருந்தவர்களே தனது பெற்றோரின் கொலைக்கும் பின்னர் தான் கடத்தப்பட்டு தத்தெடுக்கப்பட்டதற்கும் காரணகர்த்தாக்களும் என்பதை அறிவதிலிருந்தே தனதடையாளங்கள் குறித்த உண்மையைத் தேடிய அவளது பயணமும் தொடங்கியது. இன்று விக்ரோரியா அர்ஜென்டீன பாராளுமன்றத்தில் மிக இளம் வயது உறுப்பினர். தனது அடையாளத்தையும் சொந்த பெயரினையும் மீட்டுக்கொண்டு விட்டவர். இன்று அவர் அனாலியா அல்ல, விக்ரோரியா டொண்டா!

வடலி

மொழிபெயர்ப்பாளர் தேவா

1952-ல் இலங்கை விடத்தல் தீவில் பிறந்த தேவா, 1983 ஆம் ஆண்டு புலம்பெயர்ந்து பாகிஸ்தான், சிரியா, துருக்கி, பல்கேரியா, ருமேனியா, ஆஸ்திரியா நாடுகளின் வழியாக சுவிஸ் நாட்டில் அகதியாக தஞ்சமடைந்தவர்.

புலம்பெயர் சூழலில் சிறுப்பத்திரிகைகளில் இலக்கியப்பிரதிகளை செய்யத்தொடங்கிய தேவா ஜோன் ஜெனேயின் 'The Maid' நாடகத்தை 'கறுப்பு' (2002) தொகுப்பிற்காகவும், 2007 இல் 'குழந்தைப் போராளி' மற்றும் 2010 இல் 'அனொனிமா' ஆகியப் பிரதிகளை டச்சு மொழியிலிருந்தும் தமிழாக்கம் செய்துள்ளார்.

2016 இல் 'அம்பரய' என்கிற சிங்களப் பிரதியையும் தற்போது 'என் பெயர் விக்டோரியா'வையும் மொழிபெயர்த்துள்ள தேவா நாடு திரும்பி இலங்கையில் வசித்து வருகிறார்.

உள்ளே...

அனாலியா 9

குழந்தையாய் 31

புது ஆரம்பம் 53

எல்லைத் தெளிவு 73

வென்செரிமோஸ் – வெற்றிநமதே 95

ஆரம்பத்தின் முடிவுகள் 117

விக்ரோரியா 139

இரத்த உறவுகள் 163

பொதுவெளியும் தனி வாழ்வும் 186

பாட்டி 206

O

ஒலிக்குறி விளக்கம் 213

அனாலியா

2002 இன் இறுதி. தொலைந்துபோன தங்கள் பிள்ளைகள் பற்றிய விபரங்கோரி தாய்மார்கள் எச்.ஐ.ஜே.ஒ.எஸ் என்ற பெயருடன் ஓர் அமைப்பினை உருவாக்கி போராடிக்கொண்டிருந்தனர், அதே காலத்தில் அனாலியாவும் சம அரசியல் சிந்தனையாளர்களும் 2001 ஆம் ஆண்டு பொருளாதாரச் சிக்கலைக் கடந்து வரமுடியாது கைவிடப்பட்ட பல பெரு வங்கிக் கட்டடங்களில் ஒன்றில் கூடிக்கலைவதை வாடிக்கையாகக் கொண்டிருந்தனர். பெருநகரின் ஒரு பகுதியான அவலாண்தியா மக்களிற்காக அவ்வங்கிக் கட்டிடத்தினுள் கலாசார மையம், சட்டஆலோசனை என்ற இயங்கு பணிகளில் அனாலியாவும் அவள் குழுவினரும் மிக முனைப்புடன் இயங்கி வந்தனர். எச்.ஐ.ஜே.ஒ.எஸ் தாய்மார்களின் அமைப்பிலிருந்து இரு பெண்களுக்கு அனாலியாவை சில புகைப்படங்களில் பதிவுசெய்யும் வேலை. அதற்காக அவர்கள் தேர்ந்தெடுத்த இடம் கலாசார மையம். அனாலியாவின் தோற்றம், தொலைந்துபோன ஒரு தம்பதியரின் உருவங்களுடன் ஒத்திருப்பதாக அவர்களுக்குப் பலத்த சந்தேகம்.

மரியா, லவுறா இருவருக்கும் இப்பணி சிக்கலானதாகத் தோன்றியது. வங்கிக் கட்டடத்திற்குள் நுழைந்து இரகசியமாக அனாலியாவைப் படம்பிடிக்க வேண்டும். மிக அருகாமையில் இல்லாவிடினும் தொலைதூரத்தில் இருந்து படம்பிடித்தாலாவது தேவை நிறைவேறும். அவர்களது சிக்கலில் அடுத்தது, அனாலியாவை இருவருமே இதுவரை பார்த்ததில்லை, அனாலியாவின் தோற்றம் எப்படியானதென்பதும் அவர்களுக்குத் தெரியாது. பலவந்தமாக வங்கிக்கட்டடம் ஆக்கிரமிக்கப்பட்டிருந்ததால் பொலிசார் திடீரென வந்து அவர்களை வெளியே துரத்தினால் எப்படி நடந்துகொள்ள வேண்டும் என்று ஓர் ஆண் அங்கிருந்த இளைஞர்களுக்கு

சொல்லிக் கொண்டு நிற்க, மரியா அவரைக் குறிவைத்து நடந்தாள்.

“மன்னிக்கவேண்டும்”

கூச்சத்துடன் மரியா அந்த ஆணிடம் தன் பேச்சைத்தொடங்கி, “நாங்கள் அனாலியாவைத் தேடி வந்துள்ளோம். அவளை எங்கே பார்க்கலாம் என்று உங்களால் சொல்ல முடியுமா?”

அப்போதுதான் மரியா தன் பக்கத்தில் நிற்பதை நிதானித்த அந்த மனிதன் சிறிது ஆச்சரியத்துடன் அவளைக் கவனித்தார்.

“அனாலியா? அதோ அங்கே” பொதுவாக ஒரு திசையைக் காட்டினார். “அனாலியா! இந்தப்பெண் உன்னிடம் பேசவேண்டுமாம். இங்கே வா!”

மரியாவுக்கும் லவுறாவுக்கும் தர்மசங்கடம். அவர் குரல் கொடுத்த திசையில் பலர் கூடிக்கதைத்துக் கொண்டிருந்தார்கள். இதில் அனாலியா யார்? கூட்டத்தில் யார் இந்த அழைப்பிற்குப் பதில் அளிக்கின்றார் என உன்னிப்பாக கவனித்தனர்.

அனாலியா, பார்த்ததும் மனதில் பதியுமளவு தோற்றப் பொலிவுடையவள். உயரம் குறைவான காரணத்தினால் அங்கிருந்த பெண்களில் பலரைவிட குதி உயரமான காலணி அணிந்திருந்தாள். சுருண்ட கட்டுக்கடங்கா அவள் முடி தோள்வரை நீண்டு கிடந்தது. காதணிகள் ஒன்றைவிட மற்றையது மாறுபட்டதாகவும் அளவில் பெரிதாகவுமிருந்தன. அவள் தன்னை அழகுபடுத்திய சுவடுகள் முகத்தில் தெளிவாகத் தெரிந்தன. கூர்ந்து பார்த்துக்கொண்டே அவளின் புன்சிரிப்பு அறிமுகமற்ற அன்னியப்பெண் என்ற சங்கடத்திலிருந்து விடுபட விட்ட அழைப்புப்போல் இருந்தது.

தன்னை என்ன தேவைக்காக தேடி வந்தார்கள் என்ற அனாலியாவின் கேள்விக்கு, தாங்கள் சமூகவியல் பயிலும் கலாசாலை மாணவிகள் என்றும் ஆக்கிரமிக்கப்பட்ட கட்டடத்தில் நடாத்தப்படும் கலாசாரமையம் பற்றிய தகவல்கள் தங்கள் ஆய்விற்குத் தேவையாக இருப்பதால் அதுபற்றிச் சில கேள்விகளை அவளிடம் கேட்க விரும்புவதாக மரியா திக்கித் திணறிப் பதிலளித்தாள். பேச்சைத் தொடங்குவதற்காக அந்த

நிமிடத்தில்தான் மரியா இந்தப்பதிலை உருவகப்படுத்திக் கொண்டதையோ அவளிடம் கேட்கப்போகும் கேள்விகளையும் பதில்களையும் எழுதிக்கொள்வதற்கு காகிதமோ பென்சில், பேனையோ அவர்களிடம் இல்லாதிருப்பதையும் கவனிக்காமல் அனாலியா ஆர்வமாகக் கேள்விகளை எதிர்பார்த்து நின்றாள். ஏதோ தோன்றிய கேள்விகளை கேட்ட அவர்கள் அவளைச் சில புகைப்படங்கள் எடுப்பதற்கு ஆட்சேபனை ஒன்றும் இல்லையே எனக்கேட்க அதற்கும் அவள் சம்மதம் தெரிவித்தாள். தன்னுடன் இப்பணியில் ஈடுபட்டுள்ள சிலரையும் அழைத்து படத்தில் பதிவு செய்யுமாறு கேட்டுக்கொண்டாள்.

மரியாவிற்கும் லவுறாவிற்கும் தலைகால்புரியாத பூரிப்பு. வந்தவேலை இலகுவாக நிறைவேறிவிட்டது. அனாலியாவின் புகைப்படங்கள் அவர்கள் கைகளில். அதற்காகத்தானே அவர்கள் சிரமம் எடுத்துக்கொண்டார்கள். இருந்தாலும் மனதில் ஓர் உறுத்தல். அனாலியாவிற்கு என்ன காரணத்திற்காக இந்தப் புகைப்படங்கள் எடுக்கப்பட்டன என பின்பு தெரிய வரும்போது தங்கள் கதையை அவளிடம் பகிர்ந்து கொள்ளலாம் என்றும் பேசிக்கொண்டார்கள்.

ஆர்ஜன்ரீனாவின் மனித உரிமை அமைப்பான எச்.ஐ.ஜே.ஒ.எஸ், மாயோ சதுக்கத்தின் பாட்டிகள் (அபுயேலாஸ் தி பிளாசா தி மாயோ) கடந்த முப்பது வருடங்களாக போராட்டங்களைத் தொடர்ந்து நடத்தி வந்துள்ளனர். தாய் தந்தையருடன் கைதாகிய அல்லது சிறையில் பிறந்த ஐநூறுக்கும் மேம்பட்ட குழந்தைகளை தனது ஆட்சியின்போது வேறு குடும்பங்களிற்கு வளர்ப்பதற்காக இராணுவ சர்வாதிகார அரசு கைமாற்றிவிட்டிருந்தது. இவர்களின் உண்மையான அடையாளங்களை அவர்களுக்குத் தெரிவிக்க வேண்டும் என்பதே இந்த ஓயாத போராட்டத்தின் முக்கிய கோரிக்கை. தொலைந்துபோன குழந்தைகள் பற்றிய தகவல் சேகரிப்பில் இரண்டு விடயங்களில் இக்குழுக்கள் மிக அவதானமாக நடந்துகொண்டன. தங்கள் மகன்கள், மகள்களைத் தொலைத்தவர்கள் ஏற்கனவே மனஅழுத்தத்துடன் வாழ்க்கையை ஓட்டி வருவதால் எந்த ஊடகத்திலாவது தப்பித்தவறி செய்தி கசிந்துவிடாதும் மிக அவதானமாகவும் தகவல் சேகரிப்பை சம்பந்தப்பட்டவர்களுக்கே தெரியாமல் இரகசியமாக சேகரித்ததுபோல், களவாடப்பட்ட

குழந்தைகளுக்கும் இத் தகவல்கள் சரியான காலம் வரும் வரை தெரியாது பார்த்து கொண்டனர். இதுவரை தங்கள் தாய் தந்தையர் என நம்பிய அவர்களுக்கு நூறுவீதம் சரியான தகவல் தெரியும் வரை, எந்த ஒரு சிறு செய்தியேனும் தெரியாது இரகசியம் காப்பதில் மிக மிகக் கவனமாக நடந்துகொண்டனர். பிழையான தகவல்கள் இருபகுதியினரின் வாழ்க்கையையுமே புரட்டிப்போட்டுவிடும் என்ற கரிசனையை முதன்மைக் கோட்பாடாகக் கடைப்பிடித்தார்கள். உண்மை அல்லது நிறுவப்படக்கூடிய உண்மை, அதற்கான ஆதாரங்கள் என்பன இந்நடவடிக்கையின் அடிப்படையாகக் கையாளப்பட்டது. மாயோ சதுக்கப்பாட்டிகள் பொறுமை எந்தளவிற்குத் தேவை என்பதைத் தங்கள் அனுபவத்தினூடு அறிந்துகொண்டதை ஓர் உதாரணமாகக் கொள்ளலாம். பொறுமையைக் கடைப்பிடித்தால் தோல்விகள் குறைவாகவே இருக்குமென்பதை இவர்கள் திடமாக நம்பினார்கள்.

றெகியாதோ - தொலோசா இரட்டையர்களின் வழக்கு இதற்கு பிரபலமானதொரு உதாரணம். இவர்கள் இருவரும் இராணுவ ஆட்சியின்போது தாய் தந்தையரிடமிருந்து களவாடப்பட்ட குழந்தைகள். அளவுக்கதிகமாக ஊடகப்பிரச்சாரங்கள் அவர்களிருவரின் மனநிலையை வெகுவாகப் பாதித்ததுடன் புதிய குடும்பத்தில் இவர்கள் இணைந்துகொள்வதை சிக்கலாகவும் ஆக்கிவிட்டது. குழந்தைகளைக் களவாடியவர்களுக்கெதிரான பொது அபிப்பிராயத்தை சரியான காரணங்களுடன் நிரூபிக்க முன்பே பல தொலைக்காட்சி நிகழ்ச்சிகளில் பங்கேற்றதால் உருவாக்கிவிட்டார்கள் என்ற குற்றச்சாட்டு வளரிளம் பருவத்தினரான இவர்கள்மேல் விழுந்தது. எனவே பதினெட்டு வயது வரும்வரை இவர்களிருவரும் இன்னுமொரு குடும்பத்தில் வளரவேண்டுமென்று தீர்ப்பாகியது.

பாட்டிகள் மற்றும் இதனுடன் சம்பந்தப்பட்ட நிறுவன ல்ஊழியர்கள், தன்னார்வ உதவியாளர்கள் எல்லோரது மனதிலும் இந்நிகழ்வு ஓர் ஆறாவடுவாகப் பதிந்துபோயிற்று. இன்னுமொருமுறை இவ்வாறான நிகழ்வு நடந்துவிடக்கூடாதென்பதில் சக்தியை எல்லாம் திரட்டி மிகக் கவனமாகச் செயற்பட்டார்கள். ஆனாலும் அனாலியாவின் விடயத்தில் மீண்டும் ஊடக

வெளிச்சம் பிரச்சினைகளை உருவாக்கக்கூடிய சாத்தியம் தென்படத்தொடங்கியது. களவாடப்பட்ட குழந்தைகளில் ஒருவரும், புலனாய்வுப் பத்திரிகையாளருமான மிரியம் லெவின் இராணுவ சர்வாதிகார ஆட்சியின்போது சிறையிலும் இருந்தவர். கடற்படை தொழில்நுட்பக்கல்லூரி அந்நாட்களில் இரகசியச் சிறைச்சாலைகளில் ஒன்று. இங்குதான் இவர் சிறையிருந்திருக்கிறார். 2001 இல் புலனாய்வு நிகழ்ச்சி ஒன்றில் கலந்துகொண்ட இவர், கடற்படை முதல்நிலை அதிகாரி அடொல்போ தொந்தா ரேகல் தன் பதவிக்காலத்தில் பாரதூரமான குற்றச்செயல்களில் ஈடுபட்டாரென்று குற்றம் சாட்டினார். அதிலொன்றாக தனது சகோதரன் "காபோ" என்றழைக்கப்படும் யோசே மரியா தொந்தா, அய்ந்து மாத கர்ப்பிணியான அவரது மனைவி "கோரி" என்றழைக்கப்படும் கில்டா மரியா பெரஸ் என்ற இருவரையும் இரகசியமாகக் கடத்தினார் என்றும், அவர்களின் கொலைக்கும் காரணமாய் இருந்தார் என்றும் குற்றம் சாட்டினார். 1977 இல் அந்த இரகசியச் சிறைச்சாலையின் புலனாய்வுப் பொறுப்பதிகாரியாக அடொல்போ பணிபுரிந்தபோது, கோரி ஒரு மகளை சிறைச்சாலையில் பெற்றெடுத்தாள் என்று சிறையில் உயிர் தப்பியவர்கள் சாட்சியம் சொன்னார்கள். அடொல்போ தொந்தாவின் சித்திரவதைகள் அந்த நிகழ்ச்சியில் ஆதாரங்களுடன் நிரூபிக்கப்பட்டன. கோரியின் மகள் மரியேல் தொந்தா என்ற பெயருடன் நெருங்கிய உறவினர் ஒருவரின் குடும்பத்தில் என்றிரே றியோஸ் மாகாணத்தில் டியமாந்தேயில் வாழ்வதாக ஊகம் தெரிவித்தார்கள். பாட்டிகளின் முயற்சியில் நீதிபதி ஒருவர் மரியேலை மரபணுச் சோதனைக்கு உட்படுத்தப்பணித்தார். ஆனால் பரிசோதனையில் கோரி காபோ தம்பதியினரின் மரபணு மாதிரிகளுடன் ஒத்துப்போகாததால் முழுநிகழ்வுமே ஒரு கேளிக்கூத்தாகப்போனதுடன் மரியேல் தொடக்கம் இதில் சம்பந்தப்பட்ட அனைவரும் மன உளைச்சலுக்கு உள்ளானார்கள். களவாடப்பட்ட குழந்தைகளை மீண்டும் மீண்டும் மனக்காயங்களுக்கு உட்படுத்தாமல் பாதுகாப்பதில் "பாட்டிகள்" கவனமெடுக்க, ஊடகங்கள் வேறுமாதிரியாக நடந்துகொண்டன. மரியேல், தொலோசா என்ற இரு நிகழ்வுகளும் பாட்டிகள் தங்கள் நடவடிக்கைகளை மிக இரகசியமாகவும் அதீத கவனத்துடனும் முன்னெடுத்துச் செல்ல வேண்டிய தேவையை உணர்த்தி நின்றன.

எப்படிப் பார்த்தாலும் விக்ரோரியா தொந்தாவின் வாழ்க்கையில் நடந்தவை நம்பமுடியாத விசித்திரத் தன்மை கொண்டவை. தாய் தந்தை கடத்தப்பட்டது, கொலையானது எல்லாவற்றிற்கும் அவளின் தகப்பனின் சகோதரனே காரணமாய் இருந்துள்ளார். அடொல்போவிற்கு இராணுவ வட்டத்தில் "ஜெரதீமோ", "பலித்தோ" (குண்டாந்தடி) என்ற பட்டப்பெயர்களும் உண்டு. இராணுவ சட்டம், ஒழுக்கம் என்ற அடிப்படைகளைக் கேள்வி கேட்காமல் நிறைவேற்றுவதற்கும், கொடூரத்துக்கு எல்லையே இல்லை என்பதற்கும் சிறந்த உதாரணம் அடொல்போ. தன் சகோதரனின் மனைவி அடுத்த அறையில் வதைபடும்போது தனது அறையில் இந்த அரக்கனால் எப்படி உட்கார்ந்திருக்க முடிந்தது? குழந்தையை அவளிடமிருந்து களவாடி இன்னுமொரு குடும்பத்திற்குக் கொடுக்க இவனால் எப்படி முடிந்தது? தன் உடலில் ஓடும் இரத்தம்தானே இந்தக் குழந்தையின் உடலிலும் ஓடுகிறது. குழந்தை அந்த அடையாளத்தை என்றென்றும் அறியாது அழிக்க அவனால் எப்படி முடிந்தது?

விக்ரோரியாவின் வாழ்க்கை இன்னுமொரு காரணத்திலும் விசித்திரமானதுதான். முன்னாள் இராணுவ அதிகாரியின் "கலகக்கார மகள்" இடதுசாரி அரசியலில் முனைப்பாக ஈடுபடுபவள் என்றிருந்து, களவாடப்பட்ட குழந்தை தொலைந்து போனவர்களின் மகள் அனாலியா அல்ல அவள் விக்ரோரியா தொந்தா என்பன எல்லாம் விசித்திரத்தின் ஒருபகுதி. தொலைந்துப்போன பேர்களின் போராட்டம் தோற்றுவிடவில்லை அவர்களின் முப்பாயிரம் குழந்தைகள் அதனை இரத்தத்தில் சுமந்துள்ளனர் என்றும் போராட்டம் மடிந்துபோகவில்லை இன்னும் உயிர்ப்புடன் தான் இருக்கின்றதென்பதும் விசித்திரத்தின் இன்னுமொரு பகுதி. எது எப்படி ஆயினும் உற்சாக வெள்ளத்தின் வேகப்போக்கில் பேசாது எந்த சந்தர்ப்பத்தில் யார் யார் எவ்வளவு பேசுகின்றார்கள் தாங்கள் உண்மை என்று நினைப்பதை எவ்வளவு தூரம் நிரூபிக்க முனைகின்றார்கள் என்ற கவனமும் தேவை.

அனாலியாவின் படத்தை கில்டா மரியா பெரஸ், யோசே மரியா தொந்தா இருவரினதும் படத்தின் பக்கத்தில் வைத்துப்பார்த்தாலே அனாலியாவின் உண்மையான அடையாளத்தின் மீதான சந்தேகங்களில் பெருமளவு

தீர்ந்துவிடும். இராணுவ ஆட்சியின்போது கொடூரச்செயல்களில் ஈடுபட்டவர்களின் வீடுகளிற்கு முன்னால் ஆர்ப்பாட்டங்களில் கலந்துகொண்டவளும் மாயோ சதுக்கப்பாட்டிகளின் எதிர்பணிகளில் பங்கெடுத்துக்கொண்டவளுமான அவளின் உண்மையான பெயர் அனாலியா அல்ல என்பதும், அவள் 1979 இல் பிறக்கவில்லை, அவள் தகப்பன் முன்னாள் இராணுவ அதிகாரி ரவுல், தாயின் பெயர் கிறசில்லா அல்ல என்பதெல்லாம் படங்களை ஒப்பிட்டுப் பார்த்த மறுவினாடியே மிகத்தெளிவாகத் தெரிந்தன. விக்ரோரியா தொந்தா 1977 இல் இராணுவ வதைமுகாமான ஈ.எஸ்.எம்.ஏ இல் பிறந்தவள். அவளின் உடல் தோற்றமும் குணநலனும் கோரியை ஒத்திருந்தது. ஆர்வத்தில் தங்கள் முடிவைத் தவறாக எடுத்துவிடகூடாதென்பதில் இதில் ஈடுபட்டவர்கள் மிகக் கவனம் எடுத்துக்கொண்டார்கள். எங்கோ ஒரு குடும்பத்தில் மகனாய் மகளாய் வளர்ந்துவிட்டவர்களின் அடையாளத்தைக் குலைத்து புதிய அடையாளமான களவாடப்பட்ட குழந்தை தாய் தந்தையர்கள் வேறு என்று சொல்வது யாருக்குமே இலகுவான காரியம் அல்ல. அதுவும் களவாடப்பட்ட குழந்தை எதிர்கொள்ளும் சிக்கல்களின் கனாகனம் எவ்வளவு பாரதூரமானது.

ஒரு பிரச்சினைக்கான தீர்வைத் தேடும்போது நாம் நம்புவது போலவோ அன்றேல் நாம் விரும்புவதுபோலவோ எதுவும் நடப்பதில்லை. மரியாவும் லவுறாவும் அனாலியாவைச் சந்தித்து சில மாதங்களுக்குப் பின், 2003 - யூலை இறுதியில் காணாமல்போன குழந்தைகள் பற்றிய தகவல் சேகரிப்பு உறுதிப்படுத்துதலுக்கு சம்பந்தமே இல்லாத நிகழ்வொன்று இதுவரை நம்பிக்கையுடன் போய்கொண்டிருந்த போக்கை அடியோடு புரட்டிப்போட்டு இனி என்ன நடக்கும் என்று தெரியாத நிலைமையை உருவாக்கியது.

இதன் ஆரம்பம் 1999. பல பொது மன்னிப்புக்கள், தனிப்பட்ட ரீதியான குற்றத்தை ஏற்று மன்னிப்புக் கோரியவை என்பன இராணுவ ஆட்சியில் இக்குற்றச்செயல்களை திட்டமிட்டு நடாத்தியவர்களில் சிலருக்கு விடுதலையும் இன்னும் சிலருக்கு நீதிவிசாரனை - வழக்குப்பதிவு என்ற நிலையை உருவாக்கியது. இதை அறிந்த இத்தாலி, ஸ்பெயின், பிரான்ஸ் போன்ற நாடுகள் ஆர்ஜன்ரீனச் சித்திரவதையாளருக்கு எதிராகத்

தங்கள் சட்ட நடவடிக்கைகளை தீவிரமாக முடுக்கிவிட்டன. வதைமுகாம்களுக்கு இழுத்துச்செல்லப்பட்டவர்களில் தங்கள் நாட்டவரும் அடங்குவர் என்றும், சித்திரவதை செய்தது, கொலை செய்ததென்ற குற்றச்சாட்டுகளுக்கு அக்கால இராணுவ ஆட்சியாளர்கள் சட்டத்தின் முன் பதிலளிக்கவேண்டுமென்றும் பிரகடனம் செய்தன. அதையொட்டி பலதடவை முயன்றும் தோற்றுப்போன ஸ்பானிய நீதிபதி பல்ரசார் கர்சோன் 2003 இல் இராணுவ சர்வாதிகாரி உட்பட இராணுவ, பொலிஸ் அதிகாரிகளிற்கு சர்வதேச பிடி ஆணை பிறப்பித்தார். இந்த நாற்பத்தாறு பேர்களில் அன்றைய இராணுவ ஆட்சி முக்கியஸ்தர்களும் இரகசிய சிறைச்சாலைகள், வதைமுகாம்கள் நடத்தியவர்களுடன் இராணுவ சிற்றதிகாரிகளும் அடங்கினர். இவர்களும் கொடூரச்செயல்களில் சரிசமமான பங்கினை வகித்தார்கள் என்பதை அந்நீதிபதி தன் புலனாய்வில் நிரூபித்தார். அவர்களில் ஒருவர் ரவுல். அனாலியாவின் தந்தை.

ஒரு முன்னாள் சித்திரவதையாளன்தான் தன் "தகப்பன்" என்பதற்காக மாத்திரம் அனாலியா அவர் குழந்தை அல்ல என மற்றவர்கள் நிறுவ முனைகின்றார்கள் என்றால் அது அப்படி அல்ல. ரவுலின் குற்றங்கள் ஒரு பக்கம், அனாலியாவின் அடையாள மறுப்பு இன்னும் ஒரு விடயம். இராணுவத்தில் சிறிது காலம் ரவுல் பணிபுரிந்தார் என்று மாத்திரம்தான் அனாலியா நினைத்தாளே ஒழிய ரவுல் சித்திரவதை, கொலை என்பவற்றில் ஈடுபட்டிருக்க வாய்ப்பில்லை என்பதே அவளது எண்ணம். இடதுசாரி அரசியல் போராளி, சமூக நீதிக்காவும் பாதிக்கப்பட்டோர் விளிம்புநிலை மக்களுக்கான போராட்டங்களில் தன்னைப் பிணைத்துக்கொண்டவளுக்கு, யாருக்கு எதிராகப் போராடுகிறாளோ அவளின் தந்தையும் அந்தக் கும்பலில் ஒருவன் என்றால், சந்தேகமில்லாது அனாலியாவிற்கு அவர் "எதிரிதான்". தன் தகப்பன் வதை, கொலைகளைச் செய்தவர் என்பதை அனாலியா எதிர்பாராமல்தான் அறிந்துகொண்டாள். மாயோ சதுக்கப்பாட்டிகளுக்கு ஸ்பானிய நீதிபதியின் பிடிஆணை ஒருவரம்போல் மகிழ்ச்சியைக் கொடுத்தது. ஆஜன்ரீனிய நீதித்துறை குற்றவாளிகளை இதுவரை கையளிக்காதது அரசியலில் பெரும் சூறாவளியாகச் சுழன்று கொண்டிருந்தது. அனாலியாவை கொலைகாரன் மகள் என்ற பெயரிலிருந்து விடுவிப்பதற்குப் பாட்டிகள் தீவிரமாகச்

செயற்பட வேண்டிய நிலைமை. தாங்கள் கவனமாக தகவல் சேகரிப்பு சரிபார்த்தலால் அவளை விடுவிப்பதையும்விட, ரவுலின் மீதான கொலை, வதை குற்றங்களுக்கு அவர் பதிலளிக்க வேண்டிய நிலையில் அவள் ரவுலின் மகளாக நீடிப்பதன் விளைவுகளில் இருந்து காப்பாற்ற உடனடியாக செயற்படத் தொடங்கினர்.

குளிர்கால மதியமொன்றில் புவனஸ் ஏயரஸ் எச்.ஐ.ஜே.ஒ. எஸ் காரியாலய தொலைபேசி அழைத்தது. மறுமுனையில் பாட்டிகளின் அமைப்பின் தலைவி எஸ்ரெலா - டி - கார்லொட்டோ. இதற்குச் சில மணிநேரங்களுக்கு முன்பு எஸ்ரெலாவின் தொலைபேசி அழைத்தபோது பேசியவள் அனாலியா. ரவுல் கடற்படை வைத்தியசாலையில் அவசரசிகிச்சைப் பிரிவில். பலவருடமாகப் பொய்களை அடுக்கிக்கொண்டே வந்த ரவுல், உண்மை வெளிவர தான் செய்த குற்றங்களை ஏற்பதைவிட மரணத்தை விடுதலையாகத் தேர்ந்தெடுத்திருக்கின்றார். என்னசெய்வதுதென தெரியாது தடுமாறிய அனாலியா, அழுதுகொண்டே எஸ்ரெலாவிடம் பேச விரும்புவதகச் சொல்லியிருக்கிறாள். மிகுந்த கவலையுடன் பாட்டிகளின் தலைவியிடம் தன் தந்தையின் செயல்களுக்காக மன்னிப்புக் கோரினாள். தனக்கும் ரவுலிற்கும் எந்த உறவும் இல்லை என்பதும் தன்னைக் களவாடியவனே ரவுல்தான் என்பதும் அவளுக்குத் தெரிந்திருக்கவில்லை. அரசின் போக்கினை எதிர்த்தும் சளைக்காது வருடக்கணக்காகப் போராடும் எஸ்ரெலா தன் பேரக்குழந்தையை இன்னும் தேடிக்கொண்டிருப்பவள். மனித உரிமைக்காகப் பல இயக்கங்களுடன் சேர்ந்தியங்கும் சமூகப் போராளியான தன் பேரப்பிள்ளை வயதை ஒத்த அனாலியாவிற்கு உண்மையைச் சொல்லமுடியாத சங்கடமான நிலை.

மனித உரிமை அமைப்புக்கள், முன்னாள் சிறைவைக்கப் பட்டவர்கள், தொலைந்துபோனவர்களைத் தேடுபவர்கள் போன்ற அமைப்புக்கள் ஸ்பானிய சட்ட நடவடிக்கையால் மிக உற்சாகமாக இருந்தார்கள். ஆர்ஜன்ரீன அரசு இதற்கு ஏதாவது செய்தே ஆக வேண்டிய கட்டாயத்தினுள் இருந்தது. எச்.ஐ.ஜே.ஒ.எஸ் பிரதான அலுவலகத்தில் அவசரக் கூட்டம் ஒன்று கூட்டப்பட்டது. அனாலியாவின் அடையாளம் பற்றிய

தகவல்கள் சொல்வதற்கு இன்னும் வேலைகள் முற்றுப்பெறாத நிலை. ஆனால் அவளிடம் இதுபற்றிப் பேசுவதென்ற முடிவை எடுத்தனர். ஊடகங்கள் தங்களை முந்தினால், அனைத்தும் குழம்பி, நிலைமை இப்போதையதையும்விட மோசமாகிவிடும் என பயந்தனர்.

அமைப்புகளின் பிரதிநிதிகளும், அனாலியாவுடன் சேர்ந்தியங்குபவர்களும் இந்த அவசரக்கூடலில் இருந்தனர். எல்லோருமே அனாலியாவிடம் பேசவேண்டுமென்றும், தாய் தந்தை என்று நம்பியவர்கள் அவளது உண்மையான தாய் தந்தை இல்லை என்று சொல்லவேண்டும் என்றும் ஒருமனதாகத் தீர்மானித்தனர். ஆனால் இதை எப்படி சொல்வது என்பதில்தான் யாராலும் தெளிவாக ஒரு முடிவிற்கு வரமுடியவில்லை. அவளிடம் பக்குவமாக - அதீத அதிர்ச்சியின்றி இந்தச் செய்தியை அறிந்துகொள்வதற்காக - இதனை சொல்வதற்கு, யூயோவை தேர்ந்தெடுத்தார்கள். தடித்த கண்ணாடி பிரேம் அணிந்து நொண்டி நொண்டி நடக்கும் யூயோ, அனாலியா அங்கம் வகிக்கும் அரசியல் கட்சியின் புவனஸ் ஏயரஸ் பகுதிக்குப் பொறுப்பாளர். ஏறத்தாள கட்சியின் எல்லா அங்கத்தினரும் தங்கள் குறைகளை, வலிகளை, கவலைகளை பகிர்ந்துகொள்ளும் நம்பகமான மனிதன். 60, 70 வதுகளில் ஈ.ஆர்.பி என்ற ஆயுதப்போராட்ட கெரில்லாக்குழுவின் முன்னாள் போராளி. காலில் மூன்று துப்பாக்கிச் சூட்டுக்காயங்களிருந்தன. எழுபதுகளில் விசேட அதிரடிப்படை கொமாண்டோக்கள் அவரைக் கைது செய்யும்போது ஏற்பட்டவை அவை. கைதின் பின்னரான ஆறுவருடச் சிறைக்காலத்திலும் காயங்களுக்கான மருத்துவம் மறுக்கப்பட்டது. உடலில் இருந்த குண்டுகளும் வெளியே எடுக்கப்படவில்லை. அவருடன் நெருங்கிப் பழகும் எல்லோரையும்போலவே அனாலியாவும் அவர்மீது அதீத நம்பிக்கை வைத்திருந்தாள். அனாலியாவிடம் முதலில் இது பற்றி பேசுவது, அனாலியா பற்றிய தகவல் சேகரிப்பு, ஒத்துப்பார்த்தல் மற்றும் தற்போதைய நிலை என்பனவற்றைச் சொல்லும் கடினமான பணிக்கு, ஒரு தகப்பனைப்போல் கட்சியில் பார்க்கப்பட்ட யூயோவை விட்டால் யாரும் பொருந்தி வரமாட்டார்கள் என்று முடிவு செய்தனர்.

உணவுவிடுதியின் சன்னல் பக்கமாக இருவர் அமர்ந்து கொள்ளக்கூடிய சிறிய மேசையில் எதிரும் புதிருமாக அனாலியாவும் யூயோவும் உட்கார்ந்திருந்த்தனர். சன்னலுக்கு வெளியே உருக்கின் சாம்பல் நிறத்தில் வான மூட்டம் நகரத்தை இருளாகக் கவ்வி இருந்தது. ஏற்கனவே யூயோ ஆயிரம்தடவை அனாலியாவிடம் எதை, எப்படி, எவ்வளவு செய்தியை சொல்வதென தன் சிந்தனையில் ஓட்டிப்பார்த்திருந்தும் முன்னால் அமர்ந்திருக்கும் அவளை பார்த்ததுமே எல்லாம் மறந்துபோய் கனத்த இதயத்துடன் உட்கார்ந்திருந்தார். துணிவும், களைப்புமின்றி இயங்கிய அனாலியா இன்னமும் அவசரசிகிச்சைப்பிரிவில் உணர்வின்றிக் கிடக்கும் ரவூலின் பக்கத்தில் இரவு பகல் பாராது கவனித்துக் கொண்டதால் களைத்துப்போய் சோர்வுடன் தளர்ந்துபோய் கதிரையில் உட்கார்ந்திருந்தாள். சக்தி எல்லாம் வடிந்துபோன அவளின் சிவந்த கண்களைப் பார்த்ததுமே, காயப்பட்டிருந்த இவளிடம் இன்னுமொரு நிலைகுலையும் செய்தியை எப்படிச் சொல்வதென யூயோ திணறிப்போனார். அனாலியாவுடன் அமைதியாக உட்கார்ந்துகொண்டு அழுவதைத்தவிர அவரால் வேறொன்றும் செய்ய இயலவில்லை. யூயோவின் அழுகைக்குத் துயரம் காரணமல்ல. ஆத்திரம். ஒரு சந்ததிக்கு, நாடு முழுவதற்கும் இராணுவம் இளைத்த அநீதியின்மேலான ஆத்திரம். தன் மகள்போல் நேசிக்கும் ஒருத்திக்குத்தானே அந்த நோவைச் சொல்லவேண்டிய நிலைமையையிட்டு ஆத்திரம். கடவுளின் மன்னிப்புக்குக்கூட அருகதையற்ற ஒருவனிற்காக அழும் அனாலியாவின் நிலைமீதான ஆத்திரம். தான் எத்தனையோ தடவை ஒத்திகை பார்த்த சொற்களில் ஒன்றைத்தன்னும் பேசமுடியாத ஆத்திரம். அவளின் வாழ்வில் நடந்த கோணல்தனத்தை தன்வாயால் கேட்டு அதிரப்போகின்றாளே என்ற அடங்காக்கோபம். முடிவாக கண்ணீரால் நனைந்த கண்ணாடியைக் கழற்றிவிட்டு ஏதோ வருவதை - அது எப்படி வருகிறதோ அப்படியே வரட்டும் எனத் தீர்மானித்தார்.

"அனாலியா, மகளே! இதை உனக்குச் சொல்வதற்கு வெறுப்பாகத்தான் இருக்கிறது. நீ தொலைந்துபோன தம்பதியின் குழந்தை. உன் தாய் தந்தை ரவுலும் கிறசில்லாவும் இல்லை என நம்புவதற்கு எங்களிடம் நிறையக் காரணங்கள் உண்டு" எனச்சொல்லிக் காத்திருந்தார் யூயோ. அனாலியாவிடம் இருந்து

எந்த ஒரு பதிலும் இல்லை. உணர்வுகளில் எந்தமாற்றமும் தெரியவில்லை. கல்லாகிப்போனவள்போல் மவுனமாக இருந்தாள். தாங்கமுடியாத செய்தி. ஏற்கனவே இருக்கும் அதிர்ச்சியை சிதறடிக்கும் செய்தி. என்றுமே அவளின் அடையாளம் சிரிப்பு. தூக்கம் இன்மையினாலும் கண்ணீராலும் வீங்கிப் போயிருந்த அவள் முகத்தில் அந்தச் சிரிப்பை என்றுமே காணமுடியாது போய்விடுமோ எனக்கலங்கிப் போனார் யூயோ. "கொமிசியோன் ஹெர்மானோஸ் பெண்களும், பாட்டிகள் அமைப்பின் சில பெண்களும் அருகிலிருக்கும் இன்னுமொரு உணவு விடுதியில் உனக்காகக் காத்துக்கொண்டு இருக்கிறார்கள். உன்னிடம் பேசுவதற்காக. அவர்கள் இன்னும் விளக்கமாக இதுபற்றி உன்னிடம் பேசுவார்கள்..."

இருளில் பதுங்கி காலண்டரிலிருந்து திடீரெனப் பாய்ந்து நினைவுகளில் பதிந்த நாளாக அவர்கள் எல்லோர் மனதிலும் இது படியும். அனாலியாவுடனான பேச்சும் அதன்போதான உணர்ச்சி வெளிப்பாடுகளும் உடைந்த பலதுண்டுகளாக அவர்கள் மனங்களில் தைத்திருக்கும். அனாலியா, றோபோ போல் பெண்கள் காத்திருந்த உணவுவிடுதிக்கு யூயோவைப் பின்தொடர்ந்தாள். பெண்களுடன் பேசும்போது அனாலியா தன் பிறப்புச்சாட்சிப்பத்திரம், டொக்டர் மக்னாக்கோ கையெழுத்திட்ட போலிப்பத்திரம், ஈ.எஸ்.எம்.ஏ இல் பிறந்த குழந்தைகளுக்கான போலிப்பத்திரங்களில் கையொப்பமிடும் வேலையை இராணுவ அரசு அவருக்குக் கொடுத்திருந்தது.

ஈ.எஸ்.எம்.ஏ வதைமுகாமில் பிறந்தவள்.

ரவுல் கிறசில்லா அவள் தந்தை தாய் அல்ல.

தொலைந்துபோனவர்களின் மகள்.

உடலின் ஒவ்வொரு கலங்களும் கதறி செய்வதறியாது உதவிகோரியது போல் உணர்ந்தாள். ஆனால் கண்கள் அவளுக்குச் சொந்தமில்லாதவைபோல் வறண்டு கிடந்தன. அன்று மதியம் வீடு திரும்பியதும் பெல்ரில் உறையுடன் தொங்கும் ரவுலின் இராணுவத் துப்பாக்கியை அலமாரியிலிருந்து வெளியே எடுத்தாள். பலவருடங்களாகப் பொய்களை அள்ளி வீசியே தன் கொடூரங்களை மறைத்து வந்த ரவுல் உண்மை தெரிய

வர தன்னைத்தானே மாய்த்துக்கொள்ள தேர்ந்தெடுத்த அதே துப்பாக்கி. விரல்களால் அதனை வருடியபோது இதைப் பாவித்தே என் உயிரையும் போக்கிக்கொள்வதுதான் என் அதீத மன அழுத்ததிலிருந்து விடுபட ஒரே வழி என்ற எண்ணம் அவள் மனதில் ஓடியது. தற்கொலை தன் மரபணுக்களில் இல்லாத ஒன்று என்ற எண்ணம் முதல் எண்ண ஓட்டத்தை மறுத்து வாதிட்டது.

ஒருகணம் மாத்திரம் அவளால் முடிந்திருந்தால் தன் இரண்டாம் எண்ணத்தை நினைத்துச் சிரித்திருப்பாள்.

அவளுக்கு என்ன நடந்தது? திடீரென அவளது உலகம் பொலு பொலுவென எப்படி உதிர்ந்துபோயிற்று? மூன்று நாட்களில் தகப்பன் வியாபாரி அல்ல முன்னாள் சித்திரவதையாளன் என்றும், அவன் தகப்பனே இல்லை என்றும் எப்படி ஆயிற்று? அப்படியானால் தாய் தகப்பன் யார்? மிசியோன் ஹெர்மானுஸ் அமைப்பினரும் பாட்டிகள் அமைப்பினரும் அவள் கேள்விக்குப் பதிலளிக்க பிடிவாதமாக மறுத்துவிட்டார்கள். மரபணுச் சோதனைதான் ஒரேவழி என்பதே அவர்கள் அனாலியாவிற்குச் சொன்ன பதில். இதில்தான் எந்தவித சந்தேகங்களுமின்றி அவளின் தாய் தந்தை யார் என்பதை நிருபிக்க முடியும். தான் மரபணுச் சோதனைக்கு உட்பட சம்மதித்தால் ரவுல், கிறசில்லா இருவரும் விசாரணைக்குட்படவேண்டிவரும். குழந்தையைக் களவாடியது, அதன் உண்மையான விபரங்களை மாற்றியது என்ற குற்றங்களுக்காக சிறை செல்லவும் நேரிடலாம். மனதளவில் அவளால் இதை ஏற்றுக்கொள்ள முடியவில்லை. மரபணுச் சோதனைக்கு உட்படச்சம்மதித்தால் இன்றுவரை அவளின் “தந்தை”, “தாய்” ஆக இருந்தவர்களை தானே தண்டிப்பதுபோல் ஆகிவிடும் என்ற மனகுழப்பம். எனவே இம்முடிவை எடுக்கமுடியாதென்பதே அவளது அப்போதைய நிலை. குடும்பத்திற்கு என்ன நடக்கும் என்ற பயம் அவளது உணர்வுகளை மளுங்கடித்து எதைப்பற்றியும் சிந்திக்க முடியாத தெளிவற்ற நிலையில் தத்தளித்தாள். முடிவெடுக்காமலும் நாட்களைத் தள்ளமுடியவில்லை. தான் யார் என்பது தெரியாமல் எப்படி இருப்பது? அவள் எங்கிருந்து வந்தாள்? அவளின் உண்மையான பெயரென்ன? இக்கேள்விகள் மனதில் அலை அலையாக எழுந்தவண்ணமே இருந்தன.

2003 யூலையின் அதிர்ச்சிக்குப்பின் சில மாதங்கள் கடந்து விட்டிருந்தன. இக்காலங்களில் அவளால் சரியாகச் சாப்பிடமுடியவில்லை. வர்ண வர்ண உடைகளை விரும்பி உடுத்தியவள், கறுப்புநிற உடையினுள் உறைந்துபோனாள். தன் வாழ்வின் மிக முக்கியமானதென கருதிய அரசியல் பணிகள் மீதான ஆர்வம் குறைந்து அவைகளை மறந்தே போனாள். ரவுலின்மீதான குற்றச்சாட்டுக்கள் அவள்மனதில் ஏற்படுத்திய குற்ற உணர்வு கண்களினூடு கசிவதை யாராவது கண்டுகொள்ளாதிருக்கவும், சக தோழர்களின் பரிதாபப்பார்வையை சந்திக்க விரும்பாமலும் கண்களைத் தாழ்த்திக்கொள்வாள். இம்மாதங்களில் விக்கி என்ற தோழிதான் அவளின் ஆறுதல். அரசியலில் சமபார்வை, காணாமல்போன தம்பதியர் ஒருவரின் மகளென இரு புள்ளிகள் அவர்கள் நட்பை மேலும் வலுவுறச் செய்திருந்தது. அவளின் அடுத்த தரிப்பு கொமிசியோன் ஹெர்மானுஸ் அமைப்பின் பெண்கள். எந்நேரத்திலும் எந்ததேவைக்கும் அனாலியா அவர்களை அணுகினாள். அவளுக்காகத் தங்கள் நேரத்தை ஒதுக்கினார்கள். அவள் சொல்வதைப் பொறுமையாகக் கேட்பார்கள். சிலவேளைகளில் அவளுடன் எங்கேயாவதுபோய் ஒரு கப் காப்பி குடிப்பார்கள். அதுவுமில்லை என்றால் அவர்கள் முன்னே அவள் அமைதியாக அமர்ந்திருந்தால் அவர்களும் அவளுடன் அமர்ந்திருப்பார்கள்.

ஒருமுறை அனாலியா எச்.ஐ.ஜே.ஓ.எஸ் அலுவலகத்தில் வேலை பார்க்கும் வேரோ என்ற பெண்ணுடன் பேசிக் கொண்டிருந்தபோது காணாமல்போனவர்களின் புகைப்படங்கள் அடங்கிய புத்தகமொன்றைக் கண்டதும் கையிலெடுத்து புரட்டிப் பார்த்தாள். காணாமல்போன குடும்பத்தினரின் இந்த தெளிவற்ற கறுப்பு வெள்ளைப் புகைபடங்களை மாயோசதுக்கப் பாட்டிகள் பலவருடங்களாக பாதுகாத்து வருகின்றனர். எல்லாமே இளமையான முகங்கள். எழுபதுகளில் எப்போதோ ஒரு கணத்தில் புகைப்படங்களாக உறைந்துபோன முகங்கள். பின்பு என்றென்றும் தொலைந்துபோன முகங்கள்.

“இந்தப்புத்தகத்தில் எனது தாய் தந்தை என்று நீங்கள் முடிவெடுத்தவர்களின் புகைப்படங்களும் இருக்கின்றனவா?” வேரோவை நிமிர்ந்து பார்க்காமலே புத்தகத்தைப் பார்த்தவாறு

கேட்டுவிட்டு, அந்த தடித்த புத்தகத்தின் ஒற்றைகளை தொடர்ந்து மெதுவாகப் புரட்டினாள்.

உண்மை தெரிந்தபின் ஒவ்வொரு கணத்திலும் அனாலியா படும் வேதனையை தன்னுள் நினைத்துப் பார்த்துக்கொண்டாள். “ஆம்” என்ற ஒற்றைச்சொல் பதிலைத்தவிர வேறெதையும் அவளால் சொல்லமுடியவில்லை. அதுவே வேரோவை இன்னும் மனம்வருந்தச் செய்தது.

தொடர்ந்து பக்கங்களைப் புரட்டிக்கொண்டிருந்த அனாலியா ஒரு பக்கத்தின் மேல்பகுதியில் ஒட்டப்பட்டிருந்த இரண்டு சிறிய அளவிலான புகைப்படங்களைப் பார்த்ததும் புரட்டுவதை நிறுத்தினாள். தொலைந்துபோன மரியா கில்டா பெரஸ், கோசே மரியா தொந்தா இருவரினதும் புகைப்படங்களைப் பார்த்ததும்தான் அனாலியா புரட்டுவதை நிறுத்தியிருக்கிறாள் என்று புரிந்துகொண்டாள். இருவரினதும் புகைப்படங்கள் காணாமல் போனவர்கள் புகைப்படத்தொகுப்பில் இருப்பவை. இவர்கள் இருவரும்தான் அனாலியாவின் தாய் தந்தை என அமைப்புக்கள் முடிவெடுத்திருந்தன. புகைப்படங்களைப் பார்த்தும் தனது அதிர்ச்சியை வெளிக்காட்டாதிருக்க அனாலியா தன் சக்தியை எல்லாம் திரட்டிப் போராட வேண்டி இருந்தது. சிறிது தாமதத்தின் பின் அவள் ஒற்றைகளை மீண்டும் புரட்ட வேரோ ஆறுதல் பெருமூச்சொன்றை விட்டு தன்னை ஆசுவாசப்படுத்திக்கொண்டாள். சிறிது நேரம் கழித்து மீண்டும் முன்னே தான் பார்த்த பக்கங்களைப் புரட்டி இரு புகைப்படங்களைக் காட்டி - அவள் காட்டிய படங்களை வேரோ பார்க்காமலே அவை எவை என அவளுக்குப் புரிந்துவிட்டது - “எனது தாய் தகப்பன் என்று நம்புவது இவர்களைத்தானே?”

வேரொவின் காதுகளில் அக்கேள்வி உதவி கேட்கும் அலறலைப்போல் ஓங்கி அறைந்தது. ஆம் என்று உறுதிப்படுத்துங்கள் என்ற கெஞ்சும் பாவனையை அனாலியாவின் கண்ணைப் பார்த்தாலே வேரோவிற்குப் புரிந்துவிடுமென்பதால் அவள் கண்களைப் பார்ப்பதை தவிர்த்துக் கொண்டாள். கோரியின் புகைப்படத்தை ஒருமுறை பார்த்தாலே போதும் கண்களில் மிளிரும் பாவம், தாடை, மூக்கு எல்லாமே அனாலியாவிற்குச் சாட்சிகளாக...

“அதை என்னால் உனக்குச் சொல்லமுடியாது” ஒவ்வொரு வார்த்தையும் வேரோவின் உதடுகளைச் சுட்டெரித்துக் கொண்டு வெளியே கொட்டின. “உண்மையை அறிய நீ தயாரானால் ஒரேஒரு வழிதான் உள்ளது. மரபணுச்சோதனை. ஆனால் யாரும் உன்னை அதைச் செய்யும்படி நிர்ப்பந்திக்கப் போவதில்லை”. அனாலியா தானாக அம்முடிவை எடுக்க வேண்டும் என்பதில் உறுதியாக இருந்த அவர்கள் திரும்பத் திரும்ப அவளுக்கு அதைத்தான் வலியுறுத்த வேண்டும் என்று நினைத்தார்கள்.

கண்களைத்தாழ்த்தி அனாலியா மவுனமாக அந்தப் புகைப்படங்களை பார்த்துக்கொண்டிருந்தாள். பயம் அவளை முழுமையாக தன் பிடியினுள் இறுக்கிக் கொண்டது. முடிவெடுக்க வேண்டும். ஆனால் முடியாதிருக்கிறதே. பயம் - பெரும் பயம். அவளை மரத்துப்போனவளைப்போல் கட்டிப் போட்டிருந்தது.

மனக்குமுறல்களுடன் எட்டுமாதங்களை கழித்திருந்தவள் ஓர் எதிர்ப்பு ஊர்வலத்தில் கலந்துகொள்ள மீண்டும் வந்திருந்தாள். இந்த இடைவெளியில் தானும் சேர்ந்து உழைத்து உருவாக்கிய இடங்களுக்கு அவள் வரவும் இல்லை. மிகுந்த தன்னம்பிக்கையுடன் அவள் நடமாடிய அவ்விடங்களெல்லாம் அன்னியமாகத் தோன்றின. முன்பிருந்த அனாலியா அல்ல என்று அவள் உணர்வுகள் அவளுக்குச் சொல்லினும் இனி எந்த அனாலியாவாக இருக்கப்போகின்றேன் என்ற தெளிவும் அவளிடம் இல்லை.

இன்று 24.03.2004 அவளும் சம கருத்துடைய பல நூற்றுக்கணக்கானவர்களும் உணர்வுபூர்வமாக பல வருடங்களாக போராடியதன் பலனை அறுவடை செய்யும் நாள். இருபத்தெட்டு வருடங்களுக்கு முன்பு இதே நாளில்தான் இராணுவம் தன் வன்முறைக் கரங்களுக்குள் ஆர்ஜன்ரீன மக்களை இறுக்கிக்கொண்ட நாள். அன்று தொடங்கிய கற்பனைக்கு எட்டாத பயங்கர கனவின் பிடியிலிருந்து இன்றுவரை மீளமுடியாதவர்களாகவே அனாலியாவும் அவள் சகாக்களும் உழன்றுகொண்டிருக்கிறார்கள். இருபத்தெட்டாம் வருட நினைவு தினத்தில் ஈ.எஸ்.எம்.ஏ என்ற கொலைக்கூடங்கள் அடங்கிய வதைமுகாமை புவனஸ் ஏயரஸ் நகரத்திற்கும்

மனித உரிமைச் சங்கத்திற்கும் கையளிக்கப்போகிறார்கள். காலத்தின் கோணல்கணக்கில் இந்த கொலைக்கூடத்தில்தான், தான் பிறந்தேன் என்பதும் அனாலியாவிற்கு இன்று தெரியும். சட்டவிரோதமாக சமூக சனநாயத்திற்காகப் போராடியவர்களை இராணுவம் சிறையிட்டும் வதைத்தும் கொலை செய்ததை நினைவு கூறுவதற்காக இன்று ஒரு நினைவுமண்டபம் மூசியே தெலா மெமோறியா என்ற பெயரில் நிர்மாணிக்க முடிவாகி இருந்தது. சமூக சனநாயகத்திற்காக வதைபட்டவர்கள், கொலையுண்டவர்களின் ஞாபகமாக இந் நினைவுமண்டபம் என்றென்றும் சாட்சியாக இருக்கும். அனாலியாவின் தாய் தந்தை உட்பட.

புவனஸ் ஏயரஸ் எந்த ஒரு முக்கிய தினத்திலும் தாங்கமுடியாத வெய்யிலும் புழுக்கமுமான நாளாகவே இருக்கும். இன்றும் அதற்கு விதிவிலக்கல்ல. காற்றின் ஈரப்பதன் ஏறத்தாள நூறுவீதம், ஆகையால் மழை பெய்யாதென்பதும் தெரிந்ததே. தன் சகாக்களுடன் ஈ.எஸ்.எம்.ஏ கையளிப்பு வைபவத்திற்கு போவதற்கு விரும்பினாலும், தனியாகவே போவதென்று அனாலியா முடிவு செய்தாள். பரந்து விரிந்த இராணுவ வளாகத்தினைச் சுற்றி ஓடிய கருநிற இரும்பு வேலிகளில் தொலைந்துபோனவர்களின் ஆயிரக்கணக்கான புகைப்படங்கள் தொங்கிக்கொண்டிருந்தன. இராணுவமுகாமின் வாசலை கடந்து உள்ளே சென்ற இந்த படங்களில் உள்ள எவரும் மீண்டும் உயிருடன் வெளியே வரவே இல்லை. அரசியல்வாதிகள், இடதுசாரி அரசியல்வாதிகள், மனித உரிமைச் சங்கங்களின் பிரதிநிதிகள், உள்நாட்டு வெளிநாட்டு பார்வையாளர்கள், உலகின் பல பாகங்களிலும் இருந்து வந்த பத்திரிகையாளர்களென நிரம்பிவழிந்த கூட்டத்தினரிடையே வெற்றிக்களிப்பு, இழந்தோர் பற்றிய துக்க உணர்வு என வெவ்வேறு உணர்வலைகளின் பிரதிபலிப்பு விரவியிருந்தது. இந்நிகழ்ச்சிக்காகவே கலைஞர்களால் பிரத்தியேகமாகத் தயார்செய்த ஓவியங்கள், சிற்பங்கள் யாரோ ஒருவன் வர்ணப்பேனாவால் கூட்டத்தினரிடையே புள்ளிகளை வைத்ததுபோல் தனித்துவமாகத் தெரிந்தன.

வருடக்கணக்காக இந்த ஒரு கணத்திற்காக ஆர்ஜன்ரீன மக்கள் போராடிக் கொண்டிருக்கிறார்கள். தங்கள்

அண்மைக்கால சரித்திரத்தில் நடந்தேறிய பயங்கரத்தை நிரந்தர ஞாபகச்சின்னமாக மாற்றியமைத்ததில் எல்லோருமே நெகிழ்ந்து போயிருந்தனர். அனாலியாவிற்கு கூட்டத்தினரின் இவ் உணர்ச்சிநிலை ஒரு தடையாக இருக்கவில்லை. உடல் இங்கிருந்தாலும் சிந்தையில் அவள் வேறெங்கோ இருந்தாள். கூட்டத்தினருடன் அவள் கூட இருந்தாலும் அங்கு அவர்களின் பாடல்களிலும் கோசங்களிலும் சேர்ந்து குரல் கொடுத்தாலும் அவள் சிந்தை ஆயிரம் ஒளிவருடங்கள் தாண்டி எங்கோ சுற்றிக்கொண்டிருந்தது. கடந்தமாதங்களை அவள் மீட்டுப்பார்த்தாள். அவள் உண்மை என்று நம்பியவை எல்லாம் மேகமூட்டம் கலைவதுபோல் காற்றில் கரைந்துபோய்விட்டது. பொய்களும் தீராத ஆத்திரமுமே கசப்பாய் மனதில் தங்கிவிட்டது. மறுபக்கத்தில் வாழ்க்கை ஒரு புதிய பாதையைக் காட்டிநின்றது. அவளது தனித்துவமான வாழ்வாய் அது இருக்கலாம்.

அனாலியாவின் சினேகிதி விக்கி இந்தப்பெருங்கூட்டத்திலும் அவளைப் பிரியாது கவனமாகப் பக்கத்திலேயே நடந்துவந்தாள். இன்று அனாலியா இக்கூட்டத்தில் பங்கெடுக்கவேண்டுமென்று பல நாட்களாக அனாலியாவை வலியுறுத்திச் சம்மதிக்க வைத்திருந்தாள். என்ன உடைகளை உடுத்துவதென்ற அனாலியாவின் நீண்ட யோசனையைக் கேட்ட பின் அவளே அனாலியா எந்த உடுப்பை அணியவேண்டுமென சொல்லியிருந்தாள். ஆளக்கழுத்து வெட்டுடனான அடர்நீலப் பூக்கள் நிரம்பிய கறுத்த மேலாடை, கறுத்தப்பாவாடை எனத் தெரிவாகியது. அனாலியா வழமையாக அணியும் குதிஉயர்ந்த காலணிகள். விக்கி இல்லாவிடில் அனாலியாவால் என்ன செய்வதென்ற முடிவுகளை எடுக்கமுடியாது பற்றியும் அவள் மனதினுள் எண்ணிப்பார்த்தாள்.

ஒரு பேச்சாளனைத் தொடர்ந்து இன்னொரு பேச்சாளன். கூட்டத்திற்குத் தலைமை தாங்கிய புவனஸ் ஏயரசின் மேயர் கியர்சன், மனித உரிமைகள் சங்கப்பிரதிநிதி அனிபால் இபாரா... இவைகளில் எதுவுமே கூட்டத்தின் நிகழ்வுகளுக்குள் அவளைக் கொண்டுவரவில்லை. அவள் வேறெங்கோ சஞ்சரித்துக் கொண்டிருந்தாள். "என் தாய் இங்கு சிறை வைக்கப்பட்டிருந்தாள். இதே சிறையில் தான் நான் பிறந்தேன். முந்தய சர்வாதிகாரியின் எண்ணற்ற மூடிமறைப்பு நிகழ்ச்சிகள்

எதுவுமே என் ஞாபகங்களை அழித்துவிடவில்லை. ஏனெனில் அவை என் நாடி நரம்புகளில் ஓடிக்கொண்டிருப்பதால் உண்மையினை நான் தேடித்தெரிந்துகொள்ள முடிந்தது". தாங்க முடியாத அனல் வெய்யிலிலும் அனாலியாவின் முதுகு சில் எனக் குளிர்ந்தது. இவ்வசனத்தைப் பேசியவன் யுவான் அபன்டே. பாட்டிகளால் அடையாளம் காணப்பட்டு உண்மையினை அறிந்துகொண்டவன்.

உண்மை. பழுக்கக்காய்ச்சிய இரும்பைக் கையால் பிடிப்பது போல் உண்மையையும் கையாள அவள் பழகியிருந்தாள். பொய்யால் அன்பைப் பெற முடியாது. பொய் கனவுகளைத் தருவதில்லை. நம்பிக்கையைத் தருவதில்லை. முன்னேற்றம் திட்டமிடல் எதையுமே பொய்மீது கட்டியெழுப்ப முடியாது. பொய் மனிதனினூடு நுழைந்து அவனின் எண்ணங்களை ஆக்கிரமிக்கிறது. அவனை எந்தக் காரியத்தையும் வெற்றிகரமாக செய்துமுடிக்கவிடுவதில்லை. உண்மை எத்தனை வலிகளைத் தருவதாயிருப்பினும் வாழ்வின் சாரத்தில் மாற்றங்களை - அது எத்தகைய வாழ்க்கையாய் இருப்பினும், ஏற்படுத்தினும், மனிதனின் தனித்துவத்திற்கும் இருப்பிற்கும் உண்மை இன்றியமையாதது. உண்மை ஒரு பெயரோ பிறந்த இடமோ சமூகமோ அல்ல. அதற்கு மேலாக ஒருவனின் வாழ்வாதாரம். அது தான் அவனின் தனித்துவத்திற்கான அடிப்படை.

அனாலியா இந்நிகழ்விற்கு வந்ததால் கொமிசியோன் ஹெர்மானோஸ் அமைப்பினருடன் தானும் சேர்ந்துகொள்வதாக வேரோவிற்குச் சொல்லியிருந்தாள். கனவில் காண்பதுபோல் பவுலா தன் அருகே நிற்பதை அனாலியா கண்டாள். எச்.ஐ.ஜே.ஒ.எஸ் அமைப்பின் ஆர்வலர் தற்போது அய்ந்துமாத கர்ப்பிணி. கவனமாக பவுலாவின் மேடிட்ட வயிற்றில் தன் கையை வைத்த அனாலியாவினால் கண்ணீரைக் கட்டுப்படுத்த முடியவில்லை. பவுலாவின் வயிற்றினுள் இருக்கும் குழந்தைபோல், தான் வயிற்றிலிருக்கும்போது எனது அம்மாவை இச்சிறைச்சாலைக்கு இழுத்து வந்தார்கள் என்ற எண்ணம் அவள் மனதில் தோன்றியது.

அனாலியாவிற்கு தன் தாயின் அடையாளம் எதுவுமே முன்பு தெரிந்திருக்கவில்லை. ஆனால் அந்தப்பெண்ணிற்கு

என் பெயர் விக்ரோரியா | 27

என்ன நடந்தது என்பது மட்டும் தெரிந்திருந்தது. அவள் கர்ப்பமாய் இருந்தபோதும் தன் கருத்துக்களுக்காகப் போராடப் பின்நிற்கவில்லை. தான் கர்ப்பமாய் இருந்தும் துணிவுடன் சமூகத்திற்காகப் போராடும் பலமும் அவளிடம் இருந்தது. முப்பது வருடங்களுக்கு முன்னேயே - இன்று அனாலியா எதற்காக போராடுகிறாளோ அதே சமூக நீதிக்காக - அவள் போராடி இருக்கிறாள். சித்திரவதைகளையும் அவமானங்களையும் தாங்கிக்கொண்டு தன் குழந்தையைப் பெற்றெடுத்தாள். தனது கொள்கைகளுக்காகவே உயிரையும் இழந்தபோதிலும் எதிர்காலத்தில் தன் குழந்தை சுதந்திரமாக வாழும் என்ற நம்பிக்கையை என்றும் கைவிடவில்லை. யார் என்று தெரியாத அப்பெண்ணின் துணிவையும், என்ன செய்யவேண்டுமென முடிவெடுக்கும் தெளிவையும், எடுத்த முடிவினைக் கடைசிவரை கைவிடாத வைராக்கியத்தையும் யோசிக்கும்போது, கூனிக்குறுகி அற்பமாய் ஒரு பயந்தாங் கொள்ளியாக தன்னைக்கண்டாள். சில பத்தாண்டு காலங்கள் மறைக்கப்பட்ட உண்மையை தெரிந்துகொள்ள, மரபணுச் சோதனைக்குத் தன்னை உட்படுத்தும் துணிவு இல்லாது அல்லாடுவது அவளை உறுத்தியது.

கெக்ரர் வேபரஸ் - கைதிகள், இவனை "காட்டான்" என அழைப்பார்கள் - கொடூர மிருகங்களுள் கொடூரமானவன். குழந்தை பிறந்து பதினைந்து நாட்களின்பின் கடிதமும் குழந்தையும் அவன் வசமாகியது. பாட்டிகளுக்குக் கிடைத்த அனாமதேய தகவலின்படி இது உறுதிப்படுத்தப்படாத தகவல். ஓர் இரவு வேபரஸ் ஒரு சிறுகுழந்தையுடன் கரையோரப் பாதுகாப்புச் சிற்றதிகாரி ஒருவரின் வீட்டுக்குப்போனான். அந்தச் சிற்றதிகாரிக்கு அண்மையில் ஒரு குழந்தை பிறந்திருந்ததால் குழந்தைக்குப் பால் கொடுக்க கொண்டுபோனதாக காரணமும் சொல்லப்பட்டது. அங்கே போன குழந்தையின் காதில் நீலநிறத்தில் இரண்டு தையல்கள். டொக்டர் மகனாக்கோ கையெழுத்திட்டிருந்த பிறப்பு அத்தாட்சிப் பத்திரத்தின்படி அக்குழந்தையின் பெயர் அனாலியா.

இப்படித்தான் சாதாரண குடும்பம் ஒன்றால் தத்தெடுக்கப் பட்டேன். ரவுல் பாதுகாப்புகரையோர சிற்றதிகாரி. கிறசில்லா அவரது மனைவி. வேபரஸின் நல்ல நண்பன் ரவுல்.

ஈ.எஸ்.எம்.ஏ. இல் சிக்கலான வேலைகளை வேபரஸிடம் ஒதுக்குவார்கள். வேபரஸ் ஒரு கடும்போக்காளன். எனவே மூர்க்கமான அவன் தன் விசேடதிறமையை நிரூபிக்க - அது எவ்வளவு இழிவானதாக இருந்தாலும் - "திறமையாக" செய்துமுடிப்பான். வேபரஸின் நிறைவேற்றுத்திறமையால் அனாலியா பிறந்தாள். விக்ரோரியா தொலைக்கப்பட்டாள். அவள் தாய் தந்தை போல், இன்னும் எத்தனையோ ஆயிரக்கணக்கான ஆர்ஜன்ரீனியர்கள் போல், அவர்கள் நண்பர்கள் போல், விக்ரோரியாவின் அடையாளம், அவள் பெரியப்பாவாலும் மறைக்கப்பட்டது.

என் தாய் தந்தையைக் கடத்தியது, கொலை செய்தது, என்னை என் தாயிடமிருந்து களவாடி வேறுபெயரில் தத்துக்கொடுத்ததில் எல்லாம் அடொல்போ தொந்தா என் தகப்பனின் மூத்த சகோதரனின் பங்கென்ன? இவைகளெல்லாம் யாருக்கும் தெரியக்கூடாதென்றே கவனமாக மறைக்கப்பட்டிருந்தும் ஒரு நாள் உண்மை தெரியவந்தது. கைதியாகக் கண்ணாடிக்கூண்டினுள் தொந்தா இருந்தபோது நான் அவரைப்பார்க்கப்போக, "நீ குடும்பத்தில் ஒருத்தி அல்ல" என என்னைப் பார்ப்பதற்கு மறுத்துவிட்டார். குறூப்போ தி தெராசின் முடிவெடுக்கும் கூட்டங்கள் ஒவ்வொரு புதன்கிழமையும் நடக்கும். அடொல்போ தொந்தாவின் உடன்பாட்டுடன் எந்த கைதிகளை "தொலைப்பது" என முடிவாகும். தலையைக் கறுத்த பையால் மூடிக்கட்டி கைகளிலும் கால்களிலும் விலங்கிட்டு நடக்கமுடியாத கோரியை - அவள் அண்மையில்தான் என்னைப்பெற்றெடுத்திருந்தாள் - நிலவறைக்கு இழுத்துவரக் கட்டளையிட்டது தொந்தா. அங்கு மயக்க ஊசி ஏற்றி விமானத்தளமொன்றிற்கு சரக்குப்பொதிகளைப்போல் கொண்டு சென்று விமானத்தில் ஏற்றி இரவில் றியோ தி பிளாத்தா சமவெளியில் விமானம் பறக்கும்போது அவர்களைக்கொட்டிவிட்டு வந்ததெல்லாம் தொந்தாவிற்குத் தெரியாமலோ அவரின் உடன்பாடின்றியோ நடந்ததல்ல.

ஈ.எஸ்.எம்.ஏ. இல் இருந்து உயிர்தப்பியவர்கள் "பலித்தோ" என்ற சொல்லைக் கேட்டிருப்பதாகவும் ஒரு விசாரணையில் தன்னை நாட்டின் பாதுகாவலனாகவே வரித்துக்கொண்ட இராணுவத்தான்

பெருமையுடன் தனக்குச் சொன்னதையும் அவர்களில் ஒருவர் தன் ஞாபகங்களிலிருந்து மீட்டெடுத்துச் சொன்னார்.

"இங்கு நடப்பது போர். போரில் எதிரிக்கு இரக்கம் காட்டமுடியாது. மொன்ரோநேரோ இயக்கத்தவனான என் சொந்தத் தம்பிமேல் கூட நான் இரக்கம் காட்டவில்லை. அவனின் மனைவிமேலும் எனக்கு எந்தப்பரிவுமில்லை. அதனால் அவளையும் பிடித்து சிறையில் போட்டோம். அவர்களை நாங்கள் தொலைத்துவிட்டோம். நீயும் ஒழுங்காக நடக்காவிட்டால் உன்னையும் தொலைப்போம். எனக்கு எந்த இரக்க உணர்ச்சியோ, குற்ற உணர்ச்சியோ இல்லை. ஏனென்றால் நடப்பது போர். நீங்களெல்லாம் எங்கள் எதிரிகள். இதுதான் உண்மை. ஒன்றில் நீங்கள் வெல்வீர்கள் அல்லது நாங்கள் வெல்வோம். எனவே நீயும் உனக்குத்தெரிந்த உண்மைகளைச் சொல்லிவிடு..."

குழந்தையாய்

உலகின் மெகா நகரங்களைச்சுற்றி அடர்த்தியாக நகரத்திற்கு பிழைப்புத்தேடி வருவோர் குடியிருப்புக்கள் பல கிலோமீற்றர்கள் அளவில் தன்னிச்சையாக வளர்ந்துகொண்டே இருக்கும், புவனஸ் ஏயரசின் தென்பகுதியும் அதற்கு விதிவிலக்கல்ல. புகையிரதப் பாதைகள் ஊடறுத்துச்செல்லும் இக்குடியிருப்பின் புகையிரத நிலையங்கள் வெறுமையாகவே இருக்கும், இங்கிருப்பவர்களில் வெகுசிலர் தான் அரிதாக புகையிரதங்களில் ஏறி இறங்குவார்கள். புகையிரதப் பாதைகளின் பக்கங்களில் விளிம்புநிலை குடியிருப்பைப்பார்க்கும் எவருக்கும் இந்நாடு இரண்டு வேகங்களில் முன்னேறுகிறது (அல்லது பின்னடைகிறது) என்றும் சமூக முன்னேற்றமும் பொருளாதார முன்னேற்றமும் சமூகத்தின் ஒருபகுதியின் வளர்ச்சியை மட்டுப்படுத்துவதும் கட்டுப்படுத்துவதும் தவிர்க்கமுடியாததொன்றாக இருப்பதைப் புரிந்துகொள்வார்கள்.

எனது பன்னிரெண்டு வருட வாழ்க்கை நகரை ஊடறுத்து ஓடும் முதலாம் இரண்டாம்தரக் குடிமக்களைப் பிரிக்கும் கற்பனைக்கோட்டின் மறுபகுதியில்தான் கழிந்தது.

வாழ்க்கை எல்லாவிதத்திலும் மாறிப்போய் நான்கு வருடங்கள் கழிந்தபின்னும் கூட இந்த இடம் என் குழந்தைப் பருவத்தை நினைவு கூறும்போது எனது “பிறந்த” இடம் இந்தக் குடும்பம் எனது குடும்பம் எனது வாழ்க்கை, பல்லாயிரக்கணக்கான அங்கிருப்பவர்களின் வாழ்க்கைபோல் என்று எண்ணிக்கொண்டதெல்லாம் தொண்டைக்குழிக்குள் பந்தாக அடைக்கும். எனது முதல் வருட நினைவுகளை எழுதுவதற்கு ஒவ்வொரு எழுத்தாக, சொல்லாக கேட்க முயலும்போதெல்லாம் “பிறப்பு” என்ற சொல், முயற்சியின்

அர்த்ததை என்னிடம் இருந்து பறிப்பதுபோல் இருக்கும். குழந்தை பருவத்தின் நாளாந்த அனுபவங்களும் குடும்பம், நட்பு, பிணைப்பு போன்றவற்றை புரிந்துகொள்வதும் தான் ஒரு மனிதனை உருவாக்குகின்றது. இந்தப்பருவம் பற்றிய குழப்பம் எதுவுமே இருக்ககூடதல்லவா. எனக்கு அதிலும் குழப்பம். பலவருடங்களின் பின் அகழ்ந்தெடுத்த உண்மையை வடிகட்டலினூடாக படிப்படியாக அறிந்துகொள்வது அது வாழ்வில் ஏற்படுத்தும் குழப்பங்கள், நீதி, நேர்மையின் மீதான நம்பிக்கையை கேள்விக்குள்ளாக்கும். என் வாழ்வின் அனுபவம் எவ்வளவு குழப்பமானதோ அதைப்பேசுவதும் அதேயளவு கடினமானது. நகரின் அப்பகுதி வீதிகளும் நடைபாதைகளும் அதனருகிலான பசுமையான சிறு மைதானங்களும் அதன் இடை இடையே ஓங்கி பரந்துவிரிந்த நிழல்மரங்களும் கோடை காலத்தில் அதனடியில் இளைப்பாறும் மக்களும் என் வாழ்வின் ஒருபகுதி. அனாலியாவும் அதுபோலவே என் வாழ்வின் ஒரு பகுதி. இன்று எனக்கு அந்த வாழ்வின் பின்னணி புரிந்திருந்தும் நான் இங்கு வந்ததற்கும் என் மனது தெறிகட்டு ஓடுவதற்கும் அதே என் சிறுபராயம் தான் காரணம்.

எல்லோரது வாழ்வுபோலவே என் குழந்தைப்பருவ வாழ்வின் நினைவுகள் முழுமையற்றதானதும் புகைப்படங்கள், சிறு குகை ஓவியங்கள்போல் நினைவுகள் இல்லாது சாட்சியங்களாகத்தான் இருக்கிறது. அந்தவயதில் கற்பனையும் நிஜமும் புரிவதில்லை. உண்மைக்கும் கற்பனைக்கும் இடையிலான எல்லையை நாம் கடப்பதுமில்லை. இதனால் என் குழந்தைப்பருவம் பெருங்காலமாகவும் அதில் நடந்தேறிய சம்பவங்கள் குறைவாகவும் தெரிகிறது. இதேகாலத்தில் ஆளுமையும் குணநலமும் ஏதோ ஒருவகையில் உருவாகியிருக்கிறது. அந்நேரத்தில் அதற்கான விளக்கமில்லை. இன்று கோரியைப்பற்றி அறிந்தபின் கண்ணாடியில் பிம்பத்தெறிப்புபோல் ஒரு புதிரில் கிடைக்கிறது.

சிறுகுழந்தையாக அமைதியானவள் என்று சொல்லமுடியாது. எந்நேரமும் கத்திக்கொண்டே இருப்பேன். “குழப்படிக்காரி” என்றுதான் என்னைச் சொல்லவேண்டும்.

ஒரு சிறுமியாக மற்றைய சிறுமிகளுடன் பொம்மை விளையாட்டு விளையாடிக்கொண்டு, பையன்களுக்கு அடுத்த நிலையில் என்னைப் பொருத்திக்கொள்ளாது அவர்களுடன் சரிசமமாக உடற்பலம் தேவையான விளையாட்டுக்களையே விளையாடி இருக்கின்றேன். மரம் ஏறுவது, தரையில் உருண்டு புரள்வது, புழுதியை உடல் எல்லாம் அப்பிக்கொள்வதென்று அவர்கள் செய்வதெல்லாம் செய்தாலும் நான் பெண் என்பதை எவ்வாறு எனக்குச்சாதகமாகப் பயன்படுத்திக்கொள்ளலாம் என்பதை அப்போதே தெரிந்துவைத்திருந்தேன். அது இன்றுவரை தொடர்கிறது. எதிர்ப்பு ஊர்வலமோ அல்லது எந்த அரசியல் ஊர்வலங்களோ நிகழ்வுகளோ எனது குதியுயர்ந்த காலணிகள், பெரிய காதுவளையல்கள் இன்றிப் பார்க்கமுடியாது. பெரியகாதுவளையல்கள் அம்மா என்னை அடையாளங்காண நீலநூலால் அடையாளமிட்டதை நினைவு கூறுவதற்காக அணிந்துகொள்வேன். ஊர்வலத்தில் எப்போதும் முதல்வரியில் நிற்பதுடன் எந்தமோதல்களையும் எதிர்த்து நிற்கத்தவறுவதில்லை.

ஒருகாலத்தில் என் குடும்பமாக இருந்த ரவுல் கிறசில்லா தம்பதி இப்போது குறிப்பிடும்போது ரவுலென்றும் கிறசில்லா என்றல்லாது அப்பா அம்மா எனச்சொல்லாவிடினும் அவர்கள்மேல் இன்றளவும் பரிவிருக்கின்றதென்பதை மறுக்கவோ அல்லது பெரிதாகப்பிரகடனப்படுத்தவோ விரும்பவில்லை. அதுபற்றி நான் பேசவிரும்பவில்லை. அவர்களுடன் என் உணர்வுகளைப்பற்றிப் பேசவோ பகிர்ந்துகொள்ளவோ அல்லது அவர்கள்மேல் உள்ள அன்பால் எனது நம்பிக்கைகளை அவர்களுக்குச் சொல்வேனென்றாலோ அதற்கும் நான் தயாரில்லை. காலமாற்றத்திலும் மாறாத ஓர் உறவென்றால் என் தங்கை கிளாறாவுடனான உறவென சொல்லலாம். நீதிமன்றத்தீர்ப்புக்கூட இந்த உறவில் ஒருசிறு விரிசலைத்தானும் கொண்டுவரவில்லை. அவளிற்கும் எனக்குமிடையில் என்ன உள்ளது. எங்கள் குடும்பம் தாய் தந்தையர் எதுவுமே பொதுவானதல்ல. ஆனாலும் அவளுடனான பிணைப்பில் இன்றுவரை எந்தமாற்றமும் இல்லை. ஒரு வரலாற்றுச்செய்தி, எங்கள் இருவரையும் கட்டிப்போட்ட அச்செய்தி எங்கள் தாய்தந்தையை இராணுவத்தினரின் பலிக்கடாக்களாகத் தெரிந்துகொள்ள உதவியது. இந்தச்செய்தியில்

இருவரும் சம்பந்தப்பட்டிருப்பதால் நான் அவளைத் தங்கையாக வரித்துக்கொண்டேன். எங்களிருவரது தாய்தந்தையும் ஒருவராக இருந்தால்கூட இந்த உறவு இவ்வளவு பலமானதாக இருக்குமா எனக்குத்தெரியாது. கிளாறாவிற்கு நான் தேவை. அவளுக்கு நான் செய்யக்கூடியதெல்லாம் இந்தப்பக்கங்களில் அவளைப்பற்றி எழுதாமல் இருப்பது. அவளின் கதையை அவள் விரும்பியபடி சொல்லட்டும்.

என் குழந்தைப்பருவம் மகிழ்வானதும் எதைப்பற்றியும் கவலைப்படாத காலம். சார்லியின் மூன்று தேவதைகள் திரைப்படத்தில் வருவதைப்போல் வீதிகளில் வீரவிளையாட்டுக்கள் விளையாடுவதும், வார இறுதி மதியங்களில் பாட்டிவீட்டுக்குப் போவதும், அங்கே மாரியோவுடன் - என் குழந்தைப்பருவத்தின் பல விசிறிகளில் ஒருவன் - சாலைகளில் அலைந்து திரிவதும் பிரியமான பொழுதுபோக்கு. இருவரும் வளர்ந்தவர்கள்போல் கைகளைப் பற்றிக்கொண்டு நடந்திருக்கின்றோம்.

என் வாழ்வில் வந்துபோனவர்களில் மாரியோவும் ஒருவன். காலத்தின் பனிமூட்டத்தில் பலரது முகங்களும் பெயர்களும் தொலைந்துபோய்விட்டது. மாரியோ என் குழந்தைப்பருவ விசிறிகளில் ஒருவன். முக்கியமானவன்கூட அல்ல. என் சிறுவயதில் இருந்தே ஆண்களுடனான உறவு செழுமையாகத்தான் இருந்துவருகிறது. மாரியோ போல் பலரின் நட்பு எனக்கிருந்தது. மாரியோவும் இன்னும் இருவரையும் குறிப்பிட முடிந்தாலும் மற்றைய இருவர் பெயரும் மறந்துபோயினும் அவர்களது ஞாபகம் மனதில் இருக்கிறது.

இவ்விருவர்களில் ஒருவன் எங்கள் வீட்டிற்கருகாமையில் வசித்தவன். அய்ந்துமாடிகளுடனான ஒரே வடிவமைப்பைக் கொண்ட பழைய கட்டடங்கள் அடங்கியது. அந்த நடுத்தரவர்க்க குடியிருப்பு, மஞ்சள் வர்ணம் பூசிய சுவர்கள், வர்ணம் உதிர்ந்து கட்டடங்களும் பராமரிப்பின்மையால் ஆங்காங்கே இடிந்து காணப்படும். இந்தப்பையன் வெகுமரியாதையுடனும் விடாப்பிடியாகவும் என்னை வெல்வதற்கு முயற்சி செய்வான். ஏழுவயதான அவனின் மனந்தளரா முயற்சி அவ்வயதானவர்களுக்கு மாத்திரமின்றி

இளைஞர்களுக்குகூட பொருந்தாத தீவிரத்தன்மை கொண்டது. என்னுடனான தன் உறவை ஒவ்வொருமுறையும் உறுதிப்படுத்திக்கொள்ள வயல்வெளிகளிலிருந்து பூக்களைப் பறித்து பாடசாலைக்கொப்பியில் கிழித்த பக்கத்தில் சுருட்டி எனக்குக் கொடுப்பான். இந்த கூட்டத்தில் மூன்றாவதாக ஒருவனும் இருந்தான். அவன் பெயர் குஸ்ரவோ கொன்சாலோ. சரியாக நினைவில் கொண்டுவரமுடியவில்லை. சக்ராதோ கொராசோன் பாடசாலையில் ஒன்றாகப்படித்தவன். இது கத்தோலிக்கத்தேவாலயம் நடாத்திய ஒரு கலவன் பாடசாலை. பெற்றோர் இங்குதான் என்னை கல்விக்காக அனுப்பினார்கள். ஆர்ஜன்ரீன அரசு பாடசாலைகளை நடாத்துவதைக் கைவிட்டதும் பொருளாதாரவசதியில் குறைந்தோர் கல்விக்காக இந்தப் பாடசாலைக்குத்தான் அனுப்புவார்கள். குடும்ப பொருளாதாரத்தை பாதிக்காத கல்வியை ஆர்ஜன்ரீனக் குடும்பங்கள் இவ்வாறான பாடசாலைகளில்தான் பெறமுடிந்தது.

சக்ராதோ கொராசோன் ஒரு கலவன்பாடசாலையாக இருந்தும், மதமும் அதிகாரமும் அங்கு முதன்மை பெற்றிருந்தது. பாடசாலையின் தலைமை ஆசிரியர் ஒரு தலைமைக் கன்னியாஸ்திரி. என்னையும் என் பாடசாலைத் தோழனையும் கைகோர்த்து நடந்ததைக்கண்டு ஏழுவயதிலேயே தலைக்குள்ளே உனக்கு இப்படியான பாவச்செயல்கள் ஏறிவிட்டதா என காச்சுமூச்சென்று கத்த எனக்குள்ளே பெரிய சந்தோசம்.

இன்னுமொன்று சொல்லியே ஆகவேண்டும். நான் நினைத்ததைச் செய்வதும் ஏதாவது செய்துகொண்டே இருக்கவேண்டுமென்ற துடிப்பும் பாடசாலையில் சில விடயங்களில் தடையாக இருக்கவில்லை. பாடசாலையில் நாடகமோ இசைநிகழ்வுகளோ நடந்தால் என் பங்கு நிச்சயமாக இருக்கும். இந்நிகழ்வுகள் நடக்கும் கட்டிடத்தை பாடசாலை அலுவலகம் என்றுதான் நினைத்தேன். சிலுவைகளும் கத்தோலிக்கப் படங்களும் சுவர்முழுவதும் தொங்கும். அக்கட்டிடத்தில் தான் நாடகங்களும் இசைநிகழ்ச்சிகளும் நடக்கும். என்னைப்போன்று நாடக நடிகை ஒருத்தி கிடைத்தால் மேடை வேண்டுமென்று அதனைத் தேர்ந்தெடுத்தார்கள்போலும். இதுபோன்ற விழாக்களில் நாடகங்கள், இசைநிகழ்ச்சிகளின்போது மாத்திரம்தான் ரவுலும்

கிறசில்லாவும் பெருமையாக நெஞ்சை நிமிர்த்தி “அவர்கள்” மகள் மேடையில் நடிப்பதைப்பார்ப்பார்கள்.

சிறுவருக்கே உரிய கட்டுப்பாடற்ற மகிழ்வான காலம். அனாலியா, அவளின் பெற்றோர், அனாலியாவின் இளைய சகோதரி என நாளாந்த வாழ்க்கை தன் இயல்பான பாதையில் போய்க்கொண்டிருக்க என் உண்மையான குடும்பத்தில் இன்னுமொரு அழிவுக்கான ஆயத்தங்கள் தொடங்கியிருந்தன. என் தாய் தந்தையின் கைது, சித்திரவதை, அவர்களை தொலைத்தது எல்லாவற்றிலும் பங்கேற்ற என் பெரியப்பா என்னையும் தத்துக்கொடுத்த பிறகு இன்னுமொரு இலக்கை அடைய வேண்டியிருந்தது. என் சகோதரி ஏவாவையும் குடும்பத்திலிருந்து பிரித்து யாருக்காவது தத்துக்கொடுக்கவேண்டும்.

அடொல்போ தொந்தா சித்திரவதையாளனாக ஈ.எஸ்.எம்.ஏ. இல் எவ்வாறு தன்னை வளர்த்துக்கொள்ளலாம் எனப்புரிந்து கொண்டார். முதலில் குறுப்போதி தரியாஸ் 3.3.2 இது ஓர் அதிரடிப்படை. புரட்சியாளர்களின் தலைமைகளைக் கடத்துவதில் தலைமைப்பதவியிலிருந்து இராணுவ உளவுத்துறையின் தலைமைப்பதவியை அடையுமளவிற்கு வளர்ச்சி பெற்றிருந்தார். மிகுவேல் அங்கேல் பெனாசி என்ற இன்னுமொரு சித்திரவதையாளனுடன் இவர் இந்தப்பதவியை கூட்டாக நிர்வகித்துவந்தார். மிகுவேல் “மனுவேல்” என்ற பெயரில் அறியப்பட்டும் பிரான்ஸ் தேச கன்னியாஸ்திரிகள் லியோனி துகுவே, அலிஸ் டொமோ, விக்றோர்வ்வற்றாலா இன்னும் பலர் தொலைந்துபோக காரணமானவர். ஆனால் யாராலும் இக்குற்றங்களை நிரூபிக்க முடியாத அளவிற்கு மிகத்திறமையாகச் செயலாற்றியவர்.

என் தாயார் கடத்தப்பட்ட பின்னர் அம்மாவினதும் அப்பாவினதுமான குடும்பங்களுக்கிடையில் விரிசல் அதிகரித்துக்கொண்டே போனது. எனது சகோதரியின் விடயத்தில் நிரந்தரமாக இரு குடும்பங்களும் தொடர்புகளை அறுத்துக்கொண்டன. கோரியின் சகோதரி பெரியப்பாவை பல நூறு தடவை சந்தித்து உதவி கேட்டிருக்கிறாள். சிடுமூஞ்சியான என் பெரியப்பாவின் பரிகாச சிரிப்பிற்குப்பின் கொஞ்சமாவது

இரக்கம் மறைந்திருக்கலாம், அவர் தனது சகோதரனிற்கும் தனிப்பட்ட முறையில் உதவக்கூடுமென்றும் அவள் நம்பினாள். என் அம்மாவிற்கும் பெரியப்பாதான் என்னைக் குடும்பத்தாரிடம் கொடுப்பேனென்று நம்ப வைத்திருந்தும் தனக்கு ஒன்றுமே தெரியாதென்று ஒவ்வொரு முறை கேட்கும்போதும் சொல்லிவந்தார். எனது பாட்டி லியோனிற்றா மாயோசதுக்க பாட்டிகளுடன் இணைந்து போராடிக்கொண்டிருந்தாள். கைதுசெய்யப்பட்டவர்கள் விபரங்களைக்கோரியும் சர்வதேச அமைப்புக்களுக்கு விபரங்களை அனுப்பி இதன்பால் உதவிகோரியும் சிறையில் பிறந்த தனது பேரக்குழந்தையை எப்படியாவது கண்டுபிடித்துவிடலாமென இடையறாது முயன்றுகொண்டிருந்தாள். இந்த வேளையில் அடொல்போ தொந்தா ஓர் ஆவணத்துடன் பாட்டியைச் சந்திக்கிறார். மகள் இறந்துபோனதை உறுதிப்படுத்திக் கையொப்பம் இடுமாறு கேட்கிறார். இறந்த மகளின் உடலை காணாது தான் அதில் கையெழுத்துப்போடப்போவதில்லை என்று பாட்டி திட்டவட்டமாக மறுத்துவிடுகிறாள்.

இதேவேளையில் என் சகோதரியின் விடயத்தில் முறுகல் நிலையும் அதையும்விட அவளுக்கு என்ன நடக்குமோ என்ற பயமும் அதிகரித்தது. அவளின் வளர்ப்பிற்கு ஆரம்பத்தில் பொறுப்பேற்றுக்கொண்ட இரு குடும்பத்தினரும் காலப்போக்கில் தொடர்புகளைப் பேணாது விட்டுவிட்டனர். லியோனிற்றாவின் "அரசியல் செயற்பாடுகள்" காரணமாக எனது தந்தைவழிப்பாட்டி குக்குயி சகோதரி ஏவாவை சில வருடங்களாக கவனித்து வந்தாள். 1987 இல் சர்வாதிகாரியின் ஆட்சி முடிவுற்று சனநாயகம் ஆர்ஜன்ரீனாவில் மீண்டும் நிலைபெற்றது. எனது இரட்டைவேடக்காரப் பெரியப்பாவின் பார்வை அக்காவின் பக்கம் திரும்பியது. அடொல்போ தொந்தாவின் இராணுவக்குணம் மாறவேயில்லை. சர்வாதிகாரியின் ஆட்சி கவிழ்ந்தபோதிலும் தொந்தாவினது செல்வாக்கு சரியவில்லை. இன்னும் தான் நினைத்ததை குறுக்குவழியில் நிறைவேற்றப்போதுமான செல்வாக்கு அவரிடம் இருந்தது. சர்வாதிகாரியின் காலத்தைய அதே நீதிபதிகள் இப்போதும் பதவியில் இருந்ததால் பாட்டி லியோனிற்றாவிற்கு எதிராக குழந்தை பராமரிப்பை அவரே சட்டமூலம் பெற்றுக்கொள்வதற்கு அந்த நீதிபதிகள் உதவினர். அப்போதைய ஆர்ஜன்ரீன

சனநாயகம் ஆரம்பநிலையில் அவ்வளவு பலமில்லாமல் இருந்ததால் சிறையில் தள்ளப்படவேண்டிய அடொல்போ குழந்தை பராமரிப்பிற்கான உரிமையைப் பெற்றுக்கொண்டார். தீர்ப்பை எழுதிய நீதிபதி இன்னும் சனநாயக நடைமுறையை ஒட்டிச்சிந்திக்காது தனது பழைய சர்வாதிகாலத்துப்பாணியில் தன் தீர்ப்பிற்கான காரணங்களை விளக்கியிருந்தார். அவ்வாறான சிந்தனை பல வருடகாலங்களுக்கு முன்பே மக்கள் கழித்துக்கட்டி எந்தவித சமூகப்பெறுமானமும் அற்றதாக இருந்தது. "யாரிடத்தில் குழந்தை வளரவேண்டுமென்று என் பாட்டியால் தீர்மானிக்கமுடியாததால் குழந்தை நெருங்கிய உறவினருடனே வளரவேண்டும். அப்படிப்பார்க்கையில் தாய் தந்தையருக்கு அடுத்த உறவில் அடொல்போ இருப்பதால் அவரே சட்டப்படி குழந்தையை வளர்ப்பதற்கான உரிமையைப் பெறுவதாக" நீதிமன்றத்தீர்ப்பு எழுதப்பட்டது. இந்த வெற்றியுடன் நின்றுவிடாது அடொல்போ என் தாய் தந்தை ஏவா என்று ஆசை ஆசையாக வைத்த பெயருடன், டானியேலா என்று இன்னுமொரு பெயரையும் சட்டபூர்வமாக அவளது பதிவுகளில் புகுத்தி ஏவா யாரென்று கண்டுபிடிக்கமுடியாத அளவிற்கு உண்மையை மறைப்பதிலும் வெற்றிகண்டார்.

இதுவரை காலமும் அடொல்போ தொந்தாவின் இரட்டை வேடமும் எங்கள் குடும்பத்தின் தலையெழுத்தை எவ்வாறு தன் கைகளில் எடுத்துக்கொண்டு தான் விரும்பியவாறெல்லாம் உண்மைகளைப் புதைத்து பொய்களை நிஜமாக்கி உலாவ விட்டிருந்தது யாருக்குமே தெரியவில்லை. சனநாயகம் மீண்டும் தன் நடைமுறைகளை ஆரம்பிக்க செந்திரோ தி லிகாலஸ் இ சோசலஸ் எனும் மனித உரிமைக் கழகம் சர்வாதிகார ஆட்சியில் பலியானவர்கள் பற்றிய விபரத்தைக் கோரியது. அவர்கள் சம்பந்தமான ஆவணக்கோப்புக்களை ஆராய்வதற்கான முனைப்பை எடுத்தது. இந்த ஆவணங்களை பிற்காலத்தில் ஆர்ஜன்ரீனாவில் வெளிவந்த புத்தகங்களிலேயே மிக முக்கியமானதாக Nunca Mas - "இனி ஒருமுறை வேண்டாம்" என்ற தலைப்புடன் வெளிவந்த தொலைந்துபோனவர்கள் பற்றிய விபரத்திரட்டு, இதில் இராணுவத்தினரிடமிருந்து உயிர்தப்பியவர்களின் சாட்சியங்களும் மிகச்சிறிய அளவிலான ஆவணங்களும் காணாமல் போனோரின் குடும்பங்கள் பொலிசார் இராணுவத்தினரிடம் பதிவுசெய்த புகார்கள் என்பன அடங்கும்.

இவற்றை ஆய்வுசெய்து காணாமல் போனோர் பற்றிய விசாரணைகளையும் தகவல்களையும் திரட்டிய தேசிய ஆணைக்குழு இதனைப் புத்தகமாக வெளியிட்டது. இந்த ஆவணத் தொகுப்பில் தான் கோரியின் குடும்பம் பற்றிய தகவல் முதல்முறையாக வெளிவந்தது. கோரி குடும்பத்தாரின் மகள் ஈ.எஸ்.எம்.ஏ முகாமிலிருந்து கடத்தப்பட்டது, வதைமுகாமிற்குப் பொறுப்பாக இருந்தவரின் பெயரையும் அந்தப்புத்தக்கத்தில் குறிப்பிடப்பட்டிருந்தது. அந்தப்பெயர் அடொல்போ மிகுயேல் தொந்தா ரிகெல்.

தனது தந்தைவழிப்பாட்டி குக்குயிக்கும் பாட்டன் தெல்மோவுக்கும் மூத்த மகனே தங்கள் பேரக்குழந்தையை தொலைத்தவர் என்று தெரிந்திருக்குமா? முதலில் தெரிந்திருக்க வாய்ப்பில்லை என்றுதான் கொள்ள வேண்டும். ஆர்ஜன்ரீன சர்வாதிகாரத்தின் கீழ் வாழ்ந்தவர்களுக்குத் தெரியும். இங்கு நவீனகாலத்திலும் வதைமுகாம்களும் கொலைச்சாவடிகளும் இயங்கியதை தெரிந்துகொள்ளும் வாய்ப்பின்றியே மக்கள் இருந்தனர் என்பதை, நம்பமுடியாவிடிலும் நம்பித்தான் ஆகவேண்டும். மறுபக்கத்தில் உலகில் எத்தனை தந்தை தாயிற்கு அடொல்போ போன்ற கொடூரமான மகனை ஏற்றுக்கொள்ளவும், அதனை இயல்பாக எடுத்துக்கொள்ளவும் முடியும்? குக்குயி தன் இளையமகனுக்கு என்ன நடந்தது என்று தெரியாமலும், மூத்த மகனின் கண்களை நேருக்குநேர் சந்திக்க திராணியுமின்றி எண்பது வயதில் இறந்துபோனாள். தெல்மோ அவளைவிட பத்துவருடம் கூடுதலாக வாழ்ந்தார். அக்காலங்களில் நானும் தெல்மோவும் எப்போதாவது தற்செயலாகக்கூடச் சந்திக்கவில்லை. அடொல்போதான் என் குடும்பத்திற்கு அழிவை கொண்டுவந்தார் என்ற சந்தேகம் அவர் இதயத்தை வருத்தியதென்பதில் எனக்குச் சந்தேகம் இல்லை. சர்வாதிகாரி இதை என் குடும்பத்திற்குச் செய்தார் என்பதைவிட என் தாயின் கொலையிலும் என்னைக் காணாமல் தொலைத்ததிலும் அடொல்போ நேரடியாக பங்கேற்றதை அவரால் ஏற்றுக்கொள்ளவே முடியவில்லை.

மனித உரிமைகள் சங்கத்தின் விபரத்திரட்டினை நான் ஆராய்ந்தபோது, தனது இளைய மகன் பற்றிய தகவல்கோரி தெல்மோ ஐம்பது தடவைகள் மனுச்செய்திருக்கிறார் என்பதை அறிந்துகொண்டேன். நிச்சயமாக அடொல்போவிற்குத்

தெரியாமலே என் தந்தையின் இருப்பிடம் பற்றிய தகவலை அவர் கேட்டிருக்கிறார். அவரைத் தெரிந்தவர்களிடம் அவர் பற்றி நான் விசாரித்தபோது, ஒரு முறை வேலையிடத்தில் உங்களிற்கு எத்தனைக் குழந்தைகள் எனக்கேட்டிருக்கிறார்கள். தன் வாழ்நாள்பூராவும் செய்யாத குற்றத்திற்காக ஒரு தந்தை எந்தளவு மனவேதனையைச் சுமந்து வாழ்ந்தார் என்பதை அவரது குறுகிய மறுமொழி காட்டியிருக்கிறது. "எனக்கு இரண்டு மகன்கள் இருந்தார்கள். மொன்ரோநேரோவாக இருந்த மகன் இறந்துபோனான். மற்ற மகன் ஒரு கொலையாளி. அவனும் என்னைப்பொறுத்தவரை செத்துவிட்டான்".

என் தந்தைவழி பாட்டன், பாட்டியின் பலவருடகால மனச்சுமையே இன்னும் என் மனவருத்தம். என்வாழ்நாள் முழுவதும் அவர்களைத் தெரிந்துகொள்ளாததற்காகவும் சந்திக்காததற்காகவும் நான் வருந்தித்தான் ஆகவேண்டும். சிலவேளை, "இனிவரும் வாழ்வு" என்கிறார்களே அதில் அவர்கள் என்னை அறிந்துகொள்ளலாம். நான் அவர்களைச் சந்தித்திராதபோதும், என் தாய் தந்தையைப்போலவே, அவர்களையும் அறிந்துகொண்டேன் என்பது அவர்களுக்குத் தெரியவரும். அத்துடன், என் கடந்த காலத்திலும் என் குடும்பத்திலும் அவர்கள் இருக்கிறார்கள் என்பதை எவ்வளவோ குழப்பங்களிற்கு மத்தியிலும் நான் அறிந்துகொண்டேன். என் உறவுகள் யார் என்பதை மறைக்க நடந்த எவ்வளவோ முயற்சிகள், மறைப்புக்களையும் உடைத்து நான் அவர்களைக் கண்டுகொண்டேன் என்பதை அவர்கள் தெரிந்துகொள்வார்கள்.

ஆர்ஜன்ரீனாவில் சனநாயகம் மீளக்காலூன்ற என் பெரியப்பாவிற்கும் அவரது சகாக்களுக்கும் சர்வாதிகாரத்தை மீண்டும் நிலைபெறச்செய்வதற்கான வாய்ப்புக்கள் குறையத் தொடங்கின. சனநாயகத்தின் முதல்படி காத்திரமில்லாமலும் நிச்சயமற்ற தன்மையுடனும் இருந்ததால் இராணுவ அரசிற்கு தன் தடயங்களை அழிப்பதற்குப் போதிய அவகாசம் கிடைத்தது. இரத்தக்கறைகளை அழித்தும் சித்திரவதைகளைக் குறைத்தும் தன்னை குற்றமற்ற அரசாகக்காட்டுவதில் அதிமுனைப்பாகச் செயல்பட்டது. அடொல்போ தொந்தாவிற்கு பிறேசிலிலுள்ள ஆர்ஜன்ரீனிய தூதரகத்தில் கடற்படை பொறுப்பதிகாரம் வழங்கப்பட்டது. இரண்டு காரணங்களுக்காக இப்பதவியை

அடொல்போவிற்கு வழங்கினார்கள். முதலாவதாக அவரின் குற்றங்களுக்கான விசாரணையிலிருந்து தப்புவதற்காக நாட்டைவிட்டு வெகுதூரத்திற்கு அனுப்புவது. "பெப்பே" என்று அழைக்கப்படும் மாரியோ எடுவாடோ முன்னாள் மொன்ரோநேரோ தலைவர் இன்றைய அரசின் முதல் எதிரி. இவரைக் கண்காணிப்பதும் அடொல்போவிற்கு வழங்கப்பட்ட வேலையின் இரண்டாம் பாதி.

இடைப்பட்ட காலத்தில் - துரதிஸ்ரவசமாக இது மிகக்குறுகிய காலமாகவே அமைந்தது - ஆர்ஜன்ரீனா எவ்வித கட்சிசார்போ அன்றேல் விட்டுக்கொடுத்தலோ இன்றி உண்மையை வெளிக்கொணர்வதற்கான முயற்சியில் ஈடுபட்டிருந்தது. Nunca Mas புத்தகவெளியீட்டின் பின்னர் எட்டு வருடங்களாக வகைதொகையின்றி கொலைகளை செய்ததற்காக அவ் அரசைத் தலைமையேற்று நடத்தியவர்கள்மீது குற்றம் சுமத்தி வழக்குகள் பதிவானதுடன் அவற்றை நிறைவேற்றும் பணியினைச் செய்த இரண்டாம்தர அதிகாரிகள் மீதும் நீதிநடவடிக்கைகள் எடுக்கப்பட்டன. தன் சகாக்கள் போலவே என் பெரியப்பாவும் நீதி விசாரணைகளுக்குப் பதிலளிக்க வேண்டியிருந்தது. விசாரணைகளுக்காகச் சிறையில் அடைக்கப்பட்ட அவர்மேல் ஏழுதடவைகள் ஆட்கடத்தல், கொலைகள் என்பவற்றில் பங்கேற்றார் என்று குற்றம் சாட்டப்பட்டது. இந்த சனநாயக வசந்தம் மிகச் சிறிய காலத்தினுள்ளேயே முடிவிற்கு வந்தது. 1987 ஈஸ்ரர் பண்டிகைக் காலத்தில் மேஜர் ஏர்னஸ்ரோ பறிறோவின் தலைமையில் தலைமை லெப்டினன் அல்டோ றிக்கோவின் துணையுடன் இராணுவச்சதி மூலம் அதிகாரத்தைக் கைப்பற்றினர். இவர்களிருவரும் அப்போதைய சனாதிபதி ரவுல் அல்போன்சினை நிர்பந்தித்து இரு மிக மோசமான சட்டங்களை நடைமுறைக்கு கொண்டுவந்தனர். இந்தச்சட்டங்கள் பதினைந்து வருடங்களின் பின்னே இல்லாதொழிக்கப்பட்டது. அவசரகாலச்சட்டத்தின் கீழ் இராணுவத்தினரின் நடவடிக்கைகள் அவர் வகித்த பதவி, கட்டளையை யார் கொடுத்தார், யார் யார் நிறைவேற்றினர் என்ற அடிப்படையில் நீதிவிசாரணைக்கு உட்படுத்தலோ தண்டனை வழங்குவதோ இயலாதென்றும் அச்சட்டம் வரையறுத்ததனால் சனநாயக அடிப்படைகளை உடைத்து மீண்டும் ஆர்ஜன்ரீனிய அரசு நடைமுறைபடுத்திய சட்டங்களிலேயே அநீதியான

இச்சட்டத்தினால் நூற்றுக்கணக்கான கொலையாளிகள் தண்டனையிலிருந்து தப்பித்துக்கொண்டனர். அதில் என் பெரியப்பா அடொல்போ தொந்தாவும் ஒருவர். சனநாயக உரிமைகளுக்காகப் போராடியவர்களுக்கு இந்தச்சட்டம் கன்னத்தில் அறைந்தது போன்ற அதிர்ச்சியையும் மிகமோசமான தோல்வியையும் கொடுத்ததால் அவர்களிடையே பெரும் சர்ச்சையைக் கிளப்பியதுடன் தோல்வி அவர்களை மேற்கொண்டு எடுக்கவிருந்த நடவடிக்கைகள் எல்லாவற்றிற்கும் முட்டுக்கட்டையாய் இருந்ததால் செயலூக்கத்தில் சோர்வும் அடுத்ததென்ன என்று தெரியாத குழப்பத்தையும் உண்டுபண்ணிவிட்டிருந்தது.

சர்வாதிகாரி காலத்தில் தொலைந்துபோன என் அம்மா குடும்பத்தில் ஏற்படுத்திய வெறுமை நிரப்பப்படாமலே நம்பிக்கையுடன் காத்திருப்பின் பின் "அநியாயச்சாவு" என்ற நிலைக்கு குடும்பம் வந்துவிட்டது. இந்த கையறுநிலையை தாங்கமுடியாது சொந்தநாட்டில் தன் சகோதரியின் மரணமே மறைக்கப்படுகின்றது. இதற்கெதிராக எதையுமே செய்யமுடியாதபோது எங்கள் வாழ்வை இந்நாட்டில் எப்படிக் கட்டியெழுப்புவது என்ற வெறுப்பினை முதலில் வெளிப்படுத்தியவள் என் தாயின் சகோதரி ஈனஸ். நாட்டைவிட்டு வெளியேறி கனடாவில் ரொறண்டோவிற்கு அகதியாகப்போனாள். அவளின் மற்றைய சகோதரங்களும் அவளைத்தொடர்ந்து கனடாவிற்கு குடிபெயர்ந்தனர்.

என் பாட்டி லியோனிற்றா மாயோசதுக்கப் பாட்டிகள் அமைப்பினைத் தொடங்கி தன் மகள், பேத்தி என்போரின் உண்மைநிலையை அறியப் போராடிக்கொண்டிருந்தாள். தன் மகளின் மூத்தகுழந்தை ஏவாவின் வளர்ப்புரிமையையும் அடொல்போ தொந்தா பறித்துக்கொள்ள தன் முயற்சிகள் எல்லாம் தோற்றுப்போன தளர்விலும் அடொல்போவினது இடையறாத அழுத்தம் காரணமாகவும் கனடாவிற்கு அகதியாகப் போய்சேர்ந்தாள். சித்திரவதைக்காரன் "பலித்தோ", கொலைகாரன் "பலித்தோ", என் பெரியப்பா "பலித்தோ" இன்னுமொரு வெற்றியை தனதாக்கிக்கொண்டார். ஆனால் இறுதியில் தான் தோற்றுப்போவேன் என்பதை அவர் அறியவில்லை.

என் குடும்பாமாய் இருந்தும் இதுவரை எனக்கு அவர்களைத் தெரியாததால் உள்ளும் புறமும் வாழ்க்கை என்னை எப்படி அலைக்கழிக்கப்போகின்றதென்று தெரியாமலே இவைகளெல்லாம் நடந்தேறிய காலத்தில் ஒன்றும் அறியாது என் வாழ்க்கை ஓடிக்கொண்டிருந்தது. பாட்டிகளின் முயற்சியால் தன் உண்மையான குடும்பத்தை அறிந்துகொண்ட யுவான் கபெண்டி சொன்னவை எனக்கு இங்கு முக்கியமாகப்படுகின்றது. இவன் பாட்டிகளால் மீளக்கண்டெடுக்கப்பட்ட எழுபத்தேழாவது பேரக்குழந்தை. தனது பெயர் யுவான் என்று எப்போதுமே அவனது உள்ளுணர்வு சொல்லுமென்று எனக்குச் சொன்னான். தன் பிறப்புச்சாட்சிப் பத்திரத்தில் மாற்றப்பட்ட பெயர் தனதில்லை என்பதையும் அவன் தீவிரமாக நம்பினான். தன் கனவுகளை அவன் விபரித்தபோது அதில் ஒரு பெண் - அவள்தான் தன் தாய் என்பதில் தனக்குச் சந்தேகமில்லை என்றும், தனக்கு அவள் பாலூட்டுவாள் என்றும் தன்காதுகளில் யுவான் என சொல்வாள் என்றும் சொன்னான். சிறுவனாக இருந்தபோது அந்தப்பெயரால்தான் தன்னை அழைக்க வேண்டுமென்று தனது நண்பர்களையும் உறவினர்களையும் கேட்டுக்கொள்வான். உண்மை எதுவென்று அறியாத நிலையிலும் அவன் பிறப்பின் கதை தெரியாதபோதிலும் ஈ.எஸ்.எம்.ஏ வதைமுகாமின் சார்டாவில் பிறந்ததுகூடத் தெரியாதநிலையிலும் தன் பெயர் யுவான் என்று தெரியாதபோதிலும் தன்னை யுவான் என்றுதான் அழைக்க வேண்டுமென்று அவன் எதைவைத்துப் புரிந்துகொண்டான்?

எனது கதையோ பலவிதங்களில் வேறுபட்டதாகவே இருக்கிறது. யுவானின் கதையுடன் ஒப்பிடும்போது ஒற்றுமைகளின்றி வேற்றுமைகளே தெரிகின்றன. எனது குழந்தைப்பருவத்தில் நானே எனக்கு ஒரு பெயரை வைத்துக்கொண்டேன். விளையாடுவதில் எனக்கு ஆர்வம் அதிகம் - நடைமுறையில் ஓர் இளவரசியாய் - தூர தொலைவிலுள்ள ஓர் இராச்சியத்தினை ஆளுபவளாய் கற்பனையில் மிதப்பேன். என் உண்மையான பெயர் விக்ரோரியா. இந்தப்பெயருடனான தொடர்பு எப்போதும் ஏதோ ஒருவகையில் என்னைப் பின்தொடர்ந்தே வந்திருக்கின்றது. எங்களது சர்வகலாசாலைக் காலத்தில் குழந்தைகளுக்கு என்ன பெயர் வைப்பதுபற்றி பேசியபோது எனது குழந்தைக்காக நான்

தேர்ந்தெடுத்த பெயர் இன்னும் தெளிவாக என் ஞாபகத்திலுள்ளது - விக்ரோரியா.

என் நாளாந்தம் என் வயதொத்த சிறுமிகளின் வழமையிலிருந்து பெரிதான வேறுபாடுடையதாக இருக்கவில்லை. பாடசாலை - எங்கள் குடியிருப்புப்பகுதியின் வீதிகளில் விளையாட்டு. இதுபோக என் பாட்டி என்று சொல்லிக்கொண்டு அடிக்கடி என்னை வந்துப்பார்க்கும் பெண்ணை, பாட்டி என்று கூப்பிடாது விடுவதற்கு நான்தான் பெரும் பாடுபடவேண்டி இருந்தது. இது தவிர வார இறுதிகளில் ரவுலின் காய்கறிக்கடையில் கழியும். புவனர் ஏயரசின் தென்பகுதி கப்பல்துறையின் எதிர்புறத்தில் தான் ரவுலின் கடை இருந்தது. கரையோரப் பாதுகாப்பு படையிலிருந்து விலகியபின் ரவுல் இந்த வியாபாரத்தை வளர்த்தெடுத்திருந்தார். பெட்டி பெட்டியாய் ஆப்பிள்கள், சலாட்கள், பூசணிக்காய்கள் இன்னும் என்னென்னவோ காய்கறிகள் பழங்களென ஒன்றன்மேல் ஒன்றாக அழகாக அடுக்கியிருந்த கடையில் காலம்போவது தெரியாமல் சந்தோசமாக இருப்பேன். இங்குபோவதற்கு இன்னும் ஒரு காரணமும் இருந்தது. ரவுலின் கடையில் உதவியாளனாக இருந்தவரின் மகன். என்னைவிட வயதில் மூத்தவனாய் இருந்தும் என் அக்காலக் கற்பனைகள் மட்டுப்படுத்தப்பட்டவையாக இருந்ததால் அவன்மீது ஓர் ஈர்ப்பு. இன்னுமொரு ஈர்ப்பும் எனக்கு இருந்தது. கடையின் பின்பக்கத்தில் யூகொசிலாவியத் தம்பதி குடியிருந்தனர். யூஜினா, இவான் என்ற இருவருமே மிகவும் அன்பானவர்கள். என் வார இறுதியின் பெரும்பகுதி அவர்களுடனேயே கழியும். இவான் பற்றி என் எண்ணப்பதிவுகள் மிக மங்கலானவை. எனினும் முயன்றுபார்த்தால் என் நினைவில் வருபவை அவரின் அகன்ற மார்பும் பலவருடகால கடின உழைப்பினால் உரமேறிய கைகளும். ஆனால் யூஜினாவின் உருவம் எனக்குத்தெளிவாக ஞாபகம் இருக்கின்றது. இந்த வசனங்களை எழுதும்போது அவள் என் கண்முன்னே நிற்பதுபோலவே இருக்கிறது. சிறிய உருவம் - பத்தே வயதான அப்போதுகூட எனக்கு அவள் உருவம் மிகச்சிறியதாகவே தெரிந்தது. செம்பட்டைத் தலைமயிரை உடைய அவள், மரங்களையும் தகரங்களையும் ஆங்காங்கே செருகிய ஒரு குடிசையில் வறுமையில்தான் வாழ்ந்தார்கள். யூஜினா சிறிய உருவம் கொண்டவள் மாத்திரமின்றி மிகவும் பருத்தவளாகவும் இருந்தாள். தலைமுடியை குட்டையாக

வெட்டியிருப்பாள். எந்நேரமும் அணிந்திருக்கும் அவளது ரீ சேட்டுக்கள் பெரிதானவையாக இருந்தாலும் முழு உடலையும் மூடப்போதுமானதாக இருக்காது. அத்துடன் அவளைப்போல் வியர்வை கொட்டும் இன்னொருவரை நான் இதுவரை சந்திக்கவில்லை. புவனஸ் ஏயரசிற்கே உரிய கோடைகாலம் சூடான அதிஉயர் ஈரப்பதனுடன் கூடிய காற்றை வாயால் மெல்லலாம்போல் கனமாக வீசும். அல்லது குளிர்காலத்தில் மழையும் வெய்யிலும் மாறி மாறிவரும். ஆனால் வெப்பநிலையோ ஒருபாகை செல்சியஸ் கூட மாறாது. யூஜினாவிற்கு வியர்த்துக்கொண்டே இருக்கும். வியர்வை உடையெங்கும் திட்டு திட்டாக ஊறி அவளது கனத்த மார்புகளையும் உப்பி ஊதிய வயிற்றையும் தெளிவாகக் காட்டும். அவளது நெற்றியிலும் வாயின் மேற்பக்கத்திலும் ஒவ்வொரு மயிர்த்துளைத் துவாரங்களும் தன்னியல்பிலேயே அழுவதுபோல் வியர்வைத்துளிகள் முத்து முத்தாகப் பதிந்திருக்கும்.

மதிய வேளைக்குப்பின் இவான் யூஜினாவுடனே என் காலம் கழியும். கடையின் பின்புறத்தில் ஆங்காங்கே காய்ந்த புல்தரையில் விளையாடிக்கொண்டிருப்பேன். அல்லது அந்தத்தம்பதியின் குறைவான கல்வித்தரத்தை சிறிதேனும் உயர்த்திவிட அந்த வயதிலேயே ஆசிரியையாய் முயற்சிசெய்வேன். பிரதிஉபகாரமாய் இவானிடமிருந்து றடீஸ் (ஒருவகை முள்ளங்கி) பற்றி அறிந்துகொண்டேன். நானும் என் வயதொத்த இளம் வளர்பருவத்தினரைப்போல் ஒருமுறைதன்னும் சாப்பிட்டுப்பார்க்காது, தேர்வாக இவைகளை சாப்பிடுவது, சாப்பிடுவதில்லை என்ற ஒரு தீர்மானமே எல்லோரிடமும் இருக்கும். றடீஸ் "சாப்பிடமுடியாத" பட்டியலில் நிச்சயமாக இருக்கும். இவான் செடியின்கீழ் கிண்டி றோஸ் நிறத்தில் சிறிய உருண்டையான றடீசை கவனமாக வெளியே எடுத்து ஒட்டியிருக்கும் மண்துகள்களை அகற்றி இரசனையுடன் வாயில்போட்டு மெல்வதைக்கண்ட என்னால் அதனைச்சுவைத்துப் பார்க்காமல் இருக்கமுடியவில்லை. ஒவ்வொருமுறையும் நான் றடீஸ் சாப்பிடும்போது அந்த விநோத தம்பதி என்மனதில் வந்துபோவார்கள். றடீசின் அபார சுவை நாவில் பரவும்போதெல்லாம் எனக்கு எல்லாமே தெரியும் என்பது எவ்வளவு முட்டாள்தனமென்றும் உணர்ந்துகொள்வேன்.

எனக்கும் அவர்களுக்குமான உறவு திடீரென அறுந்து போயிற்று. எவர் எதைச் சொன்னாலும் அதற்கெதிராகச் செய்து பார்க்கவேண்டுமென்ற உளத்தேவை என்னிடம் நிறையவே இருந்தது. வாழைப்பழம் சாப்பிட்டால் எனக்கு ஒத்துக்கொள்வதில்லை. எனவே வாழைப்பழம் சாப்பிடக்கூடாதென்று திட்டவட்டமாக தடை விதிக்கப்பட்டிருந்தது. தடை இருந்தும் அதை மதிக்காது பெரிய சீப்பாய் ஒரு சீப்பு வாழைப்பழத்தை எடுத்துக்கொண்டு யூஜினா வீட்டிற்கு ஓடிப்போனேன். அங்கு எப்போதும் தொலைக்காட்சிப்பெட்டி ஓடிக்கொண்டே இருக்கும். அதன் முன்னால் உட்கார்ந்து விலக்கப்பட்ட கனியில் எவ்வளவை தின்று தீர்க்கலாமென்ற முயற்சியில் நிறையப் பழங்களைச் சாப்பிட்டேன். நிறையப் பழங்களைச் சாப்பிட்டதால் ஈரல் தன் எதிர்ப்பைத் தெரிவிக்க நான் சுகயீனமுற்றுப் படுக்கையில் பல நாட்களைக் கழிக்கவேண்டி வந்தது. ஹெப்படைட்டிஸ்ஆக இருக்கலாம் என்று சந்தேகம். பலநாட்களாக படுக்கையில் இருக்கவேண்டி வந்ததால் காய்கறிக்கடைக்குச் செல்லமுடியவில்லை. சிறிதுகாலம் கழித்து நான் கடைக்குச் சென்றபோது அவர்கள் மீதான எனது கவனம் விடுபட்டு போயிற்று. இப்படியான ஆர்வக்குறைவுகள் வளரிளம் பருவத்தில் நடப்பவை தானே. எந்தவித சண்டையோ சச்சரவோ அவர்கள்மீதான ஆர்வத்தைக் குறைக்கவில்லை. ஒரு காரணமுமின்றி அவர்கள் தொடர்பு அறுந்துபோயிற்று. ஆனால் யூஜினா இவானுடன் கழித்த அந்தக்காலம் இன்னும் என் நினைவில் பசுமையாக இருக்கிறது. அவர்கள்பற்றிய நினைவுகள் என்னுடன் என்றும் இருக்கும். அதற்காகவே என்வாழ்வின் இப்பகுதியை இந்தப்பக்கங்கங்களில் நினைவுகூறுகின்றேன்.

யாரும் நம்பாவிடினும் அன்றேல் யாரும் நம்பமாட்டார்கள் என்று நான் நம்புவது எங்கள் வீட்டிலும் அரசியல்பற்றியும் நாளாந்த நடப்புகள் பற்றியும் விவாதங்கள் நடைபெறும். ஒழுங்கும் கிரமமும் தப்பாது ஒவ்வொரு செவ்வாயன்றும் மாலை பத்துமணிக்கு தொலைக்காட்சியில் சனல் 11 பார்ப்போம். பத்திரிகையாளர் பெர்னாடோ நொய்ஸ்ரட்டின் நிகழ்ச்சி அந்நேரம் ஒளிபரப்பாகும். இராணுவத்தினராலோ அல்லது பழமைவாத அரசியல்வாதிகளினாலோ அரசு அமைக்கப்படின் பெர்னாடோ அதற்கு ஆதரவளிப்பார். அந்நிகழ்ச்சிக்கு Tempo

Nueuo (புதுவிசை) என்று பெயர். அந்நிகழ்ச்சியின் தொடக்க இசையை எழுதி இசையமைத்தவரும் அவரே என்பதால் அவ் இசையைக் கேட்டாலே பெர்னாடோ நொய்ஸ்ரட்டின் பெயர் உடனே ஞாபகத்திற்கு வரும். இந்த செவ்வாய் மாலைகளை நினைவுகூறும்போது 1994 இல் ஒளிபரப்பான ஒரு நிகழ்ச்சி நினைவில் வருகிறது. ரவுலுடன் நான் இந்நிகழ்ச்சியைப் பார்த்தேன். அந்நேரத்தில் கார்லோஸ் மெனம் ஆட்சியில் இருந்தார். நொய்ஸ்ரட் அவரை அதிதீவிரமாக ஆதரித்தார். இக்காலத்தில் இராணுவத் தலைமையிலிருந்து குற்றங்களைப் புரிந்தவர்களுக்கு மன்னிப்பும் "கடந்தகாலத்தில் நடந்தவைகளை மறந்து கைகோர்ப்போம்" என்ற அரசியல் கோசத்துடன் மன்னிப்பு என்பதை பலவந்தமாக அரசியலில் திணித்த காலம். மனித உரிமைகள் அமைப்புக்கள் முன்னெடுக்கும் வேலைகளை எல்லாம் பெர்னாடோ நாட்டின் ஒற்றுமைக்கும் அமைதிக்கும் கேடுவிளைவிப்பவை எனத்தனது நிகழ்ச்சியில் அதிதீவிரமாக விமர்சித்தார். அதேபோல் மத்தியாஸ் - கொன்சாலோ, ரெகியாதோ - ரொலொசா எனும் சகோதரர்கள் பற்றிய சர்ச்சையும் தொலைக்காட்சிகளின் மிகத்தீவிர கவனத்தை பெற்றிருந்தன.

அமெரிக்க ஊடகவியளாலர் ஒருவர் மாயோசதுக்கத்தின் பாட்டிகள் தொலைந்துபோன யுவான் ரெகியாதோ - மரியா ரொலொசா தம்பதியின் மகன்களை இனங்கண்டிருக்கலாம் என்ற செய்தியை வெளியிட்டார். இராணுவச்சர்வாதியின் காலத்தில் பொலிஸ் துணைச்செயளாலரும் சித்திரவதைக்காரனுமான சாமுவேல் மியாரா என்பவர் அக்குழந்தைகளைக் களவாடினார் என்ற செய்தியும் வெளியாகியது. 1985 இல் இத்தகவல்கள் வெளியாகி இடையில் பரகுவேயில் ஒளிந்திருந்தவரை அரசு தங்களிடம் ஒப்படைக்ககோரி மீளப்பெற்று நீதிவிசாரணைகள் என இறுதியாக 1993 இல் தீர்ப்பு வழங்கப்பட்டது. அவர்களின் உண்மையான தாய் தந்தை யுவான் ரெகியாதோ - மரியா ரொலொசா என நிரூபணமாயிற்று. குழந்தைகளாக இருந்த இவர்களது வழக்கு அதிக காலத்தை எடுத்துக்கொண்டதால் தீர்ப்பானபோது இளவயதினராகி இவ்வழக்கு இவர்கள் மனநிலையில் ஆழமான பாதிப்பை ஏற்படுத்தியது. குழந்தைகளாக இவர்களைக் களவாடியவரின் மீதே இவ்விரட்டையர்கள் அதிகளவு பாசத்தை வெளிப்படுத்தியும்

இவர்களது உண்மையான குடும்பத்துடனான உறவின் ஆரம்பம் சரியாக அமையவில்லை.

இந்நிலையில் இவ்வழக்கின் தீர்ப்பை வழங்கிய நீதிபதி இரட்டையர்களின் குழப்பமான மனநிலையைக் கருத்தில்கொண்டு கொன்சாலோ மத்தியாசின் உண்மையான குடும்பத்தாருக்கு வழங்கப்பட்ட பராமரிப்பு உரிமையை இரத்துச்செய்தார். பழமைவாத ஊடகங்கள் அப்போது பதினேழு வயதுடைய இரட்டையர்களின் மனக்குழப்பத்தை தங்களுக்குச் சாதகமாகப் பயன்படுத்தி மாயோசதுக்கத்தின் பாட்டிகளின் முயற்சிகளை பலவீனப்படுத்துவதில் இறங்கின. உண்மையான அடையாளத்தையும் அவர்களின் பிறப்புப்பற்றிய உண்மையை தெளிவுபடுத்துவதும், பிறந்தவுடன் குழந்தைகள் களவாடப்பட்டதைப்பற்றி விசாரிப்பதெல்லாம் பழிவாங்கும் நடவடிக்கைகளாக சித்தரித்தும் குழந்தைகளைக் களவாடியவர்கள் அன்பான பெற்றோர்களாயும் மோசமான வாழ்க்கையிலிருந்து அக்குழந்தைகளைக் காப்பாற்றியவர்களாகவும் ஊடகங்கள் போற்றிப் புகழ்ந்தன. கொன்சாலோவும் மத்தியாசும் தங்கள் பழைய வாழ்க்கைக்கு திரும்பப்போவதாகவும் யாரை இதுவரை “அப்பா” “அம்மா” என்று அழைத்தார்களோ அவர்களே தங்கள் தாய் தந்தை எனத் தொலைக்காட்சியில் பகிரங்கமாக அறிவித்தனர். பழமைவாத ஊடகங்கள் இவ்விரு இளவயதினர்மேலும் மாயோசதுக்கப் பாட்டிகள் சுமத்திய மனச்சுமைக்கும் சரியான பதிலடியை இரட்டையர்கள் கொடுத்தார்கள் என்று அந்த ஊடகவியிளாலர் மிக உற்சாகமாக வரிந்து கட்டிக்கொண்டு புகழாரம் சூட்டினர்.

எனது விடயத்தில் நான் யார் குழந்தை, என் அப்பா அம்மா யார் என்பதில் எவ்வித சந்தேகங்களும் இல்லை. ஆனால் இந்த விடயம் நான் இன்று எந்த குணநலன்களுடன் இருக்கின்றேனோ அவையெல்லாம் உருவாகியபின் இச்செய்தி கிடைத்திருந்தால் நான் எப்படி அதனை எதிர்கொண்டிருப்பேன் என்று என்னை நானே கேட்டுக்கொள்கின்றேன். இன்றுகூட “குழந்தைகளவாடல்” என்ற சொல்லே எனக்குப்பெருவேதனையைத் தருகிறது. இன்றும் உணர்வுரீதியில் ரவுல், கிறிசில்லா இருவர் பற்றியும் ஒரு குழப்பமான மனநிலையில்தான் இருக்கின்றேன். இப்படி

இருக்கும்போது இளவயதில் இச்செய்தி எனக்குத்தெரியவந்தால் நான் எப்படி நடந்துகொண்டிருப்பேனென்று என்னால் நிச்சயமாக சொல்லமுடியாது.

தொலைக்காட்சியில் இரட்டையர்களின் நிகழ்ச்சியைப் பார்த்தபொழுது கையறு நிலையிலிருந்த அந்த இளைஞர்களைப் பற்றிய எந்தவித கரிசனையோ பரிவோ இன்றி மலினமான பிரச்சாரத்திற்கு அவர்களைப் பயன்படுத்தியதைப் பார்க்க அருவருப்புத்தான் மேலிட்டது. நானும் ஏறத்தாள அவர்களைப்போன்ற நிலையைச் சந்தித்திருந்தால், அவர்களின்மீது பரிதாபமாக இருந்ததுடன் அவர்களைத் தொல்லைபடுத்தாது விட்டுவிட்டாலே போதும் என்றும் நினைத்தேன். இன்று உண்மையான அடையாளத்தை நிரூபணப்படுத்தும்வரை எல்லையற்ற மனப்போராட்டங்களுக்கு உள்ளாகவேண்டி இருக்குமென்பதை நான் அனுபவத்தில் அறிந்துகொண்டதுடன் ஒவ்வொரு தனிப்பட்ட அடையாளத்தை மீள நிலைநாட்டல் வெவ்வேறுவகைப் பிரச்சினைகளுக்கு முகம் கொடுக்கவேண்டியிருப்பினும் எல்லாவற்றிற்கும் பொதுமை ஒன்றும் உண்டு. எங்கள் பூர்வீகமும் அடையாளமும் எங்கள் பிறப்போடு வருவது. இந்த அடையாளத்தின்மீதுதான் எங்கள் வாழ்க்கையையே கட்டி எழுப்புகின்றோம். இந்த அடையாளத்தை யாராவது மறைத்தால் எந்த அத்திவாரத்தின்மீது எங்கள் வாழ்க்கையைக் கட்டியெழுப்பவேண்டியிருக்கின்றதோ அதனை எங்களிடமிருந்து பிடுங்கிக்கொள்கின்றனர். இரட்டையர்கள், நான், இன்னும் எத்தனையோ மறைக்கப்பட்டவர்களின் வாழ்வின் அவலங்களுக்கெல்லாம் காராணமாய் இருந்தது அரச பயங்கரவாதமும் திட்டமிட்ட உண்மைமறைப்பும்தான். இதனால் எங்கள் இருப்பே மறுக்கப்படுகின்றது. மீண்டும் எங்கள் அடையாளங்களை நிறுவவேண்டியுள்ளது. அடையாளங்களை மறைப்பது எங்களை "பாதுகாப்பதற்கான" ஒரு வழி என்பதை நாம் எந்தவகையிலும் ஏற்றுக்கொள்ளமுடியாது. பியராவின் வழக்கின்போது அதனை நடத்திய அரச சட்டத்தரணி புறுசோணி "போராளிகளைச் சட்டத்திற்குப் புறம்பாக கைதுசெய்து அவர்களது சுதந்திரத்தைப் பறித்தது பின்பு கொன்றதுடன் அவர்கள் குழந்தைகளைக் களவாடி வேறு குடும்பங்களுக்கு கொடுக்க குழந்தைகளைப்பெற்ற

குடும்பம் தங்களது வாழ்க்கைப்பெறுமான அடிப்படையிலேயே குழந்தைகளை வளர்த்தெடுக்கின்றனர். இவ்வாறு இராணுவ வெற்றியை மாத்திரமல்ல கொல்லப்பட்ட தாய் தந்தை அவர்களின் குழந்தைகளின் சரித்திரத்தையும் அவர்கள் களவாடி விடுகின்றனர்."

ஆர்ஜன்ரீனா தன்னைத்தானே முதலாம் உலகின் ஒரு பகுதி என அறிவித்துக்கொண்டது. இறக்குமதிப்பொருட்கள் எராளமாக நாடெங்கும் நிரம்பிவழிந்தது. அமெரிக்க டொலருக்குச் சமமாக ஆர்ஜன்ரீன பெசோவை நிறுத்த சட்டம் இயற்றப்பட்டது. இன்னொருபுறத்தில் சமூகத்தின் ஒரு பகுதியினர் விளிம்புநிலைக்குத் தள்ளப்பட்டனர். வேலைக்கான வாய்ப்புகள் குறைந்துகொண்டேபோயிற்று. ஆர்ஜன்ரீனாவின் பொருளாதார சுதந்திரம் அதன் மனித உரிமைச் சுதந்திரம்போல் நிலையற்றதாக தடுமாறியது.

சக்ராதோ கொறாசோன் பாடசாலையில் என் கல்விக்காலம் முடிவை எட்டியது. ரவுலின் காய்கறி வியாபாரக்கடைக்கு அருகாமையில் பேர்னால் என்னும் இடத்திற்கு நாங்கள் குடிபெயர்ந்தோம். இதே நேரத்தில் என் பதின்ம வயதும் ஆரம்பமாகியது. பால்முதிர்ச்சிக்கான காலம் எவருக்குமே இலகுவானதல்ல. எனக்கும் இன்னும் பல பிரச்சினைகள் அதனுடன் சேர்ந்துகொண்டன. பூர்வீகம் எனக்குத் தெரியாதிருந்தும் என் குணநல வளர்ச்சியில் "தெளிவின்மை" மற்றையவர்களைவிட வேறுபட்டவளாகவும் என்னவென்று சரியாக வரையறுக்க முடியாது சில விடயங்கள் வாழ்வில் குறுக்கிடுவதும் ஏதோ தெளிவாக இதுதான் என்று சொல்லிவிடமுடியாதவை இல்லாததுபோலும் இருக்கும். அன்றைய சூழலில் என்ன எதற்காக என்று என்னால் தெளிவாகக் கேள்விகேட்கமுடியாவிடினும் என்னுள் ஏதோ ஒன்று முன்னிலையில் வருவதற்கும் போராடிக்கொண்டிருந்தது. இதனால் என் உள அமைதியின்மையை பாலியல் முதிர்வின் வழமையான மனக்குழப்பம் என்றுமட்டும் சொல்லிவிட முடியவில்லை.

குழந்தைப் பருவத்திலிருந்து வளரிளம் பருவத்தினுள் நுழைவது அவ்வளவு இலகுவாகவோ சுமூகமாகவோ

எனக்கு நடந்தேறவில்லை. இதற்கான விடையை பதினைந்து வருடங்கள் கழிந்து என் பூர்வீகத்தை அறிந்துகொண்டபின்னரே நான் அறிந்துகொண்டேன். ஓர் அடையாளம் மீளவும் நிறுவப்படும்போது அதீத மனக்குழப்பங்கள் தவிர்க்க முடியாததொன்று. எனது விடயத்தில் முற்றிலும் வேறுபட்ட ஒரு தடங்கல். அதைப்பற்றி யோசிப்பதும் பேசுவதும் பேசமறுப்பதும் மனதளவில் அதனை ஏற்றுக்கொள்ள என்னைத் தயார்படுத்திக்கொள்ளல் என்று என்னை அலைக்கழித்த அந்த விடயம் எனது வயது. மோரேன் புகையிரத நிலையத்தருகில் என் தாய் கடத்தப்பட்டபொழுது அய்ந்துமாதக் கர்ப்பமாய் இருந்ததாகச் செய்தி. மார்ச் மாதத்தில் 1977 இல் அவள் கடத்தப்பட்டாள். அதன்பின் அவள் பற்றிய எந்தத் தகவலும் இல்லை. எனவே கொலைச்சாவடியில் இருந்து தப்பியவர்களின் வாய்வழித் தகவல்களை வைத்துத்தான் என் வாழ்வின் இப்பகுதியை பொருத்திப்பார்க்க வேண்டியுள்ளது. ஆனால் முக்கியமான தகவல்கள் பல எனக்குக் கிடைக்கவில்லை. இத்தகவல்கள் எங்காவது கோப்புக்களில்தான் பதிவாகியிருக்கவேண்டும். அவைகளும் இருப்பதாகத்தெரியவில்லை. எனவே சாத்தியங்களின் அடிப்படையில் பார்க்கையில் நான் ஈ.எஸ்.எம்.ஏ இன் சார்தாவில் யூலை அல்லது செப்ரெம்பர் 1977 இல் பிறந்திருக்கவேண்டும். ஆனால் அனாலியா என்ற பெயருடன் எனது பிறப்புச் சாட்சிப்பத்திரத்தில் பதியப்பட்டிருக்கும் திகதி 17 செப்ரெம்பர் 1979. இரண்டு வருட இடைவெளி - என்வாழ்வு முழுவதும் என்னைப் பின்தொடரும். இதனால்தான் மற்றவர்களைவிட நான் வித்தியாசமானவள் என்று உணர்ந்திருக்கிறேன். கற்கும்போது மற்றவர்களைவிட வேகமாக என்னால் புரிந்துகொள்ளமுடிந்தது. இதனை நான் தனித்திறமை என்று நினைத்துக்கொண்டேன். பருவமடைதலும் என் தோழியருக்குமுன்பே எனக்கு நடந்தேறியது. என் உடல்வளர்ச்சி தீவிரகதியில் போய்க்கொண்டிருக்க சிந்தனைகள்மட்டும் சிறுமிகள் விளையாட்டிலேயே பின்தங்கி நின்றிருந்தது. கட்டாய தத்துக்கொடுப்பில் தொலைந்துபோன இரண்டுவருடங்கள் ஒரு சுமையாக என்னைத் தொடர்ந்துகொண்டே இருக்கின்றது. தொலைந்த இந்த இரண்டுவருட காலத்தை யார் எனக்குத் திருப்பிக்கொடுப்பார்கள். இந்த இரண்டுவருடகால இழப்பை

நான் மனதால் இன்றுவரை சமப்படுத்திக்கொள்ள முடியவில்லை. கோமாவிலிருந்து விழித்ததுபோல். நான் தொலைத்த இரு வருடங்களுக்கு இந்தப்பொய்யை உலாவவிட்டவர்கள் என்ன பதில் சொல்வார்கள். என் தாய் தந்தையிடமிருந்து பிரித்ததிலிருந்து பொய்யை உண்மை என பிறப்புப் பத்திரத்தில் பதிந்ததால் என் உடல் மாற்றங்களைப் புரிந்துகொள்ளாமலும் என் சூழலுடன் நான் முரண்பட்டு நின்றதற்கெல்லாம் யார் பதில் சொல்லப்போகிறார்கள். பதினொரு பன்னிரெண்டு வயதில் நான் மற்றவர்களிலும்விட மாறுபட்டிருக்கின்றேன் என்று நான் நினைத்ததற்கான காரணம் தொலைந்துபோன இரண்டு வருடங்கள்.

உறுதிப்பூசுதலுக்கான காலம் அண்மிக்க அதற்கான ஏற்பாடுகளில் நானும் பரபரப்பாக இயங்கிக்கொண்டிருந்தேன். என்னைச்சுற்றி வேறுபட்ட சமூக அடுக்குகளைச் சேர்ந்தவர்களும் அமைப்பு ரீதியாக வேறுபட்டவர்களுமான ஒரு சிறிய உலகம் இயங்கிக் கொண்டிருப்பதைப் புரிந்துகொண்டேன். எல்லோருமே உதவுவதற்குத் தயாராக இருந்ததையும் என்னால் நடைமுறையில் புரிந்துகொள்ளமுடிந்தது. ஆனால் இவர்களில் யாராவது தங்கள் பூர்வீகத்தை விட்டுக்கொடுப்பார்களா? எங்களைப்போன்ற பூர்வீகம் மறைக்கப்பட்டவர்களை காலமும் சரித்திரமும் விட்டு விட்டு ஓடுவது எந்த நியாயத்திற்குப் பொருந்தும்.

எனது வளரிளம்பருவம் கேள்விகளூடும் என் தாயின் போராட்டக்குணமும் கொண்ட கொள்கையின்மீது என்றும் நம்பிக்கை இழக்காத் தன்மையோடு தொடங்கியது. கோரி எனது தாய் என்று அறியும் முன்னேயே இந்தக்குணங்கள் என்னில் வெளிப்படத் தொடங்கிவிட்டன. விக்ரோரியா, அனாலியாவில் தனது இருப்பை எல்லாவிதத்திலும் வெளிக்காட்டத்தொடங்கி இருந்தாள்.

புது ஆரம்பம்

எங்கள் குடியிருப்பு மாறியதால் புவனஸ் ஏயரசின் நெரிசலான பகுதிக்கு அருகாமையில் வசிக்கத் தொடங்கினோம். நகரத்தின் அண்மையில் குடியிருப்பதன் மூலம் சமூகப்பொருளாதார ஏணிப்படிகளில் சில படிகள் மேல் ஏறியதாகவே நான் கணித்துக்கொண்டேன். எங்கள் குடியிருப்பு பிரமாண்டமான அடுக்குமாடிக் கட்டிடம். அதன் பின்னே குடும்பங்களுக்கான தனித்தனி வீடுகளும் அவ்வீடுகளுக்கு மத்தியில் பச்சைப் பசேலென்று, அந்தப் பிரத்திய குடியிருப்பாளர்கள் ஓய்வெடுக்க பூங்காபோல் ஒன்றையும் அமைத்திருந்தார்கள்.

1991 இல் பெண்களுக்கான சக்கிராதோ பமீலியா பாடசாலையில் உயர்வகுப்பு மாணவியாய் சேர்ந்துகொண்டேன். வேறென்ன, அதுவும் தேவாலயப் பராமரிப்பில் உள்ள பாடசாலைதான். கன்னியாஸ்திரிகள் முன்னைய பாடசாலையைப்போலவே தங்கள் கட்டுக்குள் மாணவிகளை வைத்திருந்தனர். பெண்களுக்கென்று தனியான பாடசாலை என்பதால் பிரத்தியேகமானதொரு பெண்சூழல். வழமைபோலவே இப்பாதுகாப்பான பெண்சூழல் தனது சாதகங்களையும் பாதகங்களையும் கொண்டிருந்தது. எங்களைச் சுற்றியும், ஆர்ஜன்ரீனா தழுவியும், ஏன் உலகம் முழுவதுமே பெண்களுக்கான வரையறைகள் ஒழுக்கவிதிகள் இரண்டு வருடங்களுக்குமுன் தகர்க்கப்பட்ட பேர்லின் சுவர்போல் உறுதியாக எழுப்பப்பட்டிருந்தது. ஆர்ஜன்ரீனாவின் சனாதிபதி கார்லோஸ் மெனெம் நாட்டினை மீள்கட்டமைத்தல் "தேசிய நல்லிணக்கம்" மக்கள் அதிக பொருட்களை வாங்குவதற்கான சாதகநிலை உருவாக்கல் என்ற காரணங்களைக்கூறி தனியார்மயமாக்கலை முடுக்கிவிட்டார். லஞ்சமும் முறைகேடுகளும் நிர்வாகத்திறமையற்ற தனியார்மயமாக்கலால்

பெருந்தொகையான மக்களின் வேலைவாய்ப்புக்களைப் பறித்துக் கொண்டதுமட்டுமல்லாமல் பெருந்தொகையானோர் வேலையிலிருந்தும் நீக்கப்பட்டனர். சிலவருடங்களிலேயே நாட்டின் முக்கியமான துறைகள் தனியாருக்கு கைமாறியதுடன் இதுவரை அரசு பொறுப்பிலிருந்த பல சேவை அமைப்புக்களும் தனியாருக்கு விற்பனையாயிற்று. கொண்டாட்டங்களும் களியாட்டங்களும் நாளுக்கு நாள் அதிகரித்தன. நட்சத்திரங்களும் பிரபலங்களும் சந்தர்ப்பவாதிகளும் கூடிக் கும்மாளமடிக்கும் இடங்களில் சனாதிபதி, சித்தாந்தம் தோற்றுவிட்டதென அறிவித்து மகிழ்ந்தார். வரிவிலக்குகள் லஞ்சப்பணத்திற்காகவும் சனாதிபதியின் நெருக்கமான குடும்பங்களுக்கும் அல்லது முன்கூட்டியே பேசி ஒப்பந்தம் செய்தவர்களுக்கும் தான் கிடைத்தது. அல்சோகரே குடும்பம் றோபோட்டோ ட்ரேம், கார்லோஸ் கோராச், டொமிங்கோ கவாலோ அத்துடன் சனாதிபதி மெனம். இவர்கள் அரசாங்கத்தில் என்ன செய்கிறார்கள், எப்படித் தங்கள் பணத்தையும் அதிகாரத்தையும் பெருக்கிக்கொள்கின்றார்கள் என்று யாருக்கும் தெரியாத ஒரு நொதியல்நிலை அக்காலங்களில் நீடித்திருந்தது. களியாட்டங்களுடன் மேற்தட்டுவர்க்கத்தின் விளையாட்டு விழாக்களில் சனாதிபதி கலந்துகொள்வது அதிகரித்தது. வேக வெறியரான சனாதிபதி சந்தர்ப்பத்தைப் பாவித்து அதிகாரத்தை சுகிக்கும் பெண்கள்கூட்டமும் அவரைச்சூழ, சனாதிபதியின் "கீர்த்தி" ஆர்ஜன்ரீனாவிலும் வெளியுலகிலும் அதிகரித்துக்கொண்டுபோயிற்று. அரசு களியாட்டத்திலேயே காலத்தைக் கழித்தது. சனாதிபதி பிளேபோய். ஆர்ஜன்ரீன மக்கள் சிரமப்பட்டு வாய்பொத்தி பார்த்திருப்பதைத் தவிர வேறொன்றும் செய்ய இயலவில்லை.

உலகின் மற்றைய பாகங்களிலும் சீராக இல்லை. கொமினியூஸ்ட் புளொக் உடைந்து துண்டுகளாகச் சிதறிப்போக, ரஷிய ஒன்றியம் உலக வரைபடத்திலிருந்து தொலைந்துபோனது. சதாம் குசேனைச் சாக்காக்கி யு.எஸ்.ஏ ஈராக்கினுள் நுழைந்தது. குவைத்தில் நுழைந்த அமெரிக்கத் துருப்புக்கள் முதலாம் வளைகுடா போரினை தொடக்கி வைத்தது. மேற்கின் பலமான கொமினியூஸ்ட் கட்சியான பார்தியோ கொமுனிஸ்தா இத்தாலியானோ தன் இயக்கத்தை நிறுத்திக்கொண்டது. பல்கான் யுத்தமும் இனச் சுத்திகரிப்பும் சர்வதேச நீதிமன்ற விசாரணைக்கு

உட்படுத்தப்படுமளவிற்கு உலகின் மற்றைய பகுதிகளும் தீவிர குழப்பநிலையில்தான் இருந்தது. இதுவரை ஏதோ ஒருவகையில் இயங்கிக்கொண்டிருந்த அமைப்புக்கள் சிதறிப்போயின. பழைய சமூக சிந்தனையும் ஒருமைப்பாடும் பலம் இழந்து புதிய சுயநலக்காலகட்டம் தன் ஆரம்பத்தைப் பதிவுசெய்தது. இந்த சமூகச்சிந்தனையற்ற ஒருமைபாட்டை வலியுறுத்தாத, 'நான்', 'என் நலங்களென்ற' காலம் எதுவரை தொடருமென்று தெரியவில்லை.

உலகம் மாறுதல்களை, குழப்பங்களைச் சந்தித்த நேரமே என் இளமைக்காலத்தின் ஆரம்பமாகவும் இருந்தது. வெளிப்புலம் எவ்வாறு கொந்தளிப்பாக இருந்ததோ அதேபோல் என் உள் உணர்வுகளும் ஒரு கட்டில்லாது புயலின் வேகத்தில் சுழன்றுகொண்டிருந்தன. என் உண்மையான வயதிற்கும் பதிவேட்டின் வயதிற்குமான இருவருட வித்தியாசம் எனக்கு வலிநிறைந்த முடிவு காணமுடியாத பிரச்சினையாகவே இருந்தது. பால்முதிர்வுக் காலத்தில் நான் உணர்ந்தவைக்கும் என் சிந்தனைக்குமிடையே பெரிய இடைவெளி என்னை பயமுறுத்திக் கொண்டிருந்தது. என் உடல் மாற்றங்களும் சிந்தனையும் ஒன்றிணைய முடியாது சிலவேளைகளில் இவ் இடைவெளி தாங்கொனா மன உளைவுகளை தருவதாகவும் இருந்தது. உடலில் வெளிப்படை மாற்றங்கள் போல் என் உணர்வுகளின் வெளிப்பாடுகளும் சுற்றி இருப்போரால் வெகு இலகுவாக அறிந்துகொள்ளுமளவிற்கு வெளிப்படையாக இருக்கும். நான் திடீரென ஆவேசமாக மாறுவதும் கவலையாய் இருப்பதுமாக ஒரு நிலையில்லாது தத்தளித்துக்கொண்டிருந்தேன்.

இவ்வருடம் என் உறுதிப்பூசுதலுக்கான வருடம். வீட்டிலிருந்து சில தெருக்கள் தள்ளி எங்களது சிறிய தேவாலயம். என் சிறுபிராயம் முடிவுற்றிருந்தபோதிலும் இந்நிகழ்வை என்னால் முழுமையாக நினைவுகூர முடியவில்லை. முழுமையாக நினைவில்லாத இச்சம்பவம் சிறு சிறு துண்டுகளாக மாத்திரம் என் நினைவில் பதிந்திருக்கிறது. உதாரணமாக ஞானஉபதேசம் செய்த பாதிரியின் பெயரை என்னால் நினைவுகூற முடியவில்லை. ஆனால் அவர்மீதான வெறுப்பும் பயமும் என் நினைவுகளில் தங்கி இருக்கின்றது. இளம்பராயத்தில் இருக்கும் எவனும் "சிடுமூஞ்சி வயோதிபன்" எனச் சொல்பவருக்கு

இப்பாதிரியார் கச்சிதமாகப் பொருந்துவார். சிறு உருவம், பருத்த கூனல்விழுந்த உடம்பு, பளபளப்பான மொட்டைத்தலையில் வாரிவிட்ட சில மயிர்க்கொத்துக்கள், சுருக்கம் விழுந்த முகம், சிரிப்பே அறியாத உதடுகள், பார்த்தால் ஆயிரம் வருடங்கள் வயதுடையவர்போல் இருந்தாலும் அவரின் வயது அறுபதுகளில்தான் இருக்கும். இதைவிட அவர் எடுக்கும் முடிவுகள் வெறுப்பினடிப்படையிலின்றி வேறு எந்த அடிப்படையிலும் இருக்காதென்பதே அதிர்ச்சி தருவதாக இருக்கும். ஒரு பாதிரியின் துறவறநிலையில் அல்லாது வாழ்க்கையை வெறுப்பைக்கொண்டே பார்க்கும் அவரை என்னால் வெறுப்பாகவும் பயத்துடனும் தான் பார்க்கமுடிந்தது.

எனக்கும் அவரிற்குமான உறவும் அதேபோல் சுமூகமாக அமையவில்லை. இயல்பிலேயே வாயாடியான நான் அமைதியாக இருந்துவிடுவேன். கோரியின் குண இயல்புகள் என்னில் வெளிப்பட்ட காலங்கள் அப்போது எனக்குத் தெரிந்திருக்கவில்லை. கோரி எதையும் விவாதமின்றி ஏற்றுக்கொள்ளமாட்டார். அது அவளின் கொள்கையாகவே இருந்தது. அறுதி இறுதியான முடிவு விவாதமின்றிப் பின்பற்றும் நடைமுறைகள் எதையுமே அவர் கேள்வி கேட்காமல் இருந்ததில்லை.

எனக்கும் பாதிரியாருக்குமான உறவு சிக்கலாகிக்கொண்டுபோக, என்ன செய்யலாமென திட்டமிட்டேன். பாதிரியாரின் பெயரைக்கெடுக்க வேண்டும். அதன்மூலம் என் எதிரியைப் பலவீனப்படுத்தமுடியும். இதற்கு ஒரு தோழியையும் சேர்த்துக் கொண்டேன். அவளின் பெயரும் ஞாபகத்தில் இல்லை. பாதிரியாரின் பெயர் கெட்டால் கோவிலில் அவர் பதவி ஆட்டம் காணும். எங்கள் திட்டப்படி இறுதி இலக்கை நாங்கள் இன்னும் அடைந்துவிடாத போதிலும் திட்டத்தின் முதல் தாக்குதலைத்தொடுத்தோம். பாதிரியார் தன் பங்கிலுள்ள சிறுபிள்ளைகளுக்கு போதைப்பொருட்களை விற்பனை செய்கின்றார் என்று கட்டுக்கதை ஒன்றை சுற்றுக்கு விட்டோம். அன்றைய காலகட்டம் வேறானது. இன்றாக இருந்தால் சிறுவயதினரைப் பாலியல் தேவைகளுக்குப் பயன்படுத்தினார் எனக்குற்றம் சாட்டியிருப்போம். எப்படியும் ஆன்மீகப்பணியிலிருக்கும் அவரின் நேர்மையைக்

கேள்விக்குள்ளாக்கி பாதிரியார் பதவியிலிருந்து அவரை துரத்தியடிப்பதே எங்கள் திட்டம். அவரைத் துரத்திவிட்டு இளமையான கலகலப்பான கவர்ச்சியான ஒரு பாதிரியாரை எங்கள் கோவிலுக்கு வரவழைக்கவேண்டும் எனக்காத்திருந்தோம். காத்திருந்து காத்திருந்து இன்னும் சிறிதுகாலம் காத்திருந்து...

ஒன்றுமே நடக்கவில்லை. நானே திட்டமொன்றை உருவாக்கி யாரை உதவிக்கு அழைப்பது எனக்கவனமாகக் கணித்து தொடுத்த முதல் தாக்குதல் தோல்வியில் முடிந்தது. எங்கள் இருவரைத் தவிர வேறு யாருக்கும் தெரியாத இத்திட்டத்தால் பிரச்சினைக்கு முகம் கொடுக்கவேண்டியிருந்தது. இப்படித் தனியாக எல்லாவற்றையும் என் பிடிக்குள்ளே வைத்திருக்கவேண்டுமென்ற உந்துணர்வை மறுத்து வேறொரு வழியில், இப்போராட்டக் குணத்தை பயனுள்ளதாக பயன்படுத்திக்கொள்ள முயற்சிக்க வேண்டுமென்ற பாடத்தை இச்சம்பவம் எனக்கு படிப்பினையாகத்தந்தது. அவ்வாறான செயற்பாடுகளுக்கு தேவாலயங்களில் நிறைய வாய்ப்புக்கள் இருந்தன. அதுவும் இளையோர்க்கான தேவாலயக்குழுக்களிற்கு வாய்ப்புக்கள் நிறையவே இருந்தன.

ஆர்ஜன்ரீனா போன்ற நாடுகள் அந்த காலகட்டத்தில் மக்களின் அடிப்படைத் தேவைகளைக்கூட நிறைவேற்றுவதற்கு அல்லாடிக்கொண்டிருந்தது. சமூகத்தின் கடைநிலையிலுள்ளோர், ஆதரவற்றோர், தனிமைப்படுத்தப்பட்டோர்களின் மீதான சமூகக் கவனத்தை தேவாலயங்கள் மாத்திரமே தம் செயற்பாட்டில் நடைமுறைப்படுத்திக் கொண்டிருந்தன. சிறு தேவாலயப் பங்குகள் நகரின் பெரும்பாலான பகுதிகளில் சமூகசேவை நிலையங்களாக இயங்கி வந்தன. தேவாலயப் பங்கின் இளையோர் குழுக்களாகிய நாங்கள் வாரத்தில் பலமணி நேரங்களை சேவைகளுக்காகச் செலவிட்டோம். வார இறுதியில் அதிகமான நேரத்தை செலவிட்டு மாணவர்களுக்கு பாடங்களில் உதவி புரிவது, உணவு விநியோகம் போன்ற சேவைகளில் ஈடுபட்டோம். இங்குதான் உலகமயமாக்கல் ஆர்ஜன்ரீனாவில் என்னென்ன சமூகச்சிக்கல்களை அடித்தட்டு மக்களுக்கு ஏற்படுத்தியதென்பதை கண்கூடாகக்கண்டேன். முதல் அதிர்வு ஆசியாவில் ரைகர் நாடுகளென அறியப்பட்டவைகளில்

என் பெயர் விக்றோரியா | 57

ஆரம்பமாகி, டொமினோகட்டைகள் ஒன்றை மற்றையது தொடராக வீழ்த்துவதுபோல் உலகம் முழுவதும் பரவியது. ரஷ்யா, யப்பான், துருக்கி, மெக்சிக்கோ... எனத்தொடர்ந்து ஆர்ஜன்ரீனாவையும் வந்தடைந்தது. இத்தாக்கம் அமைப்பு ரீதியாக அரசின் நிர்வாகத்தைப் பாதித்ததென்பதைவிட அரசின் நிர்வாகம் முற்று முழுவதுமாக உருக்குலைந்துபோய் சமூகரீதியான செலவீனங்களுக்கு பணம் ஒதுக்க முடியாததும் எந்த வழியிலும் அரசால் வருமானத்தைப் பெறமுடியாத நிலைக்கும் தள்ளப்பட்டது. மிக மட்டுப்படுத்தப்பட்ட எங்கள் முயற்சிகளில் சமூகத்திற்கு சிறிதளவேனும் எதையாவது செய்யவேண்டும் என்ற முனைப்பில் எழுத வாசிக்க கற்பித்தலைத்தொடங்கினோம். முதியவர்களாக இருந்தும் வாழ்நாளில் இவர்கள் எழுதப்படிக்க எந்த வாய்ப்பும் இல்லாதவர்களாகவே இருந்திருக்கிறார்கள். மற்றையப் பிரிவினர் குழந்தைகள், வறுமை, உணவுப்பற்றாக்குறை இன்னும் பலகாரணங்களால் பாடசாலைக்குச் செல்லவேண்டிய வயது கடந்தும் இவர்களால் எழுதவாசிக்க முடியவில்லை. இவர்களுக்கு எழுத வாசிக்க கற்பித்தலை நாங்கள் தொடங்கினோம்.

தேவாலயத்துடனான சமூகசேவை மூலம்தான் முதன் முதலாக வறுமை விளிம்புநிலையுடன் எனது தொடர்பு தொடங்கியதென்றால் இல்லையென்றுதான் சொல்வேன். என்பிறப்புடன் தொடர்புபடுத்திப்பார்த்தால் மேற்கூறிய வசனமே அபத்தமாகத்தோன்றும். தங்கக்கரண்டியுடன் பிறந்தவளல்ல என்று சொல்வதில் எந்தப்பிழையுமில்லை. என் முந்தய குடும்பத்திலும் அபரிதமான பணபுழக்கம் இருந்ததென்று சொல்லமுடியாது. எனது சூழலில் வறுமையை நான் முன்பே உணர்ந்தவள்தான். புதியதென்று பார்த்தால் இவ்வறுமைச்சூழலில் என்னால் என்ன செய்ய முடிந்ததென்பதே. அதற்கான வழிவகைகளைக் கண்டுகொண்டு எனது நடவடிக்கைகளைச் செயல்படுத்த என்னை ஈடுபடுத்திக் கொண்டதே புதியதென நினைக்கின்றேன்.

இந்த காலகட்டத்தில் என் நடவடிக்கைகள் அரசியல் சார்ந்தவைகளாக இருக்கவில்லை. பெயரற்ற பாதிரியாருடனான "என் அதிகாரப்" போரை நடாத்தி தோல்வி கண்ட நான்

இவ்வாறான சமூகசேவையில் என்னை நுழைத்துக் கொண்டபின்தான் இயற்கையிலேயே இதற்கான ஆர்வமும் திறமையும் என்னிடம் இருப்பதைக் கண்டுகொண்டேன். தன்னிலும் பார்க்க வசதிவாய்ப்புக்களில் குறைவானவர்களுக்கு உதவுவதன்மூலம் நாம் ஏதோ வறியவர்களுக்கு உதவிவிட்டோம் என்றோ அல்லது தான் அவர்களிலும்பார்க்க மேலானநிலையில் இருக்கின்றேன் என்ற குற்ற உணர்விற்கு சமாதானம் சொல்லிக்கொள்ளவோ நான் இந்த பணிகளில் ஈடுபடவில்லை. அதேபோல் கிறிஸ்தவ கோட்பாட்டின் அடிப்படையில் இதனை நான் செய்யவில்லை. இந்தப்பணிகள் அனைத்துமே அடிப்படையான சமூகவேலைகள். எந்தவித அரசியல் சித்தாந்தத் தளத்திலும் இதனை நான் கோர்த்துப்பார்க்கவுமில்லை. அப்படியானதொரு சித்தாந்தம் அந்த நேரத்தில் என்னிடம் இருக்கவும் இல்லை. சமூகத்திற்கான வேலைகளில் பங்கேற்றல் சமூகமாற்றத்திற்கான சிறிய முயற்சி என்பதை மாத்திரம் உணர்ந்தேன். தேவாலயக்குழுவினருடன் இவ்வேலைகளைச் செய்ததால் விளிம்புநிலை மக்களுடனான தொடர்பு அவர்கள் பிரச்சினைகள் பற்றி அறிந்துகொண்டாலும் தேவனுடன் ஒன்றித்தல், தூய்மையாகுதல் என்ற உணர்வுகள் என்னிடம் தோன்றவே இல்லை. நான் அவர்களுக்கு ஏதோ ஒருவகையில் உதவியாக இருக்கின்றேன் என்ற கறுப்பு வெள்ளைத்தனமான நிலைப்பாடும் இருக்கவில்லை. உண்மையைச் சொல்வதானால் வீட்டிலிருந்து தேவாலயத்துக்குப் புறப்பட்டுச் செல்லும்போது என் உதடுகளில் தானாகவே ஒரு புன்னகை வந்து ஒட்டிக்கொள்ளும். அதற்கு ஒரு பெயர் உண்டு - கெர்னான்.

கெர்னான் தேவாலய இளையோர் அணியின் இணைப்பாளர், முப்பதிரண்டு வயது. எனக்கோ பதினைந்து வயது. இவை அனைத்திற்கும் மேலாக அவனிடம் ஒரு கார் இருந்தது. அற்பத்தனமானவைகள் எல்லாம் அப்போது எனக்கு முக்கியமானதாக இருந்தது. ஏனென்று எனக்குப்புரியவில்லை. உண்மை என்னவென்றால் அவனின் முகத்தையோ குரலையோ உருவத்தையோ நினைப்பதற்குமுன்னால் மனதில் வருவது அவனது வெள்ளைநிற ஹொண்டா கார். அந்தக்கார் அவனுடைய தந்தையினுடையதாக இருப்பதற்கே அதிக வாய்ப்புக்கள் இருந்தன. அந்தக்காரில் ஏறி அவனுடன் வலம் வரும்போதெல்லாம் ஓர் அரசிளங்குமாரி என்ற

என் பெயர் விக்ரோரியா | 59

நினைப்பு என்னுள் கிளர்ந்தெழும் அல்லது நான் ஒரு செல்வந்தரின் மகளென்றும் அவன் எனது காரோட்டி என்றும் நினைத்துக்கொள்வேன். பெயரில்லாப்பாதிரியாருடனான என் சண்டைக்கும் சமூகசேவையினூடான மன மகிழ்ச்சிக்கும் இடையில் கெர்னான் தொடர்ந்தும் எனது சண்டையில் தீவிரம் காட்டுவதற்கான முக்கிய காரணியாகத் தொழிற்பட்டான்.

என் வயதொத்த சிறுமி ஒருத்திக்கு கார் போன்ற ஆடம்பரப்பொருள் ஒன்று மிக முக்கியமானது. அவளின் கவனத்தைக் கவர்பவை ஆழமற்றவைகளாகவும் தற்காலியமானதுமாகவே இருக்கும். இதனால்தான் கெர்மான் வேதாகம வகுப்பில் நான் சேர்வதற்கான முக்கியபங்கினை வகித்ததுபோலவே சிறிதுகாலத்தின்பின் அதனைவிட்டு விலகவும் அவனே காரணமாக இருந்தான். வேதாகம வகுப்பில் படித்த மற்றச் சிறுமிகளுக்கும் எனக்குமான தொடர்பு சுருங்கிப்போய் பாதிரியாரின் பெயரைக்கெடுக்க என்னுடன் சேர்ந்து திட்டமிட்டவளும் அந்த தேவாலயத்தைவிட்டுப் போய்விட்டாள். இலகுவில் எதையுமே விட்டுக்கொடுக்காத பிடிவாதம் சுலபமாகக் கோபப்படும் என் குணம் எல்லாம் இருந்தும் உடனடியாக இல்லாவிடினும் படிப்படியாக பாதிரியாருடனான என் போரைக் கைவிட நேர்ந்தது.

எங்கள் பகுதியில் இருந்த இத்தாலிய கலாசார மையத்தில் நாடகக்கலையை பயிலப்போனபொழுது என் நடிப்பாற்றலுக்கு மேடையைத் தேடிக்கொண்டதோடு நில்லாது நாடகக் கலையை கற்பித்தவர்மீது காதல்கொள்ளவும் பயன்படுத்திக்கொண்டேன். என்னதான் முயன்றும் நாடக ஆசிரியரின் காதலைப் பெறமுடியாதுபோனதுடன் கெர்னானின் வெறுப்புக்கும் ஆளாக நேர்ந்தது. காலப்போக்கில் காரின்மீதான மோகம் குறைந்துபோக கெர்னானின் நச்சரிப்பும் என்னை தன் பிடிக்குள் வைத்திருக்க அவனெடுத்த முயற்சிகளும் எங்கள் உறவை முறித்துக்கொள்ளும் நிலைக்குத் தள்ளியது. கெர்னானும் அவனது வெள்ளை ஹொண்டாவும் என்னை விட்டுப்போக, பாதிரியை எதிர்ப்பதும் காற்றுடன் கரைந்துபோயிற்று. சிறிதுகாலத்தில் தேவாலய சமூகசேவை மூலம் நல்லதொரு அனுபவத்தைப் பெற்றிருந்தும் அதனையும் கைவிட்டேன்.

சில வருடங்கள் கழிந்து நடுத்தரக் கல்வியையும் முடித்தபின் தீவிர அரசியலில் என் முதலடியை எடுத்து வைத்தேன். கோரியின் ஆளுமை என் நடவடிக்கைகளில், சமூகம் அரசியல் பற்றிய பார்வையில் தவிர்க்கமுடியாதளவு ஆதிக்கத்தைச் செலுத்தியது வெளிப்படையாகவே தெரிந்தது. என் கண்களைத் திறக்கவும், எதிர்காலத்தில் நான் எதனைத் தேர்ந்தெடுக்க வேண்டும். அதற்கான கல்வியை நான் எப்படிப் பெறுவது போன்ற எல்லாவற்றையும் முடிவு செய்வதற்கு தூண்டுகோலாய் இருந்தது. மாற்றங்கள் படிப்படியாக நிகழவேண்டிய இடமென்று ஏற்றுக்கொள்ளவே முடியாத ஓர் இடம் எனது பாடசாலையான சக்கிராதா பமீலியா. பெண்கள் பாடசாலை, பன்னிரண்டிலிருந்து பதினெட்டு வயது வரையிலான பெண்கள் நாளின் பெரும்பகுதியை கிறிஸ்தவக் கன்னியாஸ்திரிகளுடனும் பாதிரிகளுடனும் மிகச்சில துறவறம் சாராத வேலையாட்களுடனும் இறுக்கமான அதிகாரக் கட்டமைப்புக்குள் வாழவேண்டிய சூழல். மொத்தத்தில் வழமையான தேவாலயப் பாடசாலை.

பாடசாலையில் என் போன்று நடுத்தரவர்க்க பெண்களுடனே என் தொடர்புகளைத் தேடிப் பேணினேன். இளமைக்கால ஆரம்பத்தில், கண்டதே காட்சி கொண்டதே கோலமென எதையும் ஆழமாக சிந்திக்காமல், பெரும்பான்மை எதை நிர்ணயிக்கின்றதோ அதனை எதிர்ப்பின்றி ஏற்பதுமாக - சிந்தித்து முடிவெடுப்பதும், மாற்றுக்கருத்துக்கள் இருக்கின்றன எனத் தெரியாமலே - இருந்தேன். அய்ந்து வருடங்களை நான் கழித்த என் வகுப்பு வழமையான பிரிவுகளைக் கொண்டது. மஞ்சள் நிறம் பூசிய சதுரவடிவான வகுப்பறை, நிறம் உதிர்ந்த சுவர்கள், இடப்பக்கத்தில் பெரிய சன்னல் - கட்டிடத்தின் உள் வளாகம் அதனூடு தெரியும், மூன்று இரட்டை வரிகளில் நிலத்துடன் பொருத்தப்பட்ட வாங்கு மேசைகள். இவ்வரிசைகள் வகுப்பின் குழுநிலையையும் குறிக்கும். மூன்றுவரிகள் மூன்று குழுக்கள். முதல்குழு இதில் நானும் அடக்கம். வகுப்பறையின் வாசலைவிட்டு விலகியும் கரும்பலகைக்கு அருகாமையிலும் எங்கள் வரிசை. மேலீடான ஒரு கூட்டம் அன்றைய புதுமை எதுவோ அதனை முதலில் உடுத்துவதும், இளம் பையன்களைப் பற்றி பேசுவதும் - தனிப்பட்ட முறையில் யாருக்கும் பையன்களுடன் தொடர்பில்லை என்பது வேறு விடயம்.

ஆர்ஜன்ரீனிய டிசைனர் உடை நிறுவனம், மோட்டார் ஒயில், காலணி நிறுவனம், கிக்கர்சின் அதி நவீனங்களை யார் முதலில் வாங்குவதென்ற போட்டியிடல். பாடசாலைக்கு வெளியே யார் இறுக்கமான மேலாடையை அணிவதென்றெல்லாம் போட்டியிட்டுக்கொள்வோம். பாடசாலைச் சீருடையை - கறுத்த காலணிகள், நீலநிற ஸ்ரொக்கின்ஸ், நீலப்பாவாடை, வெள்ளை பிளவுஸ் - வெல்ல அவரவர் தங்கள் தனியான 'சீருடைகளை' தேர்ந்தெடுப்பதில் அதீத கவனம் செலுத்தினோம். இந்த இறுக்கமான பிளவுஸ் போட்டியில் எனக்கு ஒரு "பிரச்சினை". காலத்திற்கு முன்னான உடல் வளர்ச்சியால் என் தோழியரை விட என் மேலுடல் வளர்ச்சியுற்றிருந்ததால் அவர்களிலிருந்து தனியாகத்தெரிந்தேன். நடுவரிசைப்பெண்கள் உலகமெல்லாம் "புத்திசிகாமணிகள்" என்றழைக்கப்படுபவர்கள். இரவும் பகலும் கற்றலையன்றி வேறெதுவும் அறியாதவர்கள். ஆர்வமாகக் கற்பித்தலைக் கவனிப்பார்கள். நல்ல மதிப்பெண்களைப் பெறுவார்கள். பாடசாலைச் சமூகத்துடன் இவர்கள் பழகுவதும் இல்லை. மாணவிகள் யாரும் இவர்களைக் கணக்கெடுப்பதும் இல்லை. பாடங்களைக் கவனிக்காது, நல்லமதிப்பெண்களைப் பெறாது, நாகரிகம், மாணவர்களுக்கிடையலான போட்டி, பொறாமை இவைகளில் எதிலுமே பங்கேற்காத இவர்கள் வழமையான ஸ்ரிறியோ ரைப் மாணவர்களுடன் சேர்த்தி இல்லாதவர்கள். ஸ்ரிறியோ ரைப் மாணவிகள் கல்வி பற்றிய கவனமில்லாதவர்கள். பெறுபேறுகள் திருப்தியளிக்கும் அளவிற்கு இவர்கள் கவனம் செலுத்துவதில்லை. எதிலும் சண்டையும் சச்சரவும் பொறாமை பிடித்தவர்களாக, கலகக்காரர்களாக, ஒருவித மூர்க்க குணத்தை தங்கள் அடையாளமாக்கிக் கொண்டவர்களாக இருப்பார்கள். கல்வியில் ஆர்வமுள்ள மாணவிகள் வேறெதிலும் கவனம் செலுத்தாததால் வேறெந்த நடவடிக்கைகளிலும் ஆர்வம் காட்டமாட்டார்கள். இதுவே அவர்கள் மாணவர் சமூகத்திலிருந்து தனிமைப்பட காராணமாகிறது. "ஒதுக்கப்பட்டவர்கள்" என்ற இவர்கள் பாடசாலை வாழ்க்கை முடியும்வரை அந்தப் பெயரிலும் உணர்விலுமிருந்து விடுபடமுடியாது. சர்வகலாசாலை மீண்டுமொரு புதிய ஆரம்பமாக கல்விவாழ்க்கையில் தொடங்கும்போது மட்டுமே இந்நிலையை இவர்களால் உதறித்தள்ள முடியும். அய்ந்துவருட காலம் நீடிக்கும் பாடசாலை

வாழ்க்கையில் இவர்கள் தங்களினுள் ஒரு வலிமையான உறவை அமைத்துக்கொண்டு ஒன்றாகச்சேர்ந்து பாடங்களைப் படிப்பதைக் கிரமமாகச் செய்வார்கள். பையன்களுடன் எந்த உறவும் வைத்துக்கொள்ளமாட்டார்கள். என்ன காரணமோ அவ்வளவு கவர்ச்சியானவர்களாக இருக்கமாட்டார்கள். அழகற்றவர்களாகவும்கூட இருப்பார்கள் - அல்லது அவர்கள் அழகற்றவர்கள் என்று எல்லோருமே சொல்வதால் அவர்களே அதை நம்புமளவிற்கு அவர்கள்மீது இந்த எண்ணம் திணிக்கப்படும்.

மூன்றாவதுகுழு கற்பதில் ஆர்வம் காட்டாததால் "சிகாமணிகள்" குழுவில் சேர்த்தியில்லை. நாகரிகத்திலும் உடையலங்காரத்திலும் கவனம் காட்டாததால் "கூல்ரைப்" குழுவிலும் சேராதவர்கள். முரண்பாடுகளின் கூட்டமென்றுகூடச் சொல்லலாம். அவர்களுக்கு நிச்சயம் ஒரு பெயர் வேண்டுமானால் அவர்களை "றொக்கே றாஸ்" என அழைக்கலாம். கட்டுக்கடங்காதவர்கள். உடைகள் பற்றிய எந்தக்கவனமும் இல்லை. ஆர்ஜன்ரீன இசையை மாத்திரம் விரும்பிக்கேட்பார்கள். இன்னுமொருவிதத்தில் கல்வியில் முதல்குழுவில் சேருமளவிற்கு திறமையும் உடல்தோற்றத்தில் அவர்களைவிட மோசமானவர்களாகவும் இல்லாதவர்கள் என்றுகூடச் சொல்லலாம். இவர்களது வாழ்க்கை பாடசாலைக்கு வெளியேதான். நட்பு - பொழுதுபோக்கு, சந்திப்புக்கள் என்று எல்லாவற்றையும் பாடசாலைக்கு வெளியே வைத்துக்கொள்வார்கள். இவர்களைப்பற்றி வகுப்பில் எந்தவித அபிப்பிராயத்தையும் வளர்த்துக்கொள்வதற்கு அவர்களுக்கும் எங்களுக்கும் இடையில் எந்தத் தொடர்புமே அற்ற சூனியக்குழு. பின்நாட்களில் என் உணர்வுகள், காதல்கள், காதலின் நோவுகள் பற்றியெல்லாம் உளந்திறந்து பேசக்கூடிய நெருங்கிய தோழியர்கள் இந்தச் சூனியக்குழுவிலிருந்து வந்தவர்கள்தான். என் எண்ணங்கள், பிரச்சினைகளை இவர்களுடன் பகிர்ந்துகொள்ள முடிந்தது. ஹோமோன்களும் எதிர்கொள்ளாப் பிரச்சினைகளும் அதிக அனுபவமின்மையும் ஒருவரின் தனிமனிதப் பண்பியல்புகளைத் தோற்றுவிக்கின்றது. ஆனால் அந்த காலகட்டத்தில் நான் "கூல்" குறுப்பில் இருந்தேன். எங்கள் வாழ்க்கையே உடையலங்காரத்திலும் மற்றையப் பெண்களுக்குப் போட்டியாகவும் குரூரமான விமர்சனங்களை மற்றவர்கள்மேல் வைப்பதிலும்தான் அதீத கவனம் செலுத்தினோம். வாரம்

முழுவதுமே எப்போதடா வெள்ளிக்கிழமை வருமெனக் காத்திருப்போம். வெள்ளியானதும் பாடசாலைச் சீருடைக்கு விடுதலை. எங்கள் சீருடைகளை அணிந்துகொண்டு உடலழகை வெளிக்காட்டுவதில் முழுக்கவனமும் குவிந்திருக்கும்.

புவனஸ் ஏயரசும் அதன் சுற்றுப்புறமும் துயிலா நகரம். தங்கள் பொழுதுபோக்கைத் தேடி மக்கள் இரவில் மிகப்பிந்தியே வீட்டைவிட்டு வெளியேறுகிறார்கள். அதற்குப்பிந்தித்தான் வீடு திரும்புவார்கள். எல்லா வயதினருக்கும் பொழுதுபோக்காகவும் மகிழ்வாக நேரத்தினைச் செலவிடவும் வாய்ப்பாக விதவிதமான இசைவடிவங்கள் செவிப்பறையைக் கிழிக்கும் அலறலுடன் பெருமளவில் இருந்தன. இளமைக்காலத்தின் ஆரம்பத்திலுள்ள சிறுபெண் தன்னை வளர்ந்தவளாகப் பாவனை செய்துகொண்டு நடனசாலைகளுக்குச் செல்வதற்கு வாய்ப்புக்களும் இருந்தன. மாலை ஏழுமணியளவில் டிஸ்கோவிற்குப் போகும் நாங்கள் பத்துமணிவரை அங்கு நேரத்தைச் செலவழிப்போம். பத்துமணிக்குப்பின்பு அங்கிருக்கத்தடை. நானும் எனது "தோழிகளும்" ஸ்பீக்கர் பெட்டிகள் மீது ஏறிநின்று நடனமாடுவோம். என் "வயதிற்கு" மீறிய உடலை காட்சிப்பொருளாக்கியும் மற்றயவர்கள் தங்களை எப்படிக் காட்சிப்பொருளாக்குகிறார்கள் என்பதையும் கவனிப்பேன். எலக்ரோனிக் இசையின் அலறலில் அரைமயக்கநிலையில் வளர்ந்தவர்களாக எங்களைக் காட்டிக்கொள்ளவேண்டிய அன்றையத் தேவையினை நிறைவேற்றவே இவைகளைச் செய்துகொண்டிருப்போம்.

வார இறுதியை எங்களுடன் நடனமாடிக்களிக்கும் இளம் பையன்களும் எங்களைப்போலவே இராணுவக் குடும்பங்களைச் சேர்ந்தவர்களாகவோ அல்லது ஏதோ ஒருவகையில் இராணுவத்துடன் தொடர்புடைய குடும்பத்தவர்களாகவோ தான் இருப்பார்கள். இவர்களில் அநேகமானவர்கள் ஐ.எம்.பி.ஏ இல் பணிபுரிபவர்கள். இந்நிறுவனம் ஓர் உலோகத் தொழிற்சாலை. ஆர்ஜன்ரீனாவின் விமானப்படையுடன் தொடர்புகொண்டது. இங்குதான் விமானப்படைக்குத் தேவையான மெக்கானிக்குகள் பயிற்சிபெறுவார்கள். நடுத்தரக் குடும்பங்களைச் சேர்ந்த இவர்களது றோல்மொடல்கள் இராணுவத்தின் முன்நாளைய அன்றைய வீரதீர பிரதாபங்களும் இராணுவச் சித்தாந்தமுமே.

இவர்களது திசைகாட்டி, சமூகப்பெறுமானங்களாகக் கடவுள் நம்பிக்கையும் தந்தை நாட்டை பாதுகாப்பதுமே தலையாகிய கடமையாக ஏற்றுக்கொண்டவர்கள். வீட்டில்கூட இந்தநிலைமைதான். ரவுலின் கொள்கைகள் இவர்களிடமிருந்து வேறுபட்டதல்ல. "கடவுளை நம்பாத நாட்டுப்பற்றற்ற இடதுசாரிகள்" பற்றி ரவுல் எந்த நேரமும் திட்டிக்கொண்டே இருப்பார். இந்தச்சூழலில் என் மனதிலும் இவைகளெல்லாம் ஆழமாகப்பொதிந்து கிடந்தன. காலப்போக்கில் என் மேல்நிலைப்பள்ளியின் இரண்டாம்வருட கல்விக் காலத்தில்தான் எங்களுக்குச் சொல்லப்பட்டவைகளுக்கும் யதார்த்தத்திற்குமான வேறுபாடு புரியத்தொடங்கியது. கடந்த காலத்தைப் பற்றிச் சொல்லியவைகள் பெயரில் வெள்ளையோ கறுப்போ அல்ல இடையே ஏராளமான சாம்பல் வர்ணக்கோடுகள் இளையோடுகின்றன என்ற புரிதலை அடைந்தேன்.

வெளியுலகிலிருந்து வந்த சிந்தனைக் கிளறல் சிறிய உருவமும் நீண்ட பொன்நிறமயிருடனுமான என் வகுப்பாசிரியை சில்வியாவின் கொடை. இளமையான சில்வியா அதிகமாக அலட்டிக்கொள்ளாதவர். அவரின் அழகு ஒளிக்கற்றைபோல் பிரகாசித்துக்கொண்டே இருக்கும். இதுதான் என்னை நிலைகுலையச்செய்து அவர் சொல்வதைக் கவனமாகக் கேட்க வைத்தது. ஆர்ஜன்ரீனாவின் சரித்திரம், அதன் பிரச்சினைகள், அன்றைய என் தந்தையான ரவுல் போன்றவர்கள் சர்வாதிகாரியின் காலத்தில் அவர்களது நடவடிக்கைகளின் பாரதூரமெல்லாம் சில்வியாவின்மீது முதன்முறையாக நான் வைத்த நம்பிக்கையில் இதுவரை எனக்குச் சொல்லப்பட்ட, அறிந்துகொண்டவைகளிலிருந்து எவ்வளவோ வேறுபட்டது.

ஆர்ஜன்ரீன அரசியலின் குழப்பம் போலவே அதன் விடுதலைத் தினமும் நிர்ணயிக்கமுடியாததொன்று. யூலை ஒன்பது சுதந்திரத் தினமா அல்லது 1810 ஆம் ஆண்டு ஸ்பானிய முடியாட்சி முடிவுக்கு வந்து முதல்முதலில் ஆர்ஜன்ரீனா தனது அரசை அமைத்துக்கொண்ட மே 25 ஆம் திகதியா அல்லது எங்கள் பாடசாலை மாணவிகள் எல்லாம் பாடசாலைத் திடலில் கொடியேற்றி தேசிய கீதத்தையும் தேசிய கொடிக்கான கீதத்தையும் இதைப்போல் இன்னும் பல கீதங்களையும் இசைத்து எல்லா இளவயதினரும் "தேசப்பற்றை" வளர்க்க

உதவும் நிகழ்வாகப் பார்க்கும் அந்நாளை எடுப்பதா? எனது நடிப்புத்திறனும் மேடைப் பயமின்மையும் ஒவ்வொரு முறையும் என்னை ஓர் உரையை தயார் செய்து பேச வைத்தது. அவ்வுரையின் முடிவு எப்போதுமே இப்படித்தான் முடியும்.

... அத்துடன் எங்கள் ஆர்ஜன்ரீனிய தேசபிதா கடவுள் நம்பிக்கையற்ற தந்தைநாட்டுப் பற்றற்றவர்களுக்கு எதிராகப் போராடிய கடைசிப்போரில் வெற்றியீட்டி...

நிச்சயமாக இக்கடைசிவரிகளும் என் உரைமுழுவதுமே ரவுல் எனக்குச் சொன்ன பொய்யும் புழுகுகளிலுமிருந்து தான் கருத்துருப்பெற்றன. பின்பு நான் என்றோ ஒருநாள் இவைகள் பொய் என்பதை அறிந்துகொண்டேன். என் பிறந்த திகதி போல் என் பெயர் போல் என் அடையாளம் போல் எல்லாமே பொய்.

என் உரையைக் கேட்ட சில்வியா கடுகடுப்பான முகத்துடன் என்னை நோக்கி வரும்போதே இதுபற்றிப் பேசப்போகின்றாரெனத் தெரிந்தது. நான் பேசியவை முழுவதுமே உண்மை என்ற அசைக்கமுடியாத நம்பிக்கையுடன் பேசியதைக் குறிப்பிட்ட அவர் இந்தத்தினம் நீ நினைப்பதுபோல் அல்ல, ஆர்ஜன்ரீன மக்களின் மனதில் ஆறாத வடுவாக பதிந்துபோன இராணுவத்தின் கறைபடிந்த போர் வெற்றிநாள். இருபகுதியினர் போராடினார்கள் இராணுவம் வெற்றி பெற்றது. மிகவும் பொறுமையாக ஆசிரியத்துவத்தின் திறமையுடன் ஒரு நாடு மற்றைய நாட்டுடனும் ஒரு பட்டணம் மற்றைய பட்டணத்துடனும் இரு குழுக்கள் ஒன்றுக்கு ஒன்று எதிராக மற்றது போராடினால் அது போர். ஆனால் ஒரு நாட்டின் அரசு அதன் மக்களுடன் போராடினால் அது போரல்ல. அரச பயங்கரவாதம் என்று விளக்கிக்கூறினார். கடவுள் நம்பிக்கை அற்றவர்கள் என்று நான் அடித்துக்கூறியவர்கள் யார்? கத்தோலிக்க தேவாலயங்களில் நம்பிக்கை வைத்தவர்கள் ஒரு சந்ததி பூராவும் அடக்குமுறைக்கும் நீதிக்குப்புறம்பான நடவடிக்கைகளையும் கண்டு கத்தோலிக்க பாதிரி முக்கேக்காவின் தலைமையில் போராட்டத்தை தொடங்கியவர்கள். தனது மாற்றுக்கருத்துக் காரணமாக ஏ.ஏ.ஏ ஆல் பாதிரி முக்கேக்கா கொலையுண்டார். தந்தைநாட்டுப் பற்றற்றவர்கள் என்று நான் பேசியவர்கள் யார். கத்தோலிக்க தேசியத்தை வரித்துக்

கொண்டவர்கள் தங்கள் நாட்டின் அரசு பிழையாகப் போகின்றது கொடூரங்களைச் செய்வதிலும் அதை மூடிமறைக்க தேசத்தைக் காக்கின்றான் என்று பசப்பிய அரசிடமிருந்து நாட்டை விடுவிக்கப் போராடியவர்கள். இந்தப்போரில் அரசு எப்படிப் போராடியது. மக்களைச் சித்திரவதை செய்து காணாமலடித்தது. எதிரி என்று அவர்கள் யாரைக்குறி வைக்கின்றார்களோ அவர்களை எல்லாம் அழித்தொழித்தது.

என் சிறுவயது காரணமாக ஆசிரியை சில்வியாவின் பேச்சு உண்மையை நோக்கிய பயணத்தை அப்போது என்னால் தொடங்கமுடியவில்லை. பொய்களால் கட்டியெழுப்பப்பட்ட என் சிந்தனைகள் ஆழவேரோடி இருந்தமையும் அன்றைய என் வாழ்வின் முக்கிய பாத்திரம் வகித்த ஒரே ஆண் ரவுலின் சிந்தனைகளும் நான் நம்பியவைகளைக் கேள்விக்குள்ளாக்கத் தடையாக நின்றன. ஆனால் ரவுலின் பேச்சுக்களின் பின்னால் வேறேதோ புதைந்திருக்கின்றது என்பதற்கான முதல் ஆதாரமாக இப்பேச்சு இருந்தது. வெறுப்பு, சகிப்புத்தன்மை இல்லாமை, கட்டற்ற வன்முறையில் நம்பிக்கையுள்ளவர்கள் எப்படி கருணை உள்ளம் கொண்டவராக இருக்கமுடியும்? இதுவரை எனக்குப் போதிக்கப்பட்ட சரித்திரத்தை ஆராய்ந்து பார்க்குமளவிற்கு என்நிலையும் இல்லை. ஆனால் சில்வியா சொன்னவைகளை வைத்துப்பார்க்கும்போது சரித்திரம் உண்மையைச் சொல்லவில்லை என்பதுமட்டும் ஏதோ மங்களான வெளிச்சம் போன்று தோன்றத்தான் செய்தது.

அந்நேரத்தில் என்னுள் ஒரு மாற்றம், ஓர் அசைவு தோன்றியதென்பதில் எனக்குச் சந்தேகமில்லை. வீட்டின் வளர்ப்புமுறை, சித்தாந்தம் என்பனவற்றிற்கெதிராக இந்த அசைவுதான் என்னைத்தூண்டியது. வீட்டின் ஒழுக்கவிதி, நடைமுறைகளுக்கு எதிர்ப்புத்தன்மை எப்போதும் இருந்ததொன்றுதான். விவாதங்களும் எதிர்ப்புத் தன்மையும் எங்கள் பாடசாலைக் குழுவின் குணாம்சம் என்பதை மறுப்பதற்கில்லை. ஆனால் இந்த அசைவு ஒரு வைரசைப்போல் என்னைத் தொற்றிக்கொண்டது. உறுதிப்பூசுதல் காலத்திலேயே சமூகசேவைகள் செய்தபோதெல்லாம் என்னுள்ளே இது இருந்து வந்துள்ளது. சில்வியாவின் விளக்கத்தின் பின்னர் இது வளர்ச்சியடையத் தொடங்கியது. எனது சிந்தனையிலும்

செயற்பாடுகளிலும் இதன் பாதிப்பு வெளிவர கோரியின் மன இயல்பு என் மரபணுக்களில் செழித்து வளரதொடங்கியது.

என் அடுத்த மாற்றத்திற்கு ஒரு பெயரும் முகமும் உண்டு. லூயிஸ் பாதிரியார். எங்கள் பாடசாலையில் உள்ளவர்கள் யாவரும் அவரிடம்தான் பாவமன்னிப்புப் பெறப்போவோம்.

எங்கள் நடத்தை, உடைகள் பற்றிய எண்ணற்ற சட்டதிட்டங்கள் உள்ளன. தலைமுடியை எப்போதும் கூட்டிக்கட்டி இருக்கவேண்டும். வேண்டுமென்றே என் முடியை நான் சரியாகக் கட்டுவதில்லை. காலை கட்டிய தலைமுடி நேரம் செல்ல அவிழ்ந்துவிடும். நீண்ட சுருட்டையான தலைமுடியின் ஒன்றிரண்டு கற்றைகள் கட்டை விட்டு விலகிவிடும். இந்த முடி அவிழ்விக்கும் சட்டங்களைக் கேள்விக்குள்ளாக்குவதும் அடிக்கடி நடப்பதால் கன்னியாஸ்திரிகள் என்னைத் தண்டிப்பார்கள். தண்டனை என்றால் செய்த குற்றம்பற்றிச் சிந்தித்தல் மனம் வருந்துதலும் அடக்கம் என்பதால் பாடசாலை சரித்திரத்தின் நம்பகத் தன்மையையும் கேள்விக்குள்ளாக்க அனுமதிப்பார். இறுதியில் சரித்திரப் புத்தகத்தில் சொல்லாதவை எல்லாமே புனைவுகளும் பொய்க்கதைகளுமென்று சொல்லி மீண்டும் சரித்திரம் தான் அறுதியான உண்மை என முடிப்பார். 19 ஆம் நூற்றாண்டைச் சேர்ந்தவர் யுவான் மனுவேல் றோசஸ். ஆர்ஜன்ரீனச் சரித்திரத்தில் இவர் பங்கு என்ன என்பதை ஒரு வழக்காடு மன்றம்போல் வாதி பிரதிவாதி என இரு குழுக்களாக விவாதத்தை நடத்தினார். றோசஸ் ஒரு கௌடில்லோஸ் என்பது பரவலான கருத்து. சர்வாதிகாரியான யுஸ்ரோ கோசே டி உர்குயிசாவினை எதிர்ப்பதற்காக இராணுவத்தைக் கட்டியெழுப்பி அதற்குத் தலைமை வகித்தவர் என்பதுடன் அய்ரோப்பிய முற்போக்குச் சிந்தனையாளர். இவர் வீரதீரப் போரொன்றில் சர்வாதிகாரியை வீழ்த்தினார் என்பது ஒரு வாதம். மக்களிடையே உள்ள வாழ்வழிக் கதைகளில் ஆர்ஜன்ரீனாவின் முதல் தலைமுறை அரசியல்வாதிகளில் ஒருவராக றோசஸ் பேசப்படுகிறார். அன்றைய சிந்தனை அடிப்படையை எதிர்வரும் கௌச்சோஸ் என்றழைக்கப்படும் விளிம்புநிலை மக்களை ஒன்றுதிரட்டி ஓர் அரசியல் சக்தியாக மாற்றினார் எனப் பேசப்படுகிறது. பெரும்பாலானவர்களுக்கு லூயிஸ் சுவாமி உட்பட றோசஸ் ஆர்ஜன்ரீனாவின் விடுதலையாளன் ஜெனரல்

சான் மாட்டீன் பின்னைய சனாதிபதி யுவான், டொமிங்கோ, பெரோன் மூவரும் கத்தோலிக்கத்தில் திருத்துவம் போல் ஆர்ஜன்ரீனச் சரித்திரத்தின் திருத்துவம்.

இந்த வழக்காடு மன்றத்தில் நான் யார் பக்கம் விவாதித்தேன் என்று ஞாபகமில்லை. இந்த விவாதத்திற்கான தகவல்களைச் சேகரிப்பதற்கு பல சரித்திரப் புத்தகங்களைப் புரட்டவேண்டி இருந்தது. இறுதியில் எஞ்சிய ஆச்சரியமும் ஏமாற்றமும் இன்னும் என் நினைவில் உள்ளது. ஒரே சம்பவம் ஒரு புத்தகத்தில் கொடூரமான மன்னிக்கமுடியாத குற்றமாக இன்னுமொன்றில் போற்றப்படும் மக்கள் வெற்றியாகவும் விபரிக்கப்பட்டிருந்தது.

லூயிஸ் சுவாமியுடனான பாடசாலைச் சுற்றிய நடைகள் ஒன்றில் சரித்திரம் பற்றிய எனது கருத்தைப் பிரஸ்தாபித்தேன். சரித்திரமென்றால் மறக்கமுடியாத உண்மையல்ல. கடந்த காலத்தில் நடந்தவைகளை சமகால நோக்குடன் ஆராயும் ஒரு துறை என்ற எண்ணத்தைச் சொன்னேன். இப்படியான விவாதங்களில் லூயிஸ் சுவாமி தன் கருத்தை எப்போதும் முன்நிலைப்படுத்த முயலமாட்டார். தனது கருத்தை ஒரு மாற்றுக் கருத்தாகத் தான் முன்வைப்பார். நாம் ஒவ்வொருவருமே எங்கள் எண்ணங்களை கருத்துக்களை உருவாக்கவும் அதனடிப்படையில் எங்கள் நியாயங்களை வகுத்துக்கொள்ளவும் தகுதியுடையவர்கள். எங்கள் தனிநல குணாம்சங்கள் போல் தான் எங்களது எண்ணங்களும் கருத்துக்களும் சுதந்தரமானவையும் வேறுபடுவனவும். அத்துடன் எங்கள் கருத்துக்களை நாங்கள் பிரதிநிதித்துவப்படுத்த வேண்டுமென்பதையும் சொன்ன அவர் மற்றையவர்களை விவாதத்தில் வீழ்த்துவதல்ல, நாம் எப்படி சிந்திக்க வேண்டும் எங்கள் உணர்வுகள் எப்படி இருக்கவேண்டும் என்று மற்றையவர்கள் எங்களின்மீது அதிகாரம் செலுத்தவும் அனுமதிக்ககூடாது என்றார்.

நல்லாசிரியனும் வழிகாட்டியுமான லூயிஸ் சுவாமி எந்தவித முன் தீர்மானங்களுமின்றி நானே என் முயற்சியில் இவைகளை புரிந்துகொள்ளவேண்டும் என்பதைச் சொல்லாமல் சொன்னார். தங்கள் உயிரைக்கூட பணயம் வைத்து சரித்திரத்தின் போக்கினை மாற்ற போராடியவர்களை என் தனி முயற்சியிலே எந்தவித முன் தீர்மானங்களோ பக்கசார்பின்றி

அறிந்துகொள்ளவேண்டும் என்பதுதான் அவர் எனக்குச் சொல்ல வந்தது. நான் கற்றுக் கொண்டவைகளை நடைமுறை வாழ்க்கையில் எவ்வாறு பயன்படுத்துவதென்பதை அரசியல் ரீதியாக கற்றுக்கொடுத்தவரும் அவர்தான். அதில் முக்கியமானது ஏர்னஸ்ரோ சே குவராவின் சரித்திரம். இன்றுவரையிலும் எனது அரசியலில் பிரதான அகத்தூண்டுதல், மூலம், வளம் எல்லாமே. சே தான் கொண்ட கொள்கையை நம்பியவர், தன் உயிரைப் பணயம் வைக்குமளவிற்கு அசையாத நம்பிக்கை வைத்தவர். ஆர்ஜன்ரீன சரித்திரத்தின் திரித்துவத்தை எண்ணளவில் நிர்ணயிக்கவேண்டி வந்தால் நிச்சயம் அதில் சேக்கு ஓர் இடம் உண்டு.

நடந்தேறிய சம்பவங்கள், சந்தித்த முரண்பாடுகள் என் நடத்தையில், குணநலத்தில் தங்கள் பாதிப்பை பிரதிபலிக்கத் தொடங்கின. முன்பு ஒரு விடயத்தை என் எண்ணங்கள், தனிநலக் குணங்கள் கொண்டு பார்த்ததை விட்டுவிட்டு வெளியேறி ஒப்பீட்டு ரீதியில் பார்க்கவும் நடைமுறைகளைச் சீர்தூக்கி பார்க்கவும் தலைப்பட்டேன். பாடசாலையில் "கூல்" குழுவிலிருந்து விலகி யார் அழகானவள், யார் அதி நவீன உடை அணிபவள் நாங்கள் தான் நாகரிகத்தின் தலைப்பிரதிநிதிகள் என்றதெல்லாம் வேண்டாதவைகளாகி றொக்கேராஸ் குழுவுடன் இணந்துகொண்டேன். எல்லாப்பெண்களுமே ஒரேமாதிரி இருக்க எந்தத்தேவையுமில்லை, நாங்கள் அனைவருமே வித்தியாசமானவர்கள் எங்கள் வித்தியாசங்களின் அடிப்படையிலேயே எங்கள் தனிக்குணநலன்களை வளர்த்தெடுக்க வேண்டும் என்ற கொள்கையுடைய றொக்கேராஸ் என் முகாம் மாற்றத்திற்கான காரணம். எந்தக்கூட்டம் பெரிதாக இருக்கின்றது எனப்பார்த்து இணைவதைவிட மாறுபட்ட குணநலனுடையவர்களுடன் நட்பை வளர்த்துக்கொள்ளவும் ஒவ்வொருவரையும் அவரவர் தனிமனித குணத்தினை மதித்து நட்புறவாடுவதும் முக்கியமே அன்றி கும்பலில் ஒருத்தியாக இருக்க விரும்பவில்லை.

இந்த அடிப்படையில் ஒரு தனிப்பட்ட மனிதன் எல்லோருக்கும் அளவுகோலில்லை. குழுவில் ஒவ்வொருவருடனுமான உறவு சுமூகமாக ஒன்றுடன் ஒன்று இணையாதது. ஒவ்வொன்றும் ஒரு தனியான சக்தி, ஒன்றுடன் மற்றொன்று

மோதிக்கொள்ளும், குழப்பமும் திசையும் தெரியாது தடுமாறி மாற்றங்களின்றி தனித்தன்மையுடன் இயங்குபவை. இது எங்கள் ஒவ்வொருவரதும் பிரத்தியேகத்தன்மையை மறுக்காத மாற்றாத உறவு. என் தாயின் குணமும் அவள் இரத்தமும் என்னுள் குடிகொண்டு என் தனிப்பட்ட குணநலன்களில் வெளிக்காரணிகள்போல் ஆதிக்கம் செலுத்தியதை நான் அறிவேன். வெளிக்காரணிகளை சமகால அடிப்படையில் பிரித்தறியவும் கண்டுகொள்ளவும் முடியும். இன்று நான் யார் என்பதைப் பார்க்கும்போதும் என் புலனுணர்வு என்ன என்பதையும் கவனத்தில் கொள்ளவேண்டும். விக்ரோரியா இங்கு வெளிப்படுகிறாளா அல்லது அனாலியா விக்ரோரியாவைத்தள்ளி முன்நிற்கிறாளா? இருவரும் தங்கள் குணநலன்களை விட்டுக்கொடுக்காது சந்தித்துக்கொள்கிறார்கள். இவ்வாறுதான் சிலவருடங்களின் பின்னர் என் அடையாளத்தை தெரிந்துகொண்டபின் அனாலியாவும் விக்ரோரியாவும் ஒருவர்தான். இருவரது சரித்திரமும் ஒருவரதுதான். இருவருமே இன்றைய நான்.

சில்வியா, தேவாலய சமூகசேவை லூயிஸ் சுவாமி, சேயும் அவரது வாழ்நாள் பணியும், ஏன் வெள்ளை ஹோண்டாக்காரும் அதன் சொந்தக்காரனும், நாடகக்குழுவும் அக்காலத்தில் நாடி நரம்புகளில் ஏற்பட்ட புறத்தூண்டல்கள், இதேபோன்றுதான் வேதனையும் மனகுழப்பமும் நிறைந்த என் உடல்மாற்றங்கள். பொதுவான இசைவுக்கமைந்த குழுக்களில் அங்கம் வகித்தமை, லவுட்ஸ்பீக்கர் மீது ஏறி நான் ஆடிய டிஸ்கோ டான்ஸ், அங்கு சந்தித்த பையன்களுடனான விளையாட்டுக்காதல், சேயின் போஸ்ரர் ஒன்றை அறையில் ஒட்டுவதற்காக ரவுலுடன் சண்டையிட்டது எல்லாமே புறக்காரணிகள் தான்.

நாங்கள் எல்லோரும் பலவிடயங்களில் ஒரேமாதிரியானவர்கள். எதிரானதும் முரணான முட்டிமோதிக்கொள்ளும் சக்திகள், இச்சக்திகள் சிலவேளைகளில் வெற்றிகொள்கின்றன. சிலவேளைகளில் தோற்றுப்போகின்றன. என் மனப் போராட்டத்தில் எது வித்தியாசமானது? என் வாழ்வில் நிகழ்ந்தவைகளைச் சொல்வதால் என்னத்தைச் சாதிக்கப் போகின்றேன்? இந்தக்கேள்விகளுக்கான விடை நேரடியாக என்னால் பதில் கூற முடியாது. பதிலுக்கான பொறுப்பும்

என்னிடம் இல்லை. ஆனால் எனக்கு என்ன நடந்ததென்பதை காரணகாரியங்களூடு ஆராய்வது மட்டுமே எனது நோக்கம்.

என் உண்மையான வாழ்க்கை இருப்பத்திஏழாம் பராயத்தில் தொடங்கவில்லை எனக்கு நடந்தவைகளெல்லாம் சுமூகமானதும் மகிழ்வானதுமல்ல. அதேபோல் பொய்யானது என்றும் சொல்லிவிட முடியாது. இந்தப்பக்கங்களில் நான் சொல்வது எனது கதையா அல்லது அனாலியாவினதோ விக்ரோரியாவினதோவும் அல்ல. இது ஆர்ஜன்ரீனாவின் கதை. சகிப்புத்தன்மையற்ற அரசும் அதன் வன்முறைகளும் பொய்களும் இன்றுவரை தன் தாக்கத்தை சமூகத்தில் செலுத்திவருகின்றதை காணக்கூடியதாக இருக்கிறது. இராணுவச் சர்வாதிகார ஆட்சியில் களவாடப்பட்ட குழந்தைகளின் ஒவ்வொருவரது கதையும் கடைசிக்குழந்தை வரை தன் உண்மையான அடையாளத்தை தெரிந்துகொள்ளும் வரை சொல்லப்படவேண்டும். இந்தப்பாதகத்தில் பங்கெடுத்த எல்லோரும் சட்டத்தினூடு தண்டனை பெறும்வரை இக்கதைகள் சொல்லப்படவேண்டும். தொலைந்துபோன 30,000 பேர்களின் பெயர்பட்டியல் வெளியிடப்படவேண்டும், அவர்களின் இறந்தவர்களின் குடும்பங்கள் தங்கள் பிள்ளைகள் இறந்துபோயினரென்று துக்கம் அனுசரிக்க வழிசெய்யவேண்டும். என்கதை போல், எனக்கு முன்பு வெளியானவர்களது கதைபோல், இன்னும் மறைக்கப்பட்ட பொய்களைக்கூறி வருடக்கணக்காக உண்மையைச் சொல்லாதவர்கள் கதைகளெல்லாம் வெளிச்சத்திற்கு வரவேண்டும். என் கதை தனிப்பட்ட கதையல்ல. என்போன்றோர் எல்லோரதும் கதை. கடற்கரை மணலின் ஒரு துணிக்கை. இதனூடு மற்றையவர்களின் கதையையும் வெளிக்கொணர்வதே எனது முயல்வு, உண்மையை பொய்யும், காலம்கடத்தலும் மறைக்க முயலும்போது அவற்றை விலக்குவதற்கான பிரயத்தனம்.

எல்லைத் தெளிவு

ஆர்ஜன்ரீனப் பொதுப்புத்தியில் 90 கள் "மெனம் பத்தாண்டுகள்" என்று பதிந்துவிட்டது. இதேகாலம் என் பல்கலைகழக புகுமுக வகுப்புக்காலமும் சர்வகலாசாலயில் இரண்டு கல்வி ஆண்டுகளும் அடக்கம். கார்லோஸ் மெனம் 1989 இல் சனாதிபதியாக தேர்ந்தெடுக்கப்பட்டார். தன் முதல் அய்ந்து வருட பதவிக்காலத்தில் அதி உயர்பணவீக்கத்தைக் கட்டுக்குள் வைக்க பொருளாதார அரசியல் திட்டங்களை நிறைவேற்றினார். இரண்டு வருட ஆட்சிக்காலத்தின் பின் பொருளாதார அமைச்சராக பதவி வகித்தவர் நட்சத்திர அமைச்சர் டொமிங்கோ காவாலோஸ். இவரின் திட்டங்கள் ஆர்ஜன்ரீனப் பொருளாதாரத்தில் பொய்யானதொரு தன்னிறைவுத் தோற்றத்தைப் பெற்றது. மத்தியதரவர்க்கம் சிக்கலின்றி கடன்பெற முடிந்தது. குறிப்பிட்ட சேவைத்துறைகள் (தொலைத்தொடர்பு, தொலைக்காட்சி, மின்வழங்கல் துறை) தனியார்மயமாகி முன்னையவிட நல்ல சேவையை வழங்கின. ஆனால் இப்பொருளாதார வளர்ச்சியில் செல்வந்தர்களுக்கும் ஏழைகளுக்குமான இடைவெளி அதிகரித்துக்கொண்டுபோயிற்று. வேலைவாய்ப்பில்லாதோர் தொகையும் நாட்டின் கடன் சுமையும் பெருகிக்கொண்டே இருந்தது.

மெனமின் வசந்தம் 1994 இன் அரசியல் சட்டத்திருத்தத்துடன் முடிவுற்றது. ஆர்ஜன்ரீனாவின் அரசியல் சட்டம் 1853 இல் வரையறுக்கப்பட்டு பெரிதான மாற்றங்கள் எதுவுமின்றி தொடர்ந்துவந்தது. சனாதிபதியின் பதவிக்காலம் ஆறு வருடங்களும் ஒருவர் மீண்டும் சனாதிபதியாக முடியாதென்பதும் வரையறை. மெனமின் புகழ்பூத்த காலமென்பதால் அவர் புகழ் அரசில் அவர் பக்கம் இருந்த செல்வாக்கு முக்கிய எதிர்கட்சியின்

ஆதரவுடன் அரசியல் சட்டமாற்றத்திற்கான பிரேரணை மக்கள் வாக்கெடுப்பிற்கு விடுவதென முடிவாயிற்று.

இவ்வாறு 1995 இல் நாட்டிற்குப் புதிய அரசியல் சட்டமும் புதிதாகத் தெரிவுசெய்யப்பட்ட சனாதிபதியும் கிடைத்தது. மெனமின் இரண்டாவது பதவிக்காலம் இம்முறை நான்கு வருடங்கள். அரசு தன் அதிகாரத்தில் கண்மூடித்தனமாக மூழ்கிப்போய் கொண்டாட்டங்களையும் விழாக்களையும் கொண்டாடுவதிலேயே காலத்தைக் கழித்தது. பின்நாளில் உருவான ரிக்கிலா நெருக்கடி நிலையைக் கணிக்கத் தவறியது மெனமின் இரண்டாம் பதவிக்காலத்தின் மிகப்பெரிய தவறுகளில் ஒன்று. 1994 இன் முடிவில் மெக்சிக்க அரசு தங்கள் நிதிக்கொள்கையில் பாரிய மாற்றங்களைக் கொண்டுவந்தது. இதுவரை இருந்துவந்த பணப்போக்குவரத்தை தலைகீழாக மாற்றியது. டொலருக்குச் சமமாக பெசோஸ் இருந்தும், பணவீக்கம் கட்டுக்குள் அடங்கியபோதும், பொருளாதாரம் வளர்முகத்தைத் தொடமுடியாது நலிந்து கிடந்தது. இதனால் வேலையில்லாதோர் தொகை 20% தைத்தொட சமூகத்தின் கடைத்தட்டு மக்களே இதன் முழுப்பாதிப்பையும் தங்கள் தோளில் சுமந்தனர். தங்கள் கொடுப்பனவிற்காக அரசு ஏற்கனவே இருந்த கடன் சுமையுடன் மேலும் கடன்படவேண்டிய நிலை. கடன் வாங்க வாங்க செலவுகளைக் குறைக்கவேண்டிய கட்டாயம். மீண்டும் செலவீனக்கட்டுப்பாட்டில் கடைநிலைச் சமூகம்தான் அதீத பாதிப்புக்குள்ளாகியது.

என் பாடசாலைக் காலத்தின் சுருக்கம் தான் மேல் சொன்னவை. தேசியத்தை நோக்கி நகர்ந்த ஒரு நாடு. புரட்சிச் சித்தாந்தம் மரித்துவிட்டதென்று அறிவித்த ஒரு நாடு. தோழமை உணர்வை அமுக்கிய தனிமனித பேரவா. எவனால் தன்னைக் காப்பாற்றிக்கொள்ள முடியுமோ அவன் தன்னைக் காப்பாற்றிக்கொள்ளட்டும் நிலைமை. நாட்டின் ஆதரவற்றோர் இல்லங்கள், முதியோர் இல்லங்களின் நிலைமை மிகப்பரிதாபமானதாக இருந்தது. நாட்டின் பொருளாதாரநிலைமை இவை போன்ற சேவை நிலையங்களின் பரிதாபநிலையூடு தெரிந்தும் அரசு அதைப்பற்றி கவலைப்படவில்லை. தங்கள் அதிகார மமதையில் களியாட்ட வெறியில் மூழ்கி இருந்த அரசுக்கு இதுபற்றிக்

கவலைப்படுவதற்குக் கரிசனையா வந்துவிடப்போகிறது. சக்கிராதா பாடசாலையின் முதல் ஆண்டில் சமூகசேவைக்கென வயோதிபர், ஆதரவற்றோர் இல்லங்களில் வேலைசெய்த அனுபவம், நான் அங்கு பார்த்த அவலங்கள் அந்த அரசையும் அதன் பசப்புக்களையும் நம்பிய எனக்கு அரசு மீதும் அது உருவாக்கிய என் வாழ்க்கைப்போக்கின் மீதுமான கேள்விகளை எழுப்பவைத்தன. டிசைனர் ஜீன்ஸ் "நண்பிகளுக்கிடையிலான போட்டி, கவர்ச்சியான தோற்றம் பிரபலமான டிஸ்கோதெக்குகளை நோக்கிப் படையெடுத்தல், இவைகளின் மீதான கவர்ச்சி தொலைந்து லூயிஸ் சுவாமியின் சரித்திரம் பற்றிய பேச்சுக்கள் மென்மேலும் முக்கியத்துவம் பெற்று என்னை மாற்றத்திற்குள்ளாக்கியது. சரித்திரத்தில் எங்கள் பிழைகளை அறிந்துகொள்வதன் மூலம் அந்தப்பிழை பற்றிய சரியானப் புரிதலைபெறவும் மீண்டுமொருமுறை அதே பிழை ஏற்படாதவாறு தடுக்கவும் முடியும். ஒவ்வொரு தனிமனிதனும் சமூக நோக்கின்றி தனது தனிப்பட்ட இலாபங்களை மட்டும் தேடுபவனாய் இருந்தால், ஒரு தேசத்தில் சட்டதிட்டங்கள் மதிக்கப்படுவதில்லை என்றால், அந்நாட்டை அழிவிலிருந்து யாரும் காப்பாற்றிவிட முடியாது.

எனது பதினைந்துவயதுப் பராயத்தில் இவை எல்லாம் நீதியற்றவையாகத் தெரிந்ததால் இந்நிலைகளை உருவாக்கும் அரசியலைப் புரிந்துகொள்ள விழைந்தேன். அரசியலைப் புரிதல் என்பது மிகவும் சிக்கலானதொரு புறவளர்ச்சி. இது எண்ணளவில் மிக மெதுவாகவே நடந்தேறியது. என் "நண்பிகள்" எதனைப் பிரதிநிதித்துவப் படுத்துகிறார்கள் என்பதும் அவைகள் கேள்விக்குள்ளாக்கப் படவேண்டுமென்பதும் உடனடியாக நடந்துவிடவில்லை. இறுதியாக அவர்களிடமிருந்தும் ரவுலிடமிருந்தும் நான் விலகிப்போவதற்கு அரசியலைப் புரிதலே காரணமாக அமைந்தது.

என் நண்பிகளில் ஒருத்தியின் அன்றைய ஆண் நண்பன் ஐ.எம்.பி.ஏ இல் விமானத்துறை மெக்கானிக்காகப் பயிற்சி பெற்றுக்கொண்டிருந்தான். தென் புவனஸ் ஏயரஸ் பகுதியைச் சேர்ந்த வழமையான நடுத்தரவர்க்கப் பார்வையுடையவன். அவன் எனது நண்பியை விடுத்து என்மேல் காதல் வயப்பட்டபோது வழமைபோல் நான்

அக்காதலை நிராகரிக்கவில்லை. இதில் ஏற்பட்ட பெருஞ் சண்டையுடன் நண்பியர் கூட்டத்திற்கும் எனக்குமான தொடர்பு அறுந்துபோனது. பெர்நாந்தா என்ற இந்த நண்பியர் குழாமிலிருந்து ஒரு பெண்ணுடன் மட்டும் தனிப்பட்டமுறையில் தொடர்புகள் சில வருடங்களாக இருந்தது.

உடைகளிலும் தோற்றத்திலும் பெர்நாந்தா நேர் எதிரானவள். பொன்நிறத்தலைமுடி, பச்சைநிறக் கண்கள், பழுப்புநிறச் சருமம் ஆயினும் என்னைவிட ஒருபடி வெளுப்பாக இருப்பாள்; மெலிந்த தோற்றம் மொத்தத்தில் ஸ்ரோன் இளையவர்களென அழைக்கப்படும் ஆர்ஜன்ரீன இளையவர் கூட்டத்தில் ஒருத்தி. அமெரிக்க எதிர்ப்பு இடதுசாரிப்போக்கு. றொக் இசைமீது அதீத ஆர்வம், நாகரிக கற்பிதமற்ற தாறுமாறான உடைகள் இவர்களது அடையாளம். பெர்நாந்தாவின் உடைகளில் கறுப்புநிறமில்லாத உடை உடுத்தியதாக எனக்கு ஞாபகமில்லை. ஆர்ஜன்ரீனாவின் அதீத பிரபலமான றொப்பர் ஸ்போட்ஸ் சப்பாத்து, கிழிந்த ஜீன்ஸ் அதன்மேல் அவள் அணியும் ரீசேட்டுக்கள். இந்த ரீசேட்டுக்களில் அவளுக்கு மிகப்பிரியமான றொக்குறுப்புக்களின் பெயர்கள் பதித்திருக்கும். கண்ஸ் அன்றோசஸ், பற்றீசியோறே, இ சயுஸ், ரெனடிற்ரோஸ், தி ரிக்கோற்றா, சூமோ தவிர்க்க முடியாத ரோலிங் ஸ்ரோன்ஸ், அத்துடன் லொஸ் கபரெலோஸ்தி லாகுயெமா - இவைகளில் எல்லாம் கறுப்புநிறம் நிச்சயமாக இருக்கும். லொஸ் கபலேராஸ் எனக்கும் அவளுக்கும் மிகப்பிரியமான இசைக்குழு. எவ்வளவு தூரத்தில் அவர்களது இசை நிகழ்ச்சி நடந்தாலும் முண்டியடித்து எப்படியோ போய்விடுவோம்.

திடீரென ஒரு நாள் வீட்டிற்கு வந்த பெர்நாந்தா புவனஸ் ஏயரசிற்கு வெகுதூரத்தில் லொஸ் கப லேரொசின் இசை நிகழ்ச்சி நடப்பதாகவும் நாம் கடடாயம் போயே ஆகவேண்டுமென்றும் அடம்பிடித்தாள். முதலில் நீண்ட தூர இரயிலில் போய் பின்பு பஸ்சில் போய் அந்த இடத்தைக் கண்டுபிடிக்கவேண்டும். வெய்யில்காலம். வெள்ளை நிறத்தில் வெய்யில் சுட்டெரித்தது. நிழலிலேயே முப்பது பாகை சென்ரிகிறேற். அது போதாதென்று காற்றின் ஈரலிப்புத்தன்மை வேறு 70% இன்னும் வெய்யிலின் அகோரத்தைக் கூட்டியது.

தோலின் பழுப்புநிறத்தை மேலும் கூட்டிக்கொள்ள மத்தியானச் சூரியன் காய்ந்த புல்வெளியில் நீட்டி நிமிர்ந்து படுத்துக்கொண்டேன். கடற்கரையில் தோல் பழுப்பு நிறமாக மாறுவதற்கு மணிக்கணக்கில் படுத்திருக்கவேண்டும். சிலருக்குத் அவித்த நண்டின் ஓட்டைப்போல் தோல் சிவப்பாகிவிடும். வலுகவனமாக பழுப்புநிறத்தை தோலில் ஏற்றிக்கொள்ளவேண்டும். அப்போதுதான் விடுமுறை முடிந்தபின்னும் நிறம் மங்காது நீடித்திருக்கும். தப்பித்தவறி சிவப்பு கலரும் வராது. இப்படி முக்கியமான வேளையில் தோலைக் காய்ச்சி கொண்டிருந்த என்னை பெர்நாந்தா இசை கேட்க, நடனமாட வா என நச்சரித்தாள்.

இன்னும் இரண்டு மணித்தியாலத்தில் லொஸ் கபலேரொஸ் குர்லிங்கம் என்ற இடத்தில் பாடப்போகிறார்கள் என்றாள்.

குர்லிங்கம் எங்கே இருக்கிறது?

யாருக்குத் தெரியும். லூஜானில் எங்கேயோ இருக்கிறது.

இந்த விபரங்கள் ரவுலின் அனுமதியைப்பெற போதாதென்பது தெரிந்த விடயம். சூரியக்குளியலுக்காக போட்டிருந்த பிக்கினியின்மேல் ஒரு ரொப்பையும் கீழே ஒரு குட்டைக் காட்சட்டையையும் (அதை போட்டாலும் போடாவிட்டாலும் ஒன்றுதான் பெரிதாக எதையும் மறைத்ததாகத் தெரியவில்லை) போட்டுக்கொண்டு வீட்டுத்திறப்பு, பணம் என்பவற்றையும் எடுத்துக்கொண்டு, பிடிவாதமாக போயே ஆக வேண்டுமென்ற பெர்நாந்தாவின் சாகசத்தில் பங்கெடுக்க நானும் புறப்பட்டேன். இரண்டு மணித்தியாளங்கள் கழிந்து மேடையின்முன் நின்றோம். இவான் நோபிள் அந்தக்குழுவின் பாடகனை சில மீற்றர் குறைந்த தூரத்தில் தரிசிப்பது எவ்வளவு பெரிய விடயம். அன்றைய ரொப் கிட் பாடலை நோபிள் பாட நாங்களும் சேர்ந்துபாடி நடனமாடினோம்.

பந்தயம் கட்டினேன்.
டொன்குயித்தோ மீது முடமென்று தெரிந்தும்
உதைப்பேன் எதிரிகளை முகமூடி இன்றி
இருளில் திசை தெரியாது அலையும்
தோற்றவர்களின் குமுறல்களை அணைத்துக்கொள்கிறேன்
நான் வெடித்துச் சிதறும்வரை, நான் வெடித்துச் சிதறும்வரை.

எல்லாமே நிறைவாக இருந்தது. சரி வந்த வழியே திரும்பிப் போக வேண்டுமே. அங்கே தான் இடறலே. இரவு மணி மூன்று. அன்று குறை ஆடையுடன் நின்ற இரண்டுபேருக்குமே அப்போது பதினைந்து வயது. நின்ற இடமோ புவனஸ் ஏயரசிலேயே படுமோசமான புகையிரதநிலையம். சுற்றிவர எல்லாமே பயமுறுத்துவதாக இருந்தபோதிலும் பயத்தைக் காட்டிக்கொள்ளாது துணிவானவர்களைப்போல் காட்டிக்கொள்ள அங்கு எதுவுமே எங்களைப் பயமுறுத்தவில்லை என்பதுபோல் நின்றோம். அதைவிட என் பயமெல்லாம் வீட்டில் சொல்லாமல் வந்ததற்கு ரவுல் என்ன சொல்லப் போகிறாரென்பதே பெரும் பயமாக என்னை மிரட்டியது.

எப்படி வீடு வந்து சேர்ந்தோம் என்பது சரியாக ஞாபகமில்லை. இரவு நன்றாகப் பிந்தியே களைப்புடன் வீடு வந்துசேர்ந்தோம். கட்டுக்கடங்கா கோபத்துடன் ரவுல் எனக்காக காத்திருப்பார் என்ற பயத்துடன் போன எனக்குப் பத்திரமாக வீடு திரும்பியதைக் கண்ட ரவுல் தன்னை ஆசுவாசப்படுத்திக்கொண்டதை பார்த்தபொழுது நிம்மதியாக இருந்தது. இதன்பின்பு வீட்டிலிருந்தவரை பலமுறை இவ்வாறே நடக்கப்போவதற்கு முன்னோடியாக அந்தச்சம்பவம் அமைந்தது.

ரவுலைப்பற்றி எழுதும்பொழுதோ அல்லது நடந்தேறிய சம்பவங்களை நினைவுகூறும் பொழுதும் அவர் என்னைத் தனது "தேவதை" ஆகவே பார்த்தார் (அது எனக்குத் தெரிந்திருந்தது). பிற்காலங்களில் என் வேதனைகள் மனதில் ஆறாதவடு அவருடனான உறவில் மாற்றத்தைக் கொண்டுவந்தபோதிலும், அவர் தன் "தேவதை" நினைப்பிலிருந்து விடுபடவில்லை என்றே சொல்லவேண்டும். ஒரு மகனுக்கோ மகளிற்கோ தாய் தந்தை, தாய் தந்தையராக இருப்பதை விட்டு வேறெந்தநிலையிலும் இருக்கக்கூடாது. அவர்களுக்கென்று தனிப்பட்ட வாழ்க்கை ஒன்று இருப்பதை பிள்ளைகள் ஏற்றுக்கொள்வதுமில்லை. நினைத்துப்பார்ப்பதுமில்லை. எண்ணளவில் ரவுல் என் தந்தை. காய்கறி வியாபாரி. முன்பு கரையோரக் கண்காணிப்பில் வேலைபார்த்தவர். எங்கள் கருத்துக்கள், எங்களிடையே வரும் சர்ச்சைகள் கூடிக்கொண்டே போவதற்கான காரணம் அவர் வயதானவர் நான் இளம்பெண். என் நினைப்பு மட்டுமல்ல ரவுலின் எண்ணமும் இதுதான். தந்தையாக ரவுல்

அன்பானவர். ஆனால் வெகுவாக ஒட்டி உறவாடமாட்டார். எப்போதும் விலகியே இருப்பார். கடுமையானவராயினும் நியாயமானவர். மூத்தமகளான என்மேல் அவருக்குப் பிரியம் அதிகமென்பதை நான் தெரிந்து வைத்திருந்தேன். என் குற்றங்களை அவர் மன்னிக்கவும் மறக்கவும் என்ன செய்யவேண்டுமென்றும் தெரிந்து வைத்திருந்தேன். இதனால் என்னை அவர் நேசிக்கவும் மதிக்கவும் செய்கின்றார் என்ற எண்ணம் என்னுள் இருந்தது. சேகுவாராவின் போஸ்ரரை என் அறையின் வெளியே ஒட்டியதற்கு "இடதுசாரிகளை" அடியோடு வெறுக்கும் ரவுல் தாம் தூமென்று குதிக்காது அறையின் உட்புறத்தில் சேயின் போஸ்ரரை ஒட்டிக்கொள் என்றுதான் சொன்னார். பிரபலமான விலையுயர்ந்த ஜீன்ஸ் ஒன்றிற்காக ரவுலை நச்சரித்துக்கொண்டே இருந்து இறுதியாக அதனை வாங்கியும் தந்தார். அன்றைய ரென்டிற்கமைய பிளேடால் அதனை ஆங்காங்கே வெட்டித்தயார்பண்ணி அணிந்துகொண்டேன். அவ்வளவு விலை உயர்ந்த ஜீன்சை பாழ்படுத்தியதைக் கண்ட ரவுல் இனி ஒரு சதம் தன்னும் எனக்குத் தரப்போவதில்லை என்று சொன்னார். மறுமுறை என் அடுத்த ஆசையை அவருக்குச் சொன்னபோது முன்பு சொன்னதை அவர் மறந்துபோய் பணம் கொடுத்தார். நடப்பவை எல்லாவற்றையும் கூர்மையாக அவதானிக்கும் ரவுல் தனது மகளின் தலையிலிருந்து கால்கள் வரை விரல்களில், சங்கிலியில், ரீசேட்டில், கையில், தலையில் கட்டும் துணிகள் எல்லாவற்றிலும் மண்டை ஓட்டின் படம் நீக்கமற நிறைந்திருப்பதைப் பார்த்தும் எதுவும் சொல்லவே இல்லை. ரொலாசா இரட்டையர்களின் விவகாரம் பற்றி ஊடகங்களெல்லாம் அலறிக்கொண்டிருந்த நேரத்தில் பெர்நாந்தாவுடனான எனது சாகசங்கள் தொடர்ந்தன. இரட்டையர்கள் தங்கள் அடையாளம் பற்றிய சர்ச்சையில் அலைக்கழிக்கப்பட்டபோது எனக்கும் அவர்களுக்கும் ஒரே வயது.

இப்போது ரவுலுடனும் கிறசில்லாவுடனுமான என் உறவு இரட்டைத்தன்மையானதாக இருந்தாலும் என் புதிய அடையாளத்தை மறுக்கவோ அன்றேல் மறைக்காமலோ அவர்களை அணுகமுடிகிறது. இவர்கள் இருவரும் என் அடையாள மறுப்பில் மறைப்பில் என்ன பங்கு வகித்தார்கள் என்பதும் எனக்குத் தெரிந்ததுதானே. என் வாழ்வின் ஒரு

பகுதியை பொய்யாக்கியதில் அவர்கள் பங்கும் கணிசமாகவே இருக்கிறது. நான் வளர்ந்த பிறகே என் அடையாளத்தை தெரிந்துகொண்டதால் ரவுலை இரண்டுவிதமாகப் பார்க்கமுடிந்தது. ஈ.எஸ்.எம்.ஏ இல் சித்திரவதையாளனாக இருந்தது, குறூப் போ தி தரியாஸ் 3.3.2 இல் வேலைபார்த்து என்னைக் குழந்தையாகக் களவாடியது, மீண்டும் தங்கள் அடையாளங்களைக் கண்டுகொண்ட என்போன்றோரின் துயரங்கள், மனமுறிவுகள், மன உளைச்சல்கள். சர்வாதிகாரியின் காலத்தில் தொலைந்துபோன சிறைச்சாலையில் பிறந்த குழந்தைகளில் அய்ந்திற்கு ஒருவரே தங்கள் உண்மையான தாய் தந்தையர்கள் யாரென்பதை தெரிந்துகொண்டனர். 400 குழந்தைகள். இன்று 400 வளர்ந்தவர்கள். தாங்கள் யாரென்று தெரியாமலே இருக்கிறார்களே. ஆனால் நான் ஒரு வாழும் உதாரணம். நாளையோ அன்றேல் இன்னும் சிறிது காலத்திலோ உண்மை வெளிவரலாம். இந்த தொலைந்த குழந்தைகளின் வாழ்வில் அவர்கள் கஸ்ரங்களில் ரவுலுக்கு பங்கு உண்டு.

பெர்நாந்தா என் ஆதர்ச நாயகி. இந்த கோடை விடுமுறையை எங்கள் குடும்பத்துடன் சான் பேர்நாதோ கடற்கரையில் சேர்ந்தே கழித்தாள். கோடை விடுமுறைகள் சுதந்திரமானவையும் தனிப்பட்ட முடிவுகளை செயல்படுத்தவும் வருடமொருமுறை கிடைக்கும் வாய்ப்பு. இரவில் நடனமாடப் போவதற்கான அனுமதி வருடம் ஒருமுறைதான். குதியுயர்ந்த சப்பாத்து எங்களை 20 சென்றிமீற்றர் உயரமாகக் காட்டுவது மட்டுமல்ல எங்கள் குழுவின் அடையாளமும், எனவே சப்பாத்தையும் வாங்கிக்கொண்டு இரவு தொடங்கி காலை 7.30 வரை நடனமாட அனுமதிக்கும் டிஸ்கோதெக்கை ரவுலின் சம்மதத்துடன் தெரிவுசெய்தோம்.

எங்கு போவதென்று தெரியாத நிலையில் சாரி சாரியாக பிரதானசாலையில் அசைந்துகொண்டிருந்த இளவயதினரை நாங்களும் தொடர்ந்தோம். குதிக்கால் சப்பாத்துக்கள் பரிசயமில்லாததால் தடுமாறிக்கொண்டு இரவுமுழுவதும் கும்மாளமிடும் டிஸ்கோதெக்கிற்கு கூட்டத்துடனேயே இழுபட்டு வந்துசேர்ந்தோம். ஆர்ஜன்ரின றொக் இசை எலக்ரோனிக் இசையில் புதுவகை சமர் கிட்ஸ் என சம்பந்தமே இல்லாத இசைஇரைச்சலுக்கு காலை ஆறு மணிவரை இடைவிடாத

நடனம். காலையின் முதல் வெளிச்சம் வீதியில் விழத்தொடங்கிய நேரத்தில் டிஸ்கோதெக்கிலிருந்து வெளியேறும்பொழுது நாங்கள் உள் நுழைந்த வாயில் வேறு வெளியேறியது வேறொரு வாயிலெனத் தீர்மானித்தோம். ஏனென்றால் எங்களது அடையாளம் செவின் அப் விளம்பர இராட்சத பலூன் ஒன்று அதிலிருந்து நூறு மீற்றரில் எங்கள் விடுமுறை வீடு, பலூனைக் காணவில்லை. பலூனைக் கண்டுபிடிக்க முதலில் கடற்கரையைத் தேடவேண்டும். நேரம் அதிகாலை. அத்துடன் எங்கள் உடையலங்காரம். இதைவிட யாரின் உதவியின்றியும் நாங்கள் வீடு சேரலாம் என்ற பிடிவாதக்குணம். யாவையுமே உதவிகேட்காது எங்கள் பாட்டில் பலூனைத் தேடி நடந்தோம். நேரம் அதிகம் செலவாகியும் பலூன் தெரியவே இல்லை. எப்படியோ கடற்கரையை வந்தடைந்ததும் சப்பாத்துக்களின் கனம் தாங்காது கையில் எடுத்துக்கொண்டு தொலைந்த பலூனைத்தேடி கடலோரம் தொடர்ந்து நடந்தோம். நடந்து நடந்து நேரம் செலவானதுதான் மிச்சம். பலூனைக் காணவேயில்லை. சூரியனும் வானத்தில் கணிசமாக ஏறியிருந்தான். கடற்கரையில் எங்கள் வயதொத்த இருவர் பந்து விளையாடிக்கொண்டிருந்தார்கள்.

எங்களிடம் எதுவுமே பேசாது பந்தை எங்கள் பக்கம் உதைத்துக்கொண்டு எங்களையும் பின்தொடர்ந்தார்கள். அவ்வப்போது ஏதோ சொல்லியவாறு பின்தொடர்ந்த அவர்கள் சிறிது நேரத்தில் எங்களுடன் இணையக் கடலோரம் நடந்துவந்தார்கள். எங்கு போகிறீர்கள் எவ்வளவு தூரம், நீங்கள் நடக்க வேண்டும், எதையுமே அவர்கள் கேட்கவில்லை. வெகுநேரம் கழிந்தபின் ஒருவன் கிண்டலாக ‘நீங்கள் சான் பேர்நாதோவிற்கா அல்லது மார்டெல் ருயூவிற்கா போகவேண்டும்’ எனச் சிரித்துக்கொண்டே கேட்டான். நயூ எங்களிடமிருந்து சில கிலோமீற்றர் தூரத்தில் இருக்கிறது.

“சன்பேர்நாதோவிற்கு, ஏன் கேட்கிறாய்?” அகங்காரத்தொனியில் அவனைப் பார்த்துக் கேட்டேன்.

“நாங்கள் மார்டெல் ருயூவில் நிற்கிறோம். சான்பேர்நாதோ எதிர்திசையில் அல்லவா இருக்கிறது. செவின் அப் பலூன் இருக்கிற திசையைவிட்டு எதிர்த்திசையாக நடந்தது

அப்போதுதான் புரிந்தது. நாங்கள் வீட்டிற்குப்போக வேண்டிய நேரம் ஏற்கனவே இரண்டு மணித்தியாலங்கள் பிந்திபோய்விட்டது. ரவுல் கண்டிப்பாகச் சொல்லி அனுப்பியிருந்தார். யோர்க், மரீயானோ என கடற்கரையோரப் பையன்களின் பெயர்களையும் அறிந்துகொண்டு அவர்கள் வழிகாட்டலில் வீடு வந்து சேர்ந்தபோது மணி பத்தாகிவிட்டது. எங்களுக்காக ரவுல் மட்டுமல்ல ஒரு பொலிஸ்காரரும் வாசலில் எதிர்பார்த்துக் காத்திருந்தார்.

அடுத்த நாள் மட்டுமல்ல இன்னும் சில தினங்களாக தண்டனைக்காலம் நீடித்தது. நாங்கள் வீட்டைவிட்டு எங்கும் போகவில்லை. மரீயானோவும் யோர்கும் எங்களைத் தேடி வருவார்கள். வீட்டுவாசலிலேயே பேசிக்கொள்வோம். இங்குதான் மரீயானோவுடனான என் நட்பு - குறிப்பாக அரசியல் சித்தாந்த ரீதியான செயற்பாடுகளிலும் சிந்தனையிலும் தடம் பதிக்கும் அளவிற்கான ஆரம்பம்.

என் அன்றைய ஐ.எம்.பி.ஏ மெக்கானிக்குடனான காதலை இந்நட்பு கிடைத்த சிறிது காலத்திலேயே முறித்துவிட்டு மரீயானோ, யோர்க் இருவருடனுமான நட்பில் அக்கறை காட்டினேன். என் இளமைக்கால உணர்வுகள், நட்பு என்பவற்றில் இவர்கள் பங்கு முக்கியமானது. முதலில் இவர்கள் என்னைவிட முற்றிலும் மாறுபட்ட ஒரு சமூகத்தளத்திலிருந்து வந்தவர்கள். மரீயானோவும் யோர்கும் அவர்களது நண்பர்களும் சோலானோவிலிருந்து வந்தவர்கள். வறியகுடும்பங்கள் நிறைந்த பகுதி. அனேகமானோர் மேல்நிலைப் பாடசாலையிலிருந்து இடையிலேயே விலகியவர்கள். வேலை செய்வதற்காகவும் இசைக் குழுக்களை நடாத்தவுமே இவர்கள் பாடசாலையை விட நேர்ந்தது. இளவயதினனான மரீயானோ ஓரளவு வறுமைச் சூழலில் இருந்து வந்தவன். அரசியல் வேலைத்திட்டங்கள் எதுவுமில்லாத ஆனால் இறுக்கமான கட்டமைப்பை உடைய நியோ லிபரல் அமைப்பின் அங்கத்தவன். ஆர்ஜன்ரீன அரசியலில் இக்காலத்தை நியோ லிபரல்களின் காலமெனக்கூறுவார்கள். உயரமான மெல்லிய தோற்றமும் கருநிறமுடியும் உள்ள அவனது முடி இப்போதுதான் குளித்துவிட்டு வந்தால் போல் எப்போதும் ஈரமாக இருக்கும். இவன்தான் அவர்களது றொக் இசைக்குழுவின் பாடகன். நான், பெர்நாந்தா, நான்சி மூவரும் இவர்களது

இசைநிகழ்ச்சிக்கு கிரமமாகச் செல்வோம். பாடல்களைச் சேர்ந்து பாடி நடனமாடுவோம்.

எதைப்பற்றியுமே கவலைப்படாத, கணக்கெடுக்காத உடை, இசை ரசனை என இருந்தபோதிலும் நாங்கள் அடிப்படையில் கன்னியாஸ்திரிகள் பாடசாலை மாணவிகள் என்பதால் பாடசாலைக்கு வெளியே இவர்களது தொடர்பு எங்களுக்குக் கவர்ச்சியாகவே இருந்தது. இசைநிகழ்ச்சிகளில் பங்கெடுக்கும்போது எப்போதாவது ஒரு பியர் குடிப்போம், ஆனால் நிறையப்பேர் எங்கள் முன்னாலேயே கொக்காயின் எடுத்துக் கொள்வார்கள். மறைவாக இதைச் செய்யவேண்டுமென்று (மறைவாக செய்யத் தேவையில்லைப் போலும்) அவர்கள் என்றும் முயன்றதில்லை.

கலாசார வேறுபாடுகள் எங்களுக்கும் அவர்களுக்குமிடையிலான சர்ச்சைகளை உருவாக்கியது. ஒரு சிறிய தட்டைச் சூடாக்கி அதன்மேல் போட்ட வெள்ளைப்பவுடரை அவர்கள் உறுஞ்சுவதைப் பார்க்கும் சிலவேளைகளில் என்னால் பொறுத்துக்கொள்ள முடிவதில்லை. சண்டைபிடிக்கத் தொடங்க, ஒரு ரக்சியைப் பிடித்து என்னை வீட்டிற்கு அனுப்புவார்கள். ஆனால் எங்கள் சண்டையைவிட யோர்க், மரீயானோவினது நட்பும் எங்களுக்கிடையிலான நம்பிக்கையும் சண்டைகளைவிட உறுதியாக குலைக்க முடியாததாக இருந்தது. எங்களிடையிலான கருத்துவேறுபாடுகள் வரும்போது ஆசிரியை சில்வியா, பாதிரியார் லூயிஸ் எனக்குக் கற்பித்தவைகளின் அடிப்படையில் என் கருத்தை அவர்கள் சொல்லும் காரணங்களடிப்படையிலும் ஒப்பிட்டுச் சரிபார்க்க முயல்வேன். என் வீட்டுச் சூழலில் இராணுவம், பொலிஸ், அரசு என்பவற்றை நியாயப்படுத்தும் போக்கை கேள்விக்கு உள்ளாக்கியும் அதன் நின்று காலப்போக்கில் என் விலகல் அதிகரித்துக்கொண்டும் இருந்தது.

வழமைபோலவே நானும் ரவுலும் அரசியலிலும் சரித்திரத்திலும் அதிக ஈடுபாடு உடையவர்களாக இருந்தோம். எங்கள் இருவருக்குமிடையில் தொடாத புனிதத் தலைப்புக்கள் அதிகரித்த போதும் விவாதத்திற்கான தலைப்புக்கள் குறைவின்றியே இருந்தன. அண்மைக்காலத்தில் நடந்தேறிய சம்பவங்கள் பற்றி மிக ஆர்வமாகக்கிடைக்கும் தகவல்களை எல்லாம்

சேகரிப்பதிலும் தெரிந்துகொள்வதிலும் தீவிரம் காட்டினேன். ரவுலைப் பொறுத்தவரை அது ஒரு "இழிவான போர்". ஒரு பக்கம் கிறிஸ்தவத்தின் பாதுகாவலரும் தந்தைநாட்டின் பற்றாளர்களும் மறுபுறத்தில் நாட்டுப்பற்றற்ற கடவுள் நம்பிக்கை இல்லாத புரட்சியாளர்களுக்குமிடையிலான போர் என்பது அவர் வாதம். சித்திரவதைகள், காணாமல் போக்கடிப்பது, விமானப்படை விமானங்களிலிருந்து உயிருடன் தூக்கி எறிதல் எல்லாமே அவரைப் பொறுத்தவரை நியாயமானதும் புரட்சியாளர்கள்தான் இவ்வித அவலங்களை தம்மீது தாமே வருவித்துக் கொண்டார்கள் என்பதைத் தவிர வேறு விவாதம் அவரிடம் இருந்ததில்லை. விளக்கமாக எதையும் பேசாமலும் தகவல்களை மறைத்தும் தன்னில் குற்றமற்ற நிலையையே சாதித்து வந்ததால் அவரைப் பொறுத்தவரை இந்த கறைபடிந்த போரில் அவர்பங்கு பேசப்படுமளவிற்கு பெரிதானதல்ல என்ற உணர்வையே அவர் எனக்குத் தந்திருந்தார். நான் அறிந்த தகவல்கள், சரித்திரமென்பன அவர் சொல்வதற்கு மாறாக இந்தப் போர் நியாயமானதல்ல என்பதில் என் நிலை திடமாகவே இருந்தது. அத்துடன் அனாலியாவின் மூலம் எனக்கு தந்தையான ரவுலின்மீது சித்திரவதை, கொலைக்குற்றம் சாட்டப்பட்டு ஸ்பெயின் நாட்டில் நீதிவிசாரணைக்காக நாடு கடத்தப்படலாமென்ற செய்தி என்னை நிலை தடுமாற வைத்தது.

இருண்ட அதேவேளை விடுதலைக்கான என் எதிர்காலம் நான் மரீயானோவையும் யோர்க்கையும் சந்திக்கும்போது வெகுதொலைவிலேயே இருந்தது. எனது சமூக ஈடுபாடு மாத்திரம் மாற்றங்களைக்கொண்டுவராது. சமூகத்தில் சகிக்கமுடியாதவைகளை மாற்றாதவரையில் மாற்றம் நிகழச் சாத்தியம் இல்லை என்ற பட்டறிவை எனக்குப் புகட்டிய அவ்விருவருக்கும் நான் நன்றி உடையவளாக இருக்கக் கடமைப்பட்டவள். நடவடிக்கைகள் மாத்திரமின்றி உரத்தகுரலும் தெளிவான எதிர்ப்பும் எங்கள் திருப்தியின்மையையும் உண்மையையும் சமூகத்தில் பரவலாக அறியத்தரவேண்டும். மரீயானோவும் யோர்கும் என்னுள் இயல்பான எதிப்புக் குணத்தினை வெளியே கொண்டுவரும் முயற்சியில் அதீத கவனம் செலுத்தினார்கள். என் எதிர்ப்புணர்வே என் தாய் கோரிதான். எனினுலடங்கியிருந்த அவளின் குரலை விடுதலை செய்வதே அவர்கள் முயற்சியாக இருந்தது. இந்த எதிர்ப்புணர்வை

இனங்கண்ட அவர்கள் தங்கள் கணிப்பில் பிழையில்லை என்பதில் உறுதியாகவும் ஆழ்ந்த ஈடுபாட்டுடனுமான முயற்சி கோரியை என்னுள் இருந்து விடுதலை செய்தது. என் கிளர்ச்சிகள் போராடுவதற்கான உந்தல்கள் எல்லாவற்றையும் அவள் கேள்விக்குள்ளாக்கினாள். போராட்டத்திற்கான செயல்திட்டங்கள், அதுபற்றிய முன்னறிவு, சமூக நீதி என்றால் என்ன என்பதையெல்லாம் ஆராய்ந்து நெறிப்படுத்த அவள் குரல் எனக்கு உதவியது.

யோர்க், மரீயானோ இருவர்களுடனுமான முடிவில்லாப் பேச்சுக்களுக்கும் விவாதங்களுக்கும் இடையில் அசைக்க முடியாத பெர்நாந்தாவுடைய நட்பு, என் அரசியல் ஈடுபட்டினூடு எதையாவது சாதிக்க வேண்டுமென்ற தூண்டுதல் என்னை அரசியல் நடவடிக்கைகளுள் நுழைத்துக்கொள்ள வேண்டும் அதன் மூலம் சமூகஅரசியலில் ஒரு மாற்றத்திற்கான தொடக்கப்புள்ளியை ஏற்படுத்த வேண்டுமென்ற இடையறா மனத்தூண்டல்களிடையே என் ஜிம்னாசியப் படிப்பை முடித்தேன். இன்ஸ்ரிரூற்றோ சக்கிராதா பமிலியாவின் இறுதி வருடதில் புவனஸ் ஏயரஸ் பல்கலைக்கழகத்தின் கற்கைநெறிகள் பற்றிய தகவல்களை அறிந்துகொண்டேன். சட்டமா சமூகவியலா என்பதில் எனக்குள் ஊசலாட்டம். சமூகவியல் என் அரசியல் ஆர்வத்தினாலும் சட்டமென்றால் அக்கல்வி பலவாய்ப்புக்களைக் கொண்டதாலும் சட்டம் பயின்றால் வழக்கறிஞர்களாக தொழில்புரியலாம் அல்லது அதனடிப்படையில் வேறு நல்ல தொழில்களைத் தேடவும் வாய்ப்புண்டு.

என் மரபணுக்களின் வெளிப்பாடும் இச்சந்தர்ப்பத்தில் தெரிந்தது. என் தாய் கோரி இதே பல்கலைக்கழகத்தில் சமூகவியல் கல்வியைத் தொடங்கி இருந்தாள், தந்தை காபோ சட்டத்துறையில் இணைந்திருந்தார். இரு கற்கைநெறிகளும் சட்டக்கல்லூரி வளாகத்திலேயே போதிக்கப்பட்டது. அல்கோற்றா சாலையில்தான் இவ்வளாகம் இருந்தது. இதே சாலையில் சில கிலோமீற்றர் தூரத்தில் ஈ.எஸ்.எம்.ஏ இன் வாயிலும். அதைக்கடந்துதான் வளாகத்திற்கு வரவேண்டும்.

ஒரு துறையை தேர்ந்தெடுப்பதில் சரியான முடிவின்றி ஊசலாடிக் கொண்டிருந்தபோது ரவுல் இதுபற்றிய பேச்சில்

தன்னை நுழைத்துக்கொண்டார். இடதுசாரிக் கூட்டத்துடன் புவனஸ் ஏயரஸ் பல்கலைகழகத்தில் படிப்பதில் ரவுலுக்கு விருப்பமில்லாதமையே அவர் தன்னை இதனுள் நுழைத்துக் கொண்டாரென நினைக்கின்றேன். இரண்டு மாற்றமுடியாத வாய்ப்புக்களை எனக்கு அவர் தந்தார். ஒன்றில் இடதுசாரி புவனஸ் ஏயரஸ் பல்கலைக்கழகத்தில் சட்டம் படிக்கலாம் அன்றேல் சமூகவியல்தான் என்றால் தனியார் கல்லூரி ஒன்றிற்குத்தான் போகவேண்டும். அங்குதான் "மூளைச்சலவை" செய்யமாட்டார்கள். அவர் தேர்ந்தெடுத்தது ஆர்ஜன்ரீனாவின் கத்தோலிக்க பல்கலைக்கழகம். இந்த கலாசாலை 90 களின் பிற்பகுதியில் மௌனமின் "திங் ராங்" எனப்பெயர் பெற்றது. என் முடிவு சட்டமென்றே முடிந்தது.

கோரியும் காபோவும் எங்கிருந்தோ சிரிப்பதாகக் கற்பனை பண்ணினேன். தங்கள் மகள் தாங்கள் தேர்ந்தெடுத்த இரு துறைகளில் எதைத் தேர்ந்தெடுப்பதெனத் தடுமாறியதுடன் அதே கலாசாலையின் வளாகக் கட்டிடங்களிடையே நடக்கப்போகின்றாள். எந்த விரிவுரை மண்டபத்தில் அவர்கள் அரசியல் குழுவொன்றில் இணைந்தார்களோ அதே அரசியலுக்காக தாங்கள் உயிரை விலையாகக் கொடுத்தார்களோ அதே மண்டபத்திற்கு நானும் போகப்போகின்றேன்.

என் தோழி பெர்நாந்தா உளவியலைத் தேர்ந்தெடுத்தாள். அவளின் ஆர்வமும் திறமையும் அவள் செய்யும் எல்லாவித வினோதமான செயல்களிலும் என்னையும் ஈடுபட வைத்தது அதேபோலவே மீண்டும் சமூகநலம் கருதிய செயல்பாடுகளினுள் நானும் இணைந்துகொள்ள உதவியது. பெர்நாந்தாவுடன் அவளின் கற்கைநெறி பற்றிய விபரங்களை அறிந்துகொள்ள நானும் துணையாகப் போனேன். அங்கே விபரணப்பலகையில் ஏ.பி.சி லொக்கூரா எனும் அமைப்பினர் மனநிலை பாதித்தோரை மீண்டும் சமூகத்தில் இணைப்பதற்காக பணிபுரிய விரும்பியவர்களை தேடுவதாக அறிவித்தலொன்றை ஒட்டியிருந்தார்கள். போர்தா கிளினிக் புவனஸ் ஏயரசில் மட்டுமல்ல ஆர்ஜன்ரீனாவிலேயே மனநிலை பாதிக்கப்பட்டோருக்கான பெரிய கிளினிக். எது எப்படி நடந்ததோ எனக்குத் தெரியவில்லை. அடுத்த திங்கள் நாங்களிருவரும் அந்த கிளினிக்கில் சம்பளமில்லாத

உதவியாளர்களாக வேலை செய்வதற்கான உறுதிக் கடிதத்துடன் கலாசாலையை விட்டு வெளியே வந்தோம்.

கோசே ரிபூசியோ போர்தா வைத்தியசாலை மிகப்பெரிய கட்டிடத்தொகுதி. எஸ்ராசியோன் கொன்சிருசியோன் புகையிரத நிலையத்திற்கு அருகாமையில் அமைந்த பிரமாண்டமான மனநல மருத்துவமனை. பசுமையான புல்வெளியில் ஆய்வுகூடங்கள். உளவியல் அடிப்படை வசதிகளுடன் ஆயிரம் நோயாளர்கள் தங்கி சிகிச்சை பெறவும், வெளிநோயாளர்களாக ஆயிரம் பேர் நாளொன்றிற்கு வந்துபோகுமளவிற்கு வசதியுமுடையது. பத்தொன்பதாம் நூற்றாண்டின் பின் அரையிறுதிக் காலத்தில் உருவாக்கப்பட்ட இம்மருத்துவமனை இலத்தீன் அமெரிக்காவிலேயே பெரியதும் சிறந்ததுமாக விளங்கியது. இன்றோ போதியளவு கவனிப்போ பணவசதியோ இன்றிப் பரிதாபநிலையில் கட்டிடங்கள் கூட இடிந்துவிழும் நிலையில் உள்ளன. நோயாளர்களைப் பராமரிப்பதற்குப் போதியளவு ஊழியர்கள் இல்லாததால் அவர்கள் கண்காணிப்போ உதவிகளோ இன்றி நிராதரவாயும் பாதுகாப்பும் போதாமையால் சிறுதிருட்டுக்களும் வன்முறைகளும் நாளாந்த நிகழ்வாய் போய்விட்டது.

நானும் பெர்நாந்தாவும் வைத்தியசாலைக்குப் போகுமுன் சந்தித்துக் கொள்வதாக இருந்தும் வழமைபோல் பெர்நாந்தா குறித்த நேரத்திற்கு வரவில்லை. என்னதான் சரியான நேரத்திற்கு புறப்பட்டாலும் பெர்நாந்தா எப்போதும் பிந்தியே வருவாள். புவனஸ் ஏயரசின் குளிர்காலம், நாங்கள் இரவு எட்டுமணிக்குச் சந்திப்பதாக இருந்தது. குளிர்கால இரவு வழமைபோல் நட்சத்திரங்கள் இன்றிய வானம், இரவு எட்டுமணிக்கே கடும் இருட்டு. குளிரில் நடுங்கிக்கொண்டே எங்கள் பாடசாலைச் சீருடையுடன் வைத்தியசாலை வந்துசேர்ந்தோம். பயம்வேறு. எங்களுடன் பணியில் பங்கெடுக்கும் குழுவின் மற்றையவர்களைத் தேடினோம். எங்கள் குழுவினர் பற்றிய தகவலை அறிய வெகுநேரம் செலவிட்ட பின்னரே ஒருவர் காவல்கூடத்தைக் கடந்து எங்கள் குழுவின் பெயரும் அங்கத்தவர்கள் பெயரும் ஒட்டியிருந்த அறைக்கதவைக் கண்டோம்.

நாங்கள் நடந்து சென்ற கொரிடோரில் வெளிச்சம் குறைவான நியோன் விளக்குகள் பொருத்தியிருந்ததால் மங்களான அவ்வெளிச்சம் பாதுகாப்புணர்வைத் தருவதாக இருக்கவில்லை. ஒடுக்கமான அப்பாதையில் சுவர்களில் ஈரக்கசிவால் உதிர்ந்த இடங்களை கவனமாக தவிர்க்குமளவிற்கு அவ்வெளிச்சம் போதியதாக இருந்தது. கொரிடோரின் முடிவில் சிறிய கதவுகள் பல இருந்தன. ஒருவர் சுவரில் சாய்ந்தபடி நின்றார். அமைதியாக எங்களைப் பார்த்த அவர் வலக்கை விரலொன்றால் தொண்டையைப் பலமுறைக் காட்டியது தலையை வெட்டும் சைகை என்பதில் எந்தவித சந்தேகமும் இல்லை. பரபரப்புடன் எப்படி எங்கள் குழுவைச் சந்தித்தோமென்ற நிர்ணயம் என்னிடம் இல்லை. ஆனால் இந்த முதல் அனுபவம் அவ்வைத்தியசாலையின் பயங்கர நிலைமை அதுவும் இரவில் எப்படி இருக்குமென்பதற்கான தன்மையை விளங்கவைத்த சம்பவம்.

சில மாதங்களே நான் அங்கு பணிபுரிந்தேன். பெர்நாந்தாவின் அசைக்கமுடியாத நம்பிக்கையும் எதனைக்கண்டும் விலகாத மனஉறுதியுடனும் பல வருடங்களாக அங்குள்ளவர்களைச் சமூகத்திடம் மீளக் கொணரல் பணியைச் செய்தாள். என்னால் முடிந்ததெல்லாம் அந்த கிளினிக்கில் நான் செய்த பணியையும் என் அனுபவத்தையும் மீள்பார்வைக்கு உட்படுத்தல் மட்டுமே. இந்த அனுபவத்தில் நான் எதையும் கற்றுக்கொள்ளவோ அல்லது கருத்தியலுக்கும் செயலுக்குமான தொடர்பினை அறிந்து கொள்ளவோ முடியவில்லை. உண்மை என்னவெனில் அச்சூழல் எனக்கு அச்சமூட்டுவதாக இருந்ததுதான். அதற்குக் காரணமே யாருக்காவது ஏதாவது நடந்துவிட்டால் நான் அதற்குப் பொறுப்புக்கூற வேண்டுமென்பதுதான். என் குழுவினருடன் என்னால் சகஜமாகவோ உள்ளார்ந்த அமைதியுடனோ பணிபுரிய முடியவில்லை. அந்த கிளினிக்கின் அவலங்கள் என் மனதை அலைக்களிப்பவையாக என் மனதெல்லாம் துயரத்தை நிரப்புவதாக மட்டுமே இருந்தது.

துக்கமல்ல பயமே அங்கிருந்து என்னை விரட்டியது. ஒரு நாள் வெளிநோயாளர் ஒருவருடன் கிளினிக்கின் புல்வெளியில் நான் விளையாடிக்கொண்டிருந்தேன். ஒத்த கருத்துள்ள சொற்களை வைத்து விளையாடும் விளையாட்டு.

“கிரீடம்” என்ற சொல்லிற்குப் பொருத்தமான சொல் அவர் நினைவுக்கு வரவில்லை. கையில் வைத்திருந்த பொப்கோன் கோப்பையை என் தலையில் கவிழ்த்து கிரீடம் சூட்டிவிட்டார். பொறுமையாகத்தான் இருக்க முயற்சித்தேன். அந்தநாள் கிளினிக்கின் கடைசி நாளாக இருந்ததுபோலும். பெர்நாந்தாவெனில் ஒரு மன்னிப்புடன் தொடர்ந்திருப்பாள். மற்றவர்களின் துன்பங்களைக் களைய முற்படுவதைவிட நாமே துன்பத்தை அனுபவித்து விடுவோமென நினைத்தேன்.

என் சக்தியை ஆக்கபூர்வமான காரியங்களுக்குப் பயன்படுத்துவதற்கும் எண்ணக் கருக்களை நடைமுறைப் படுத்துவதற்கும் எங்காவது வாய்ப்பு இருக்கிறதா என்ற தேடலில் இருந்தபோது ஓர் ஆளுமையிடம் என் மனம் ஒன்றிப்போனது. லூயிஸ் சுவாமியின் விரிவுரைகளும் அதன்பின் அவர்தந்த புத்தகங்கள் மூலமும் நான் அறிந்த இன்று மென்மேலும் நான் நெருக்கமாக உணர்ந்த சே. எத்தனை பேர் ஆர்ஜன்ரீனாவிலும் ஏன் உலகம் முழுவதும் - வியாபாரிகளுக்கு நன்றி - அவரது படத்தை பார்க்கிறார்கள். என்றோ நான் வாங்கிய சேயின் போஸ்ரர் என் அறைக்குள்ளே சுவரில் தொங்குகிறது. ரவுலுக்கும் எனக்கும் இடையில் அப்போஸ்ரர் பற்றிய விவகாரம் இன்னும் தொடர்ந்து கொண்டுதான் இருக்கிறது. நான் சமூகவியல் கற்பதற்கு எதிர்ப்புத்தெரிவித்ததே என் அரசியல் போக்கை அவர் விரும்பாததால் மாத்திரமே.

அதைவிட “மோசமான” மோதல் இனித்தான் வர இருக்கிறது. எனது ஆரம்ப விரிவுரைகள் சட்டக்கல்லூரி வளாகத்தில் ஆரம்பமாகியது. இங்குதான் என் சட்டபடிப்பை தொடரவேண்டும். வளாகத்தின் நுழைவாயிலில் கலாசாலை மாணவர்கள் கூட்டம் அலைமோதியது. வரிசை வரிசையாக மேசைகள், அதன்மீது நோட்டீசுகள், கொள்கை விளக்கப் பிரசுரங்கள், கொடிகள் என ஒரே அமளிதுமளி. கல்லூரியில் செல்வாக்குச் செலுத்தும் அரசியல்கட்சிகள், அமைப்புக்கள் போட்டிபோட்டுக்கொண்டு புதுமாணவர்களைத் தங்கள் பக்கம் இழுக்கும் முயற்சியில் தீவிரமாக இருந்தார்கள். அப்போது கல்லூரியை இடதுசாரிக் கட்சியான யூனியன் சிவிக்கா தன் அமைப்பான பிராஞ்சா மொறாதாவினூடு கல்லூரியை தன் வசப்படுத்தியிருந்தது. கல்லூரித் தேர்தலில் தங்கள் அதீதச்

செல்வாக்கை நிலைநிறுத்த வேண்டிய தேவையும் அவர்களுக்கு இருந்தது. நடுநிலை இடதுசாரிகளென்று தங்களை அவர்கள் அடையாளப்படுத்திக் கொள்வார்கள். பல அரசியல் போக்குகள், கொடிகள், பிரசூரங்கள், வேலைத்திட்டங்களின் மத்தியில் வென்செரிமோஸ் என்னும் அமைப்பும் என் கண்ணில் பட்டது. பாரியா லிபரே அரசியல் கட்சியின் மாணவர் அமைப்பான வென்செரிமோஸ் தேசிய புரட்சிகர அமைப்பு கார்லோஸ் மெனனின் ஆட்சிக்கும் புதிய தாராளக்கொள்கைக்கும் எதிரானவர்கள். சர்வதேசம் ஆர்ஜன்ரீனாவின் கடன்களை செலுத்தச் சொல்லியும் புதிய பொருளாதாரக் கொள்கையை நடைமுறைப்படுத்தவும் கொடுக்கும் அழுத்தங்களுக்கு எதிராக குரல் கொடுப்பவர்கள்.

எது எப்படி என்று தெரியவில்லை, ஆர்ஜன்ரீனத் தேசியக் கொடியில் பதித்திருந்த நான் மிக மதிப்பு வைத்திருந்த சேயின் படம் என்னைக் கவர்ந்ததா, அல்லது அங்கு நின்றவர்களில் ஒருவர் என்னை அணுகிய விதமா அல்லது மெய்யாகவே அவர் என்னிடம் அரசியல் சித்தாந்த விவாதத்திலோ அல்லது விளக்கங்கூறவோ முடியாத அன்றைய நாட்டின் நிலைபற்றி பேசியதா தெரியவில்லை. அந்தமேசை முன்னால் நின்ற என் கால்கள் நகரவில்லை. அவர்கள் கூறியதை அவதானமாகக் கேட்டேன். முன்பு நான் லா போக்காவில் வறிய குடும்பங்களுக்கிடையில் செய்த சமூகசேவை எவ்வளவு பிரயோசனமாய் இருந்ததென்பதையும் அவர்கள் பேச்சிலிருந்து அறிந்துகொண்டேன்.

என் வாழ்க்கையின் முக்கியமான முடிவுகள் வாழ்வின் நீண்ட நாட்கள் ஆதிக்கம் செலுத்தக்கூடிய அதற்கான என்னளவில் பெரிய பங்களிப்பை செலுத்தவேண்டி இருக்குமாயினும் என் முடிவுகளை ஆற அமர ஆலோசித்து எடுக்கும் பழக்கம் இல்லாதவள். அந்த நொடியிலேயே முடிவெடுக்கும் வழமையுடையவள். நான் அன்றையப்பொழுது என் நிலை பற்றி சரியாகச் சிந்தித்திருந்தால் என் முடிவு ரவுலுக்கு திருப்தியாக இருக்குமாவென யோசித்துப் பார்த்திருந்தால், இதனால் என்ன பின் விளைவுகளைச் சந்திக்க நேருமென யோசித்திருந்தால் அன்றைய நிலையில் நானிருந்த அரசியலை தொடர்ந்திருப்பேன். போர்தா கிளினிக் பற்றி நான் எடுத்த

முடிவு தோல்வியானபோதும் சே கொடியிலிருந்து என்னை பார்த்த பார்வை என்னிடமிருந்து எதையோ எதிர்பார்ப்பதுபோல் இருந்ததும் ஒரு திட்டமான அரசியல் நிர்ணயத்தினுள் நான் இணைந்து இயங்கவேண்டுமென்ற தேவையின் உந்துதலும் அவ்வமைப்பின் சமூகசேவைப் பிரிவில் என்னை ஓர் அங்கத்தவளாகப் பதிவுசெய்ய தூண்டுதலாக அமைந்தது.

ஓர் அரசியல் செயற்பாட்டாளியாக என் ஆரம்பம் அவ்வளவு சுலபமானதாக இருக்கவில்லை. ஒரு கிளர்ச்சிக்காரியாக இருப்பதோ அன்றேல் அரசியல் முதிர்ச்சியின்றி ரவுலுடன் காரணகாரியங்களிலும் அரசியலிலும் சண்டை வளர்த்துக் கொள்வதோ, சமூகசேவை என அரசசார்பற்ற, தேவாலயங்களின் சமூகசேவையில் ஈடுபடுவதோ வேறு. அரசியல் செயல்பாட்டாளராக வேலைத்திட்டங்களில் ஈடுபடுவது முற்றிலும் வேறொரு பரிமாணம். அதுவும் புரட்சிகரமானதும் இடதுசாரிப் போக்குமுடைய ஓர் அமைப்பில் வேலை செய்வது, நேரம், உழைப்பு, அர்ப்பணம் என பரிமாணங்களைக் கோரி நிற்கும் அதன் தேவையை பூர்த்தி செய்வது முற்றிலும் வித்தியாசமானது. வீட்டில் காலப்போக்கில் எப்படியோ தெரிந்துவிடும். இந்தச்சிக்கலில் இருந்து விடுபட நான் கண்ட தீர்வு பொய். ஆரம்பத்திலேயே வென்செரிமோசின் கூட்டங்களுக்கோ அல்லது லாபோக்கா வேலைதிட்ட குழுவைச் சந்திப்பதற்கோ வாய்ப்பாக இருக்க புவனஸ் ஏயரசில் உள்ள தேவாலயம் ஒன்று சமூகசேவையில் ஈடுபட்டு வருவதையும், அவர்களின் நடவடிக்கைகள் நகரத்தின் பல பாகங்களிலும் நடைபெறுவதை அறிந்து வீட்டில் அத்தேவாலய சேவைக்குழுவில் நானிருப்பதாக பொய் சொன்னேன். இத்தந்திரம் நீண்ட நாட்களுக்கு தொல்லையின்றி என் அரசியல் பணியில் ஈடுபட உதவியது. வீட்டிலோ நான் தேவாலயத்துடன் இணைந்துகொண்டது பற்றியும், பல்கலைக்கழகத்தின் அழுக்கு அரசியலின் பிடியிலிருந்து தப்பிவிட்டேனென்றும் மிக்க மகிழ்ச்சியாக இருந்தனர்.

லாபோக்காவில் பாடசாலைக் குழந்தைகளுக்கு பாடங்களில் உதவி செய்யவும் வழக்குகள் சம்பந்தமாக வழக்கறிஞர்களை நியமிக்க முடியாதவர்களுக்கு இலவச சட்ட உதவியும் வழங்கினோம். அப்பகுதி மக்களுடன் சேர்ந்து வேலை

செய்ததால் அவர்கள் கொடுத்த பாண், சீஸ், பால்மா இன்னும் பல பொருட்கள் எங்களுக்கு இலவசமாகக் கிடைத்தன. இவற்றினால் வறிய பாடசாலைப் பிள்ளைகளுக்கான மதிய உணவை இலவசமாக வழங்க முடிந்தது. முதலில் கூட்டுறவு ஒன்றிற்கு சொந்தமான கட்டிடத்தில் இயங்கிக்கொண்டிருந்தோம். சிறிது காலத்திலேயே அங்கிருந்து விரட்டி அடிக்கப்பட பெருந்தொகை மக்கள் குடியிருப்பின் நிலவறை ஒன்றிற்கு எங்கள் நடவடிக்கைகளை மாற்றிக்கொண்டோம். எங்கள் வேலைகள் அளவுக்கதிகமாகவே நேரத்தை எடுத்துக் கொள்வதுடன் எந்நேரமும் தீவிரமான பிரச்சினைகளுக்கு முகங்கொடுக்கவேண்டி இருந்தது. அவைகளில் ஒன்று தீராத வறுமை. ஒவ்வொரு நாளும் புதிதான ஆரம்பமாகவே இருக்கும். ஒவ்வொரு பிரச்சினையும் இதை எப்படித் தீர்க்கப்போகின்றோம் என்ற மலைப்பைக்கொடுக்கும். எங்களால் முடியுமென்ற தளராத நம்பிக்கை தேவைக்கதிகமாகவே தேவைப்படும். தோல்விகளைக் கண்டு துவண்டு விடக்கூடாது. ஆனால் இந்த வேலைகளில்தான் நான் சரியான அரசியல் செயற்பாட்டில் இயங்குகின்றேன் என்ற உணர்வைப் பெற்றேன். என்னிடம் தேவைக்கதிகமாக இருப்பதை இங்கு கொடுக்க முடிந்தது, பல குழுக்களை ஒன்றிணைக்க முடிந்தது மொத்தத்தில் நான் நானாக இயங்க எல்லாச் சூழலுமே நிறைவாக இருந்தது.

அன்று முதல் அரசியல் வேலைகள் எனது வாழ்வின் மிக முக்கிய பணியாயிற்று. கலாசாலைக்கல்வி பல்கலைக்கழகத்தினுள்ளும் வெளியிலுமான அரசியல் செயல்பாடுகள் என் நட்பும் எதிர்ப்பும் அரசியல் தளத்தில்தான் சுழல ஆரம்பித்தன. வாழ்க்கையில் வளர்ச்சி என்பது வாழ்க்கையின் தாற்பரியத்தை தேடுவது என்பதை பலர் நம்புகின்றார்கள். வளர்ச்சி ஒரு வரையறைக்குட்பட்டே நடந்தேறுகிறது. இது பிறப்பு, இனவிருத்தி, இறப்பு வரை தொடர்கிறது. இதனை நம்புகிறவர்களில் நானும் ஒருத்தி. வென்செரிமோசில் இணைந்தபின் எனது எண்ணத்தில் இது மேலும் உறுதிபெற்றது. அது மட்டுமல்ல இந்த அரசியல் பணிகள் என்மட்டில் மிக முக்கியமானவை. என் உண்மையான தாய் தந்தையை அறிந்துகொண்டபின் அதன் முக்கியத்துவம் மென்மேலும் வளர்ந்துகொண்டே போயிற்று. ஏனெனில் அவர்களும் என்னைப்போலவே சமூகநீதிக்காக போராடியவர்கள்.

இது எனது உயிர்காப்பு வளையம் போன்றது. என்னை மூழ்கவிடாது பாதுகாப்பதுடன் பொம்மலாட்டக்காரன் கைவிட்டால் கீழே விழுந்து உடைந்துவிடும் பொம்மை போல் நான் சிதறிப்போகமாட்டேன். மற்றோர் ஆட்டுவிக்கும் பொம்மையாயன்றி என்னையறியாமல் நானே ஆட்டத்தின் நூலை இழுப்பவளாக இருக்கின்றேன். என் பிறப்பையும், தாய் தந்தையையும், அவர்கள் அரசியலையும், எப்படி இறந்தார்கள் என்பதையும் அறியமுதலே தொலைத்தடிக்கப்பட்டு மீண்டும் அடையாளம் காணப்பட்ட பேரக்குழந்தைகளைவிட அரசியல் முதிர்ச்சி உடையவளாகவே வளர்ந்திருந்தேன். ஏனென்றால் சிறுவயது முதல் நான் அறிந்துகொண்ட அரசியல், நடந்த போரை அரசியலுடன் பொருத்திப்பார்க்க உதவியது. கருத்துருவாக்களில் வெளி உந்தல்களிலிருந்து நானே தேர்ந்தெடுத்தேன், எவைகளோடு முரண்படவேண்டுமோ அவைகளுடன் முரண்படவும் பின்நிற்கவில்லை. என் தாய் தந்தைபற்றி அறிந்துகொண்டபோது பெருமையாகவே இருந்தது. அவர்களும் என்னைப்பற்றி பெருமைப்படுவார்கள் என்பது எனக்குத்தெரியும்.

இவையெல்லாம் பின்பு நடைபெறப்போகின்றவை. இப்போதைய என் வேலை எல்லாம் ரவுலிற்குத் தெரியாமல் என் அரசியல் நடவடிக்கைகளை மறைப்பது. ரவுலுடனான விவாதங்கள் இல்லாமல் போகவில்லை. சேயின் போஸ்ரர் விவகாரம் அவைகளில் ஒன்று. நானுமோ நம்பமுடியாததை நம்பவைக்க பெரும்பாடுபட வேண்டியிருந்தது. இந்தக் காலத்தைப் பற்றி யோசிக்கும் போது இன்னுமொரு நிழலுருவம் ஞாபகத்திற்கு வருகிறது. குழந்தைப் பருவம், வளரிளம் பருவத்திலும் ஆங்காங்கு தோன்றிமறைந்த உருவம். அவரை நான் “மாமா” என்றழைப்பேன். என் ஞானத்தந்தை என விரல்சுட்டிக்காட்டப்பட்டவர். ரவுலின் கரையோரக் காவல் காலத்தின் நெருங்கிய சினேகிதன். இந்த மனிதன் என் பிறந்த நாளன்றுத் தவறாது பரிசை அனுப்பி வைப்பார். “சிறுபெண்ணே” என்றழைத்த இவரை நான் என் இளமைக்காலங்களில் மூன்று அல்லது நான்கு தடவைதான் நேரில் பார்த்திருக்கிறேன். வளரும்போது என் மாற்றங்கள், என் எதிர்ப்புக்கள், எண்ணற்ற விவாதங்களை எல்லாம் பார்த்த இவர் “இடதுசாரி” என குத்திக்காட்டியவர்களில் ஒருவர். கரையோரப் பாதுகாவல்

தலைமை அதிகாரி என் ஞானத்தந்தை பிராவெக்ட் கெக்டோர் வேபரசைப் பற்றித்தான் பேசிக்கொண்டிருக்கிறேன். ஈ.எஸ்.எம்.ஏ சிறைச்சாலையின் பகுதி நான்கின் பொறுப்பதிகாரி. இங்குதான் கர்ப்பினிப் பெண்களைச் சிறைவைத்திருந்தார்கள். என் தாயின் கரங்களிலிருந்து பறித்தெடுத்தவர். என்னைக் கடத்தியவர்.

வென்செரிமோஸ் – வெற்றிநமதே

1977 தொடக்கம் 1981 வரை கெக்டோர் ஈ.எஸ்.எம்.ஏ யின் புலனாய்வுத்தலைமை அதிகாரி. அவரின் பொறுப்புகளில் ஒன்று பகுதி நான்கின் தலைமை. பல மனிதவதை அறைகளும் “சராதா” என்ற நாமஞ்சூட்டிய மகப்பேறு பிரிவும் பகுதி நான்கின் முக்கிய அம்சங்கள். இங்குதான் கருவுற்ற பெண் கைதிகள் குழந்தைகளைப் பெற்றெடுப்பார்கள், அதன்பின்பு அவர்களை கொலை செய்வார்கள். சிறைக்கைதி பற்றியோ பிறந்த குழந்தை பற்றியோ குடும்பத்தார் எழுதும் கடிதங்களுக்கும் விசாரணைகளுக்கும் பதிலளிக்க கடமைப்பட்டவர் கெக்டர். எத்தனை கடிதங்கள், எத்தனை மன்றாட்டுக்கள். எதற்கும் கெக்டர் பதிலளித்ததாக எந்த ஒரு ஆதாரமும் இல்லை. அதேபோல் அங்கு குழந்தை பெற்ற எந்தப் பெண்ணும் உயிருடன் வெளியே வரவும் இல்லை என்றுதான் சொல்கிறார்கள்.

கடற்படை வைத்திய நிர்வாகம் குழந்தைகளைத் தத்தெடுப்போரது பட்டியலை நிர்வகித்ததாகத் தகவல். 1985 இல் இராணுவ ஆட்சி மீதான விசாரணையில் குற்றங்களுக்கெதிரான ஆரம்ப உரையில் கெக்டர் இதனை மறுக்கவில்லையாயினும் பின்பு தான் அக்குற்றச்சாட்டை ஏற்கவில்லை என மறுத்துச் சொன்னார். இந்தப்பட்டியலின் வரிசைக் கிரமத்தில் தான் சிறையில் பிறந்த குழந்தைகளை கெக்டர் “புதிய தாய் தந்தையருக்கு” கொடுத்துவிடுவார்.

முந்தய அதிகாரிகளிலும் பார்க்க தானும் தனது நிர்வாகமும் மனிதத்தன்மை உள்ளதென்பதைக் காட்டுவதில் கெக்டர் அதிக கவனம் எடுத்துக்கொண்டதாக பரவலான பேச்சு. அதனால்தான் போலும் என்னை ரவுல் தம்பதியருக்கு கொடுத்தபோது

நான் போட்டிருந்த உடுப்பைத் தன் சொந்தப்பணத்திலேயே வாங்கினார் போலும்.

ஈ.எஸ்.எம்.ஏ யின் தலைமைப்பதவிகளில் இருப்பவர்கள் தங்கள் வீரத்தைக்காட்ட விலங்குகளின் பெயரையே வைத்துக்கொள்வார்கள். அதிரடிப்படை தலைமை அதிகாரி யோர்க் அக்கோஸ்ரா - புலி. புலனாய்வு அதிகாரி அல்பிரேதோ - காகம். ஈ.எஸ்.எம்.ஏ வளாக காவலதிகாரி - டொல்பின், யோர்க் பெர்ரன் விசேட இராணுவக்குழுத்தலைவன் - பூமா. இவைகளின் குணங்களைப்போலவே அவர்களது நடவடிக்கைகளும் இருக்கும். கெக்டரின் பெயர் - “செல்வா” (அடங்கா வெறி கொண்ட மூர்கன்). அவர் சித்திரவதை செய்யும்போது எல்லா காட்டுமிருகங்களும் ஒன்றாகப் பாய்வதும் உறுமுவதும் போல் இருக்கும். அவரிடமிருந்து உயிர்தப்பியவர்கள் ஒருசிலரே. உயிர்தப்பியவர்கள், எலக்றிக் சொக்கரை அவர் பாவிக்கும் விதம் மிகக் கொடூரமாக இருக்குமென்றும், சித்திரவதைகளை அவர் மிகவும் ரசித்து மகிழ்ந்தாரென்றும் சொல்வார்கள். கடலோரப் பாதுகாவல் அதிகாரியானதால் கடற்படையுடன் நல்லுறவும், இரண்டு படைகளினதும் இணைப்பாளனாகவும் இருந்ததனால் போராளிகளைக் கைது செய்யும் நடவடிக்கைகளில் தானே பங்கேற்பார். இல்லையெனில் அதனை நெறிப்படுத்துவார்.

சர்வாதிகாரியின் வீழ்ச்சிக்குப்பின்னர் கெக்டர் எவ்வித குற்றச்சாட்டோ தண்டனையோ இன்றி சுதந்திரமாகவே வாழ்க்கையை தொடர்ந்தார். ஆர்ஜன்ரீன அரசின் கொடை என்றே சொல்லலாம். அவரை விசாரணைக்கு உட்படுத்த, தண்டிக்க போதுமான சட்டம் அப்போது அரசிடம் இருக்கவில்லை. பின்பு அரசு அவரை விசாரணைக்கு உட்படுத்த தடையாக இருந்த சட்டத்தை வாபஸ் வாங்கிய பின்பு கூட நான்கு வருடங்களின் பின்னர்தான் “செல்வா” வழக்கு விசாரணைக்கு வந்தது. ஈ.எஸ்.எம்.ஏ யின் பேரிலான விசாரணை ஏற்கனவே நடைபெற்றுக்கொண்டிருந்ததால் இவரது வழக்கு தனியான விசாரணையாக நடைபெற்றது. பல சாட்சிகள் அவர் தனிப்பட்ட முறையில் சில சித்திரவதைகளைச் செய்யவில்லை என்றும் ஈ.எஸ்.எம்.ஏ சித்திரவதைக் கட்டமைப்பின் முக்கிய பங்கை அவர் ஆற்றினார் என்றும் விசாரணையில் தெரிவித்தார்கள். மற்றவர்களைச் சித்திரவதை செய்து இன்பம் பெறும் சாடிஸ்ற்

என்றும் அடங்கா மூர்க்கவெறி கொண்டவரென்றும் அன்றைய கைதிகளின் வாழ்வையும் சாவையும் நிர்ணயித்தவரென்றும் தங்கள் சாட்சியங்களில் குறிப்பிட்டனர்.

கெக்டரின் வழக்கு நான்கு பேரைச் சட்டத்திற்குப் புறம்பாக தடுத்து வைத்தது, சித்திரவதை செய்தாரென்ற குற்றச்சாட்டுடனே விசாரணைக்கு வந்தது. அவர் செய்த கொலைகள் பற்றியோ குழந்தைகளைக் களவாடி கைமாற்றியது பற்றியோ எந்தவித குற்றச்சாட்டும் அவர்மேல் வைக்கப்படவில்லை. ஆர்ஜன்ரீன அரசியலின் ஏற்ற இறக்கங்களும், வருடக்கணக்காக எந்தவித தண்டனையும் இல்லாது கெக்டர் தப்பி வந்ததும், சர்வாதிகாரியின் கொடுமைகளுக்குள்ளானோருக்கு வெறுப்பையும் சலிப்பையும் இந்த வழக்கு ஓரளவிற்காவது தனிக்குமென்ற எதிர்பார்ப்பும் இருந்தது. மனித உரிமைச் சங்கங்களிற்கோ ஈ.எஸ்.எம்.ஏ க்கு எதிரான 300 குற்றச்சாட்டுக்கள் வைக்கப்பட்டிருந்தபோதிலும் நான்கு குற்றங்களுக்காவது கெக்டருக்கு தண்டனை வாங்கிக் கொடுத்துவிட வேண்டுமென்ற முனைப்பிலும், இச்சந்தர்பத்தையாவது சரியாகப் பாவிக்க வேண்டுமென்ற பரபரப்பிலும் தங்கள் முயற்சிகளில் இடையறாது உழைத்தனர். சாட்சியங்களின்போது உயிர்தப்பியவர்கள் பிராவக்ட் கெக்டர் வேபரஸ் எவ்வளவு கொடூரத்தன்மை வாய்ந்தவனென்ற விபரணம் சித்திரவதையை அவர் எவ்வாறு ஆழ்ந்து அனுபவித்து தன் குரூரத்தை அவரே எப்படி ரசித்து மகிழ்ந்தார் என்பதற்கெல்லாம் தண்டனையின்றி அவரை தப்பவிட முடியுமா? கார்லோஸ் சாட்சி சொன்னவர்களில் ஒருவர். பிறந்து இருபதே நாட்களான குழந்தையின் நெஞ்சில் எலக்றிக் சொக்கரை வைத்து துடி துடிக்க அக்குழந்தையை வதைத்ததையும் அதற்கு முன்னர் அதன் உடம்பெல்லாம் பிக்கான் என்ற அந்த குண்டாந்தடி மூலம் மின்சாரத்தைப் பாய்சியதையும் சொல்லியிருந்தார். இதற்கெல்லாம் தண்டனையின்றி கெக்டரை தப்பவிடுவதா?

இராணுவத்தினை விசாரணைக்குட்படுத்த முடியாத பொதுமன்னிப்புச் சட்டம் விலக்கிக்கொள்ளப்பட்டபின்னர் மனிதகுலத்திற்கெதிரான குற்றங்களை இராணுவம் புரிந்ததென்ற குற்றச்சாட்டுடன் தொடுக்கப்பட்ட முதல் வழக்கு. தண்டனை என்று வந்தபோது அவர்கள் செய்த பாரிய குற்றங்களின்

மிகச்சிலவற்றிற்கே தண்டனை வழங்கப்பட்டதால் பாதிக்கப்பட்டோர் ஏமாற்றமே அடைந்தனர். சரியான தண்டனைகள் வழங்கப்படவில்லை என்ற ஆத்திரமும் இயலாமையும் அவர்களை இன்னும் விரக்திக்கு உள்ளாக்கியது. அதேபோல் கெக்டர் வழக்கிலும் எதிர்பார்த்த நீதி கிடைக்குமா என்ற சந்தேகம். விசாரணையின்போது எந்தப்படைப்பிரிவிற்கு அதிகாரியாக இருந்தாரோ அந்தப் படைபிரிவான கரையோரப் பாதுகாவல் பிரிவில்தான் சிறையில் இருந்தார். அங்கு அவர் சகல வசதிகளுடனும் கவனிப்புக்களுடனும் மரியாதையுடனும் இருந்தது இன்னும் ஆத்திரத்தையே ஊட்டியது. பத்தாம் திகதி டிசெம்பர் மாதம் 2007 ஆம் ஆண்டு தீர்ப்பிற்கு இன்னும் நான்கே நாட்கள் இருந்தபொழுது சயனைட் விசம் ஊட்டப்பட்டு மர்மமான முறையில் கெக்டர் சிறையில் இறந்துபோனார். தீர்ப்பு வெளியாகவே இல்லை. கொலைகளுக்கான விசாரணையும் அத்துடன் கைவிடப்பட்டது.

கெக்டரின் மரணத்துடன் சிறையில் பிறந்த 500 குழந்தைகள் பற்றிய விபரமும் ஆழப்புதைந்துபோயிற்று. ஆனாலும் நீதி வெல்லும்வரை இறுதிவரை நாம் போராடித்தான் தீரவேண்டும். சித்திரவதையாளர்கள், நீதிக்குப்புறம்பாக மக்களை கைதுசெய்து தடுத்துவைத்தவர்கள், கொலையாளிகளைப்போல் ஈ.எஸ்.எம்.ஏ என்ற இராட்சத அமைப்பில் பணிபுரிந்தவர்களும் குற்றவாளிகளே. முன் சொன்னவர்களின் குற்றங்களும், இவர்கள் குற்றங்களும் ஒரே மாதிரியாகத்தான் நீதியின் அடிப்படையில் பார்க்கப்படவேண்டும். ஈ.எஸ்.எம்.ஏ யில் பணிபுரிந்தவர்கள் கட்டளைகளைத்தான் நிறைவேற்றினார்கள் என்ற வாதங்களின்றி எல்லோருமே சிறையில் அடைக்கப்பட வேண்டியவர்கள்தான். அவர்களின் நடவடிக்கைகளின் அடிப்படையில் தண்டனை வழங்க வேண்டுமேயன்றி அவர்கள் தங்களுக்கு இடப்பட்ட கட்டளையை நிறைவேற்றினார்கள் என்ற வாதத்தை நான் கடைசிவரை ஏற்றுக்கொள்ளமாட்டேன்.

ஒரு மனிதன் செய்த குற்றத்திற்காக அவனுக்குத் தண்டனை விதிப்பதென்பது ஒரு விடயம். பல்வேறு குணஇயல்புடைய மனிதர்கள் என் வாழ்வில் தொடர்புடையவர்களாய் இருக்கிறார்கள். அவர்கள் என் வாழ்விலும் நாட்டின் மாற்றங்களிலும் எவ்வாறு தங்கள் குணஇயல்பின்

பிரதிபலிப்புக்களை பிரதிபலித்திருக்கின்றார்கள் என்பதைப் பல்வேறு கோணங்களில், நிலைகளில் ஆராய்ந்து பார்ப்பது இன்னுமொரு விடயம்.

இவர்களுள் என் சரிதையை நிர்ணயித்தவர்கள் இருவர். இருவருமே என் வாழ்கையைக் குலைத்துப்போட்டவர்கள். அவர்களில் ஒருவர் கெக்டர் வேபரஸ் என்ற தடியன். அவர் எனக்கனுப்பிய ஒவ்வொரு பரிசிற்கும் ஒவ்வொரு வருடமும் நேரம் தவறாமல் என் பிறந்தநாளிற்கு (அதுவே பிழையான, அவரே தேர்ந்தெடுத்த திகதி) வந்த பரிசிற்கெல்லாம் நன்றி கூறியதை நினைக்க, அவரை "மாமா" எனக்கூறி கட்டியணைத்ததை இன்று நினைத்தாலும் என் வயிறு கலங்கி வாந்தி வருகிறது. இதை நினைத்து வெறுப்பை என் மனதில் ஏற்றிவிடக்கூடாதென்பதில் நான் அவதானமாக இருக்கவேண்டும். நான் பிறந்தபோது, என் தாய் முன்னே நின்ற இந்த ஈன உருவம் தான் என் பாட்டன் பாட்டியை என்னைக் கவனமாகப் பார்த்துக்கொள்ளும்படி தனக்கு கடிதம் எழுதும்படி என் அம்மாவைக் கட்டாயப்படுத்தியது. இந்த மனிதன் தான் பிறந்த பதினைந்தே நாளான என்னைத் தாய்மடியிலிருந்து பிரித்து தன் நண்பனுக்கு வேறொரு பெயரில் வேறொரு அடையாளத்தில் என் உண்மைப் பிறப்பை மறைத்து வளர்க்கக் கொடுத்தது. குற்ற உணர்வே மனிதனை மனிதப்பிறவியாக்குவது. அதுமட்டுமல்லாமல் தானே எனது ஞானத்தந்தையாகி எனக்கு "ஒரு குறையும்" இல்லாது பார்த்துக்கொள்ளும் கடமையை சிம்போலிக்காக ஏற்றுக்கொண்டவனை என்னவென்று அழைப்பது? என்னை குறையில்லாமல், சொந்தப்பெயரில்லாமல், தாய் தந்தையில்லாமல், வாழ்வில்லாமல், குடும்பத்தின் முதிசம் இல்லாமல்? பார்த்துக்கொண்டார். அவரது அவலமான மரணம் சட்டத்தின் மவுனத்தையன்றி வேறெதைக்காட்டுகிறது. இன்றுகூட நவீன சர்வதிகாரிகளின் ஆட்சியிலும் சட்டம் மவுனம் காப்பதன்றி வேறெதுவும் நடந்தேறவில்லை. அன்றைய கொலைகளுக்கும் சித்திரவதைகளுக்கும் பதில் சொல்லவேண்டியவர்கள் தண்டனை பெறவேண்டியவர்கள் அதிகாரம் மிக்க பதவிகளில் அமர்ந்துகொண்டு தங்கள் தோல்வியின் பின்னும் தங்களைப் பாதுகாத்துக்கொள்வது சட்டத்தின் மவுனத்திற்குச் இன்றுவரை சாட்சியாக இருக்கிறது.

பொய் சொல்லியோ அல்லது வேறெந்த வழியிலும் என்னைப் பிரிக்க முடியாத பந்தத்தில் பிணைந்திருக்கும் இன்னுமொருவர் மேல் கெக்டரைவிட அருவருப்பும் அசூசையுமுள்ளது. என் உறவு இரத்த சமபந்தமானது. எனது பெரியப்பா உறவில் பிணைந்த பிரிக்கமுடியாத பெரியப்பா. என் குடும்பத்தை நிர்மூலமாக்கிய உறவுக்காரன். என் தந்தையின் மூத்த சகோதரன். அடொல்போ தொந்தா ரீகல் அல்லது "பலித்தோ" அன்றேல் "ஜெரோனிமோ". என் தந்தையின் பாதுகாவலனாயும் முன்மாதிரியாகவும் பலவருடமிருந்தார் என்பதை நினைத்துப் பார்க்கும்போதும் என் தாய் தந்தையின் திருமணத்தின்போது சாட்சியாக நின்றவர் சில வருடங்கள் பின்னர் தன் சொந்த சகோதரனின் மனைவி அடுத்த அறையில் சித்திரவதை செய்யப்படும்போது தனது அலுவலகத்தில் அமைதியாக உட்கார்ந்திருந்ததை நினைத்துப்பார்க்கும்போது என்னால் எப்படி அதைத் தாங்கிக்கொள்ள முடியும். மனித்தத்தன்மையே வற்றி வரண்டுபோன கொடுமையின் உருவங்களான இந்த நடமாடும் கொடூரங்களின் உருவங்களைக் காணும்போது நம்மை நாம் பாதுகாத்துக்கொள்ளும் உணர்வுதானே மேலெழும். இவர்கள் மனிதப்பிறவிகளே அல்ல என்றுதானே சொல்வோம் எங்கள் கற்பனைகளையும் கடந்தது அவர்களது கொடூரம். இவர்களுக்கு உணர்வுகளுமில்லை ஆன்மாவுமில்லை. ஆனால் இந்த வலியை நான் தேர்ந்தெடுக்கவில்லை பெரியப்பா அடொல்போ தொந்தா என்னைப்போலவே ஒரு மனிதப்பிறவி என் உடம்பில் பாயும் இரத்தமே அவர் உடம்பிலும் பாய்கிறது. இந்த காரணங்களுக்கே அவருக்குக் கடுமையான தண்டனை வழங்கவேண்டும். இந்தக் காரணங்களுக்காகவே அவரது குற்றங்கள் மன்னிக்க முடியாதவை.

எந்தப் பாரதூரமான குற்றமாயினும் அதனைப் புரிந்துகொள்ள வழியுண்டு. "பலித்தோ"விற்கு தான் செய்வது குற்றங்களல்ல அவை பெருமைப்படவேண்டிய விடயங்கள் என்பதில் ஆழமான நம்பிக்கை. தன் சொந்தச் சகோதரனின் மனைவியே ஆயினும் கடமையிலிருந்து தவறாதவர் என்பதை மற்றைய சிறைக் கைதிகளுக்குக் காட்டியே பெருமிதம் கொண்டவர். இலக்கை அடைய எது தடையாக இருந்தாலும் தான் தடுமாற மாட்டேன். உறுதி குலையாது அது தன் சொந்த குடும்பமாக இருந்தாலும். இவையெல்லாம் அவரின் சிறைச்சாலைப் புகழின்

ஒருபகுதி. புலனாய்வுத்துறையின் அதிகாரிகள் ஒவ்வொரு புதனன்றும் "தங்கள் ஆலோசனை அறை"யில் கூடுவார்கள். அடொல்போவும் அவ் அதிகாரிகளில் ஒருவர், அன்றுதான் மூன்றாம் மாடியில் சிறைவைத்திருப்பவர்களில் யார் யாரை கொல்வது என்று முடிவெடுப்பார்கள். கோரியிடமிருந்து குழந்தையைப் பறித்தெடுத்தபின் பென்ரோற்றால் எனும் மருந்தை ஊசிமூலம் ஏற்றி விமானப்படை விமானமொன்றில் ஏற்றி உயிருடனே றியோ டி பிளாத்தா சமவெளியில் வீசி எறிந்தவர்களில் அடொல்போவும் ஒருவர்.

வருடக்கணக்கான கண்ணீர் சிந்தலும் கெஞ்சலுமாக என் பாட்டி லியோனித்தா அடொல்போவிடம் கோரியை கண்டுபிடிக்க கேட்டபோது தன்னால் எந்தத் தகவலையும் பெறமுடியவில்லை, கோரி இறந்துபோயிருக்கலாம் என்று பட்டும் படாமலும் சுருக்கமான ஒரு பதிலையே சொல்லிவந்தார். என் அம்மாவின் குடும்பத்திற்கெதிராக முதல் குழந்தையின் தத்து சட்டத்திற்குப் புறம்பானதென்று ஒரு வழக்கை வேறு தொடுத்திருந்தார். என் தாய் தந்தையை இரண்டு முறைகளில் அவர் காணாமல் போகடித்திருந்தார். ஒன்று அவர்களைக் கடத்தியது இதற்கான கட்டளையை அவரே கொடுத்தார். இரண்டாவது என் தாய் தந்தையின் போராட்டத்தை அதன் சரித்திரத்தை அழித்து. அதுபற்றி எத்தகவலும் இல்லாதொழித்தது. என் சகோதரியின் பெயரை மாற்றி வாழ்நாள் முழுவதும் அவள் தாய் தந்தை அவளை வேண்டாமென்று யாருக்கோ கொடுத்துவிட்டதாக கதை கட்டி நம்பவைத்தது. என்னை யாரோ ஒரு அந்நியனுக்கு விளையாட்டுப் பொம்மைபோல் பரிசு கொடுத்தது.

என் ஆசை ஒரு நாள் என் முன்னே அவர் நிற்கவேண்டும். அவர் கண்களைப் பார்த்து நான் கேட்கவேண்டும். என் அப்பாவை என்ன செய்தாய்? என் அம்மாவை என்ன செய்தாய்? அவர்களின் உடல்கள் எங்கே? அட்றியன் ஐயமி தொலைந்த குழந்தைகள் பற்றி ஒரு விவரணப்படத்தை எடுக்கும் முயற்சியிலிருந்தார். எனது குடும்பத்தை "சந்திக்க" என்னையும் அழைத்துச் சென்றபோது என் ஆசையை நிறைவேற்ற முயற்சித்தேன். அப்போது அடொல்போ தொந்தா எல்லாச் சவுகரியங்களுடனும் ஒரு சாதாரண விசாரணைக்கைதியாக கடற்படை சிறை ஒன்றில் தன் தீர்ப்புக்காக காத்திருந்தார். இங்குதான் முன்பு

என் பெயர் விக்ரோரியா | 101

கடற்படை பயிற்சிக்கல்லூரி இயங்கியது, அடொல்போவும் அப்பாவும் இங்குதான் மாணவர்களாக இருந்தார்கள். இங்குதான் அடொல்போ அப்பாவை சாகவிட்டதும்.

முன்பொருநாள் அப்பாவின் பாடசாலை தோழர்கள் இருவரைச் சந்தித்தேன். மூவருமாக இதே கட்டிடத்தொகுதிக்குள் நடந்து போகையில் அவர்கள் பாடசாலை பற்றிய கதைகளைப் பேசிக்கொண்டு வந்தார்கள். ஆவலாய் என் அப்பா பற்றி அறிந்துகொள்ள சத்தத்திற்கு காதை உயர்த்தும் முயல்குட்டிபோல் எல்லாவற்றையும் கேட்டுக்கொண்டே அவர்களுடன் நடந்தேன். தற்செயலாகத்தான் என் பெரியப்பாவும் அங்குதான் சிறையில் இருக்கின்றாரென அறிந்தேன். அவரைப்பார்க்கவும் பேய் விரட்டுபவன் உள்ளதிலேயே பயங்கரமான பேய் ஒன்றை வெளிக்கொணர்வது போல் நான் அவர் முன்னே போய் நிற்க ஆசை.

"குடும்ப அங்கத்தவர்கள் மாத்திரமே சிறைக் கைதிகளைப் பார்க்க அனுமதிக்கப்படுவர்" அடொல்போவை பார்ப்பதற்கு கேட்டபோது அங்கு காவலிலிருந்த கடற்படை சிப்பாய் சொன்னார். "நான் குடும்ப அங்கத்தவள். என் பெயர் விக்ரோரியா தொந்தா. நான் அவரின் நெருங்கிய உறவினள்" அவரை மடக்கி விட்டேன் என்ற எண்ணத்தில் நான் பதில் சொன்னேன். இளமையான அந்தக் காவலாளி தன் அதிகாரியைத் தேடிக்கட்டிடத்தினுள் போனார். விசித்திரமான என்னைச் சமாளிக்க ஒரு அதிகாரிதான் சரி என நினைத்திருப்பார்போலும்.

சில நிமிடங்கள் காத்திருந்தோம். அதுவே முடிவிலாக்காலம் போல் நீண்டுகொண்டு போனது. என்னுள் குளிரோடியது போல் நடுக்கம். அவர் என்ன சொல்வார்? நான் எப்படி ஆரம்பிப்பது? இன்னுமொரு சீருடைக்காரன் வெளியே வந்தார். முன்னையவரிலும் அதிகாரப்படியில் மேலுள்ளவரென்று தெரிந்தது.

"லெப்டினன் கப்டன் தொந்தா ரீகலைப் பார்க்க விரும்பியவர் நீங்களா? கேட்ட அவரின் குரலில் அடொல்போவில் மிக மரியாதை உள்ளவரென தெரிந்தது. என் உடலெல்லாம் கூசிப் புல்லரித்தது.

“நான் அவர் தம்பியின் மகள்?”

“லெப்டினன் உங்களை காணவிரும்பவில்லை. அவர் நீங்கள் தன் தம்பியின் மகளல்ல என்றும் தன் தம்பி உங்களை தன் மகளென்று ஏற்றுக்கொள்ளவில்லை என்றும் சொன்னார்.”

இப்படி ஏதோ ஒன்று வருமென்பது நான் எதிர்பார்த்ததுதான். அவர் என்னைப் பார்ப்பதையோ பேசுவதையோ விரும்பமாட்டார் என்பதும் எதிர்பார்த்ததுதான். அப்பாவைப் பற்றி அவர் சொன்னது எனக்கு கண்மூடித்தனமான ஆத்திரத்தைக் கிளப்பிவிட்டது.

“அவரது சகோதரன் என்னை மகளாக ஏற்றுக்கொள்ளவில்லை ஏனென்றால் அவருக்கு ஒரு மகள் இருப்பதையே அவர் அறியவில்லை. என் அம்மா என்னைப் பெற்றெடுத்தது ஈ.எஸ்.எம்.ஏ சிறையில் அம்மாவைக் கடத்தி சிறையில் அடைத்ததும் அம்மாவைப்போலவே அப்பாவையும் கொலை செய்ய முடிவெடுக்கும்படி அதே சிறையில் அடைத்துவைத்ததும் அவர்தான் என்று நான் சொன்னதாக அவருக்குத் தயவுசெய்து சொல்லுங்கள்” என் கேவல்களுக்கும் கண்ணீருக்குமிடையில் இந்த துக்கமான செய்தியைக் கொண்டுபோகிறவருக்கு மேலும் சொல்ல என்னிடம் ஒன்றுமில்லாததால் திரும்பி வேகமாக நடந்தேன்.

சட்டத்தின் கடமை, பொறுப்புக் கூறலுக்கும் உணர்வுகளுக்கும் இடையில் தெளிவான இடைவெளி உண்டென்பதில் இன்றுவரை என்னிடம் எந்தச் சந்தேகமும் இருந்ததில்லை. வாழ்க்கையில் தனிமனிதனாக ஒவ்வொருவரது செயலும் அவர்களின் பொய் புனைவுகளால் என் வாழ்க்கையில் பங்கெடுத்ததும் என் உணர்வை எவ்வாறு பாதித்ததென்பது இன்னுமொரு விடயம். கிறிசில்லா, ரவுல் மீதான என் உணர்வுகளை நியாயப்படுத்தவோ அல்லது அவர்களது குற்றங்களையோ நான் எப்படி பார்க்கின்றேன் என்பதையும் என்னால் மாற்றிக்கொள்ள முடியாது. என் உணர்வுகள் தனிப்பட்டவை அவைகளை மாற்ற என்னால் ஒன்றும் செய்யமுடியாது. ஆனால் அவர்கள் கெக்டரோ அடொல்போவோ இல்லை. இதுதான் வேறுபாடு இதனைப் புரிந்துகொள்வது மிகக் கடினமும் அல்ல. குரூரமும் முன்திட்டமிடலும் மனிதத்தன்மைகளை

மதிக்காத குணமும் இவை எல்லாவற்றிற்கும் மேலாக ஒரு குற்றத்தைச் செய்யும்போது ஆழ்ந்து அனுபவிக்கும் குணம் இது எல்லாவற்றையும்விட கீழ்த்தரமானதொரு குணயியல்பு. தொந்தாவும் கெக்டரும் தங்கள் குற்றச்செயல்களினூடு மனதிருப்தியையும் மகிழ்வையும் பெற்றார்களென்று நினைக்கின்றேன். வேறுபாடு இதுதான் கிரிசில்லா ரவுல் தம்பதியின் மீதான என் அன்பில் குழப்பங்கள் இருக்கலாம் ஆனால் அது அன்பில்லை என்று சொல்லமுடியாது.

பல்கலைக்கழக நாட்களுக்கு திரும்பிப் போவோம். அங்குதான் என் அரசியல் செயற்பாடுகளின் ஆரம்பநாட்கள். சிலநாட்களில் காரியம் ஆற்றவேண்டிய வேகம் நம்ப முடியாதிருக்கும். நேரம் அதிகமாகத் தேவைப்படும். என்னையறியாமலேயே அரசியல் நடவடிக்கைகளுக்கு அதிக நேரத்தைச் செலவளித்தேன். வென்செராமோஸ் என் நேரத்தை அதிகமாகவே வேண்டிநின்றது. நேரத்தேவையால் ரவுலிடமிருந்து என் அரசியல் நடவடிக்கைகளை மறைக்க முடியவில்லை. கார்லோஸ் மெனத்தின் கடைசி வருட ஆட்சி வேறு நடுத்தரவர்க்கம் நிறைவாக இருந்த காலம் போய் அந்த நினைவுகள் கூட அருகிவந்த காலம். ஓய்வூதியம் பெற்றோரும் ஓய்வூதியச் சங்கங்களும் தங்கள் கொடுப்பனவுகளை அதிகரிக்கக்கோரி பிரதி புதனன்றும் பாராளுமன்றத்தின் முன்னால் பேரணிகளை நடத்தினர். எங்கள் கட்சித்தோழர்களுடன் நானும் இதில் கலந்துகொண்டேன். இதற்குப் போவதற்கு எனக்கு ஒரு சாட்டுத் தேவைப்பட்டது. என்னுடன் சேர்ந்தியங்கும் றொபேர்டோ சிலமுறை என்னைத்தேடி வீட்டிற்கு வந்திருக்கிறார். இப்படி வருகின்ற நேரத்தில் ரவுலின் அறிமுகம் கிடைத்தது. இந்த கதைக்கு ஒரு பெயர் வைக்க நானும் றொபோட்டோவும் காதலர்களென ரவுலுக்குச் சொன்னேன். ஒவ்வொரு புதனன்றும் நாங்கள் சினிமாவுக்குப் போவதாகவும் அவரை நம்பவைத்தோம். எல்லாக் காதலர்கள் போலவும் நாங்கள் சினிமாவிற்குப் போகின்றோம் என்று நம்பவைக்க வேண்டுமல்லவா. ரவுல் எளிதில் எதையும் நம்பமாட்டார் எனவே புதன் காலையில் பத்திரிகையில் நாங்கள் போவதாகச் சொல்லும் சினிமா விமர்சனத்தை வாசித்து விடுவேன். ரவுல் கேள்வி கேட்டால் பதில் சொல்லத்தான். விநோதமென்னவென்றால் காலப்போக்கில் றொபோட்டோ என் காதலனானதும் நாங்களும்

மற்றைய காதலர் போல் சினிமாவிற்குப் போனதும்தான். றொபோட்டோ உடனான காதல் காலத்தில் என் அரசியல் நடவடிக்கைகள் வீட்டிலும் தெரிய வந்திருந்ததும் இன்னுமொரு திருப்பம்.

அறிமுக வகுப்புக்காலத்தில் புதிய சக மாணவி எனக்கு அறிமுகமானவள். அவளின் பெயர் எங்கள் நட்பின் தேவையைக் காட்டும். எந்தவித எதிர்பார்ப்புமின்றிய நட்புக்கான அர்ப்பணிப்பும் நான் வாழ்க்கையின் சுழற்சியில் நிலைகுலைந்தபோது பற்றுகோல் தேடியபோது என்னருகே பலமாய் நின்றவளும் அவளே. அவளின் பெயர் விக்ரோரியா. ஒரு நட்பில் காலப்போக்கில் ஏற்படும் நம்பிக்கை அசைக்க முடியாத உறுதி எல்லாவற்றயும் முதல் கண்டபொழுதே இருவரும் உணர்ந்துகொண்டோம்.

என் பாடசாலை நாட்களில் வெட்டிய நூலிழைகள் தொங்கும் ஜீன்ஸ், மண்டையோட்டுப் படங்கள், தலைகட்டுத் துண்டுகளென்று வறிய வீதியோரவாசிபோல் திரிந்தவள். இப்போது என் கோலமே மாறிப்போனது. ஒவ்வொருநாளும் மேக்கப்போட்டுக் கொள்கிறேன். முடியை நீளமாக வளர்த்து விரித்துப் போட்டுள்ளேன். என் சுருட்டை முடியினை வெகு கவனமாக பராமரிக்கிறேன். காதில் மிகப்பெரிய அலங்கார வளையங்கள். உயர்ந்த காலணிகள். இந்த வேசத்திற்கெல்லாம் முக்கியத்துவம் என்னிடம் இல்லாமலில்லை. ஆனால் பல்கலைக்கழகத்திலும் என் அரசியல் தோழர்களிடையிலும் இதுபற்றி வேறு விதமான அபிப்பிராயம். என் சக தோழர்களுக்கு மினியும் என் முடிச்சுருள்களும் குதிஉயர்ந்த காலணிகளும் - இவற்றை நான் எதிர்ப்பு ஊர்வலங்களுக்கும் அணிந்துபோவேன் - ஒரு பெயர் வைத்திருந்தார்கள் "செற்றா" - ஒரு பணக்காரவீட்டு முட்டாள் பெண். அப்படி இருந்தும் விக்கி ஒவ்வொருவாரமும் தன் தலைமுடியின் நிறத்தை மாற்றிக்கொள்வாள். வெள்ளை உடுத்தி அவள் வரும்போது வயது சென்றபெண்கள் றோட்டின் மறுகரைக்கு அவசரமாக மாறுவார்கள். உருவத்தில் நானும் விக்கியும் எதிர்துருவங்களாக இருந்ததால் ஒருவரை ஒருவர் பெரிதாகக் கணக்கில் எடுத்துக்கொள்ளவில்லை. அரசியல் நடவடிக்கைகளில் எல்லோரிடமும் ஒரு தோழமை உணர்வு

ஏற்படுமல்லவா. ஆனால் விக்கிக்கும் எனக்குமான அந்த தோழமை உணர்வு தள்ளிப்போய்கொண்டே இருந்தது.

எது எங்களை ஆரம்பத்தில் பிரித்ததோ அதுவே முடிவில்லா எங்கள் நட்பிற்கும் காரணமாக அமைந்தது. நான் "மிலிற்றறிப் பன்றியின் மகள்", விக்கியின் அப்பா காணாமல் போனவர்களில் ஒருவர். அவளுக்கே பிரத்தியேகமான குரலில் அவள் தன் தகப்பனைப் பற்றி சொல்லும்போது பரிகாசம் செய்கிறாளா உண்மையைத்தான் சொல்கிறாளா என்று சந்தேகமாக இருக்கும். அவளின் தகப்பன் மொண்டோ நேரோ புரட்சிக் குழுவில் போராடியவர். அவர் ஹீரோ. உயிரையே கொடுத்துப் போராடியவர் தனது அப்பா என்பாள். சாகும்வரை அவர் தன் இயக்கம் பற்றிய எந்த தகவலை யாருக்கும் சித்திரவதையின்போதுகூட சொல்லவில்லை. யாரையாவது கைது செய்தால் அவர்கள் தற்கொலை செய்துகொள்ள சயனைற் குப்பிகளையும் தம்முடனேயே அவர்கள் வைத்திருந்தார்கள்.

விக்கி சொன்னதை "உத்தியோகப்பூர்வக்கதை" உயிர்தப்பிய சாட்சி ஒருவரின் சாட்சிப்படி அவரைக் கைது செய்தவர்கள். அவர் வாயிலிருந்து சயனைற்குப்பியை பறித்தெடுத்துவிட்டார்கள். இப்படி பலபேருக்கு நடந்தும் இருக்கிறது. அதன்பின் ஈ.எஸ்.எம்.ஏ இல் அவரை அடைத்து வைத்திருந்தார்களென்றும் அதைவிட்டு உயிர்தப்பி அவர் வெளியே வரவில்லை என்பதும் கதையின் இன்னுமொரு பக்கம்.

விக்கி தன் கதையை சொல்லும்போது குரலின் ஏற்ற இறக்கங்கள் அவள் உண்மையைச் சொல்கிறாளா அல்லது இருகருத்துப்பட பேசுகின்றாளா என்றொரு மாயத்தோற்றத்தை உருவாக்கும். அவர் கைதாக முன்னே தன்னை மாய்த்துக்கொண்டார் என்பது போலவே பேசுவாள். அதே நேரம் அவரும் என் தாயும் ஒரே நேரத்தில் சிறையில் அடைக்கப்பட்டிருக்கலாம் என்ற எங்கள் எண்ணம் எங்களுக்குச் சிறிது ஆறுதலாகவும் இருக்கும். சம்பவங்களை கோர்வையாக்கிய தகவல்கள் அடிப்படையில் அவர்கள் இருவரும் ஒரே காலத்தில் சிறையில் இருந்திருக்கலாம். ஏன் அவர்களிடையே நட்புக்கூட உருவாகி இருக்கலாமென்றும் நினைத்துக்கொள்வோம். எனக்காக என் அம்மா தேர்ந்தெடுத்த பெயர்கூட அவருக்குத் தெரிந்திருக்கலாம்.

சிலவேளை அவர் மூலமாகக்கூட அம்மா இந்தப் பெயரை தெர்ந்தெடுத்திருக்கலாம். இருவரும் தங்கள் விக்ரோரியாக்கள் ஒருவரை ஒருவர் சந்தித்து நண்பர்களாகலாம் என்றுகூட நம்பியிருக்கலாம். விக்கிக்கும் எனக்குமிடையில் இந்தக் கற்பனை விளையாட்டு நடந்துகொண்டிருந்தது. ஏதோ ஒருவகையில் நாங்களிருவரும் அவர்களது ஆவலின் ஒருபகுதியையாவது நிறைவேற்றுகின்றோமென்று நினைத்துக்கொள்வோம்.

ஆரம்பநிலைப் பாடங்கள் முடிவடையும் தருவாயில் நான் திட்டமிட்ட கோவில் சமூகப்பணி - சினிமாவிற்குப்போவது என் அரசியல்பணி பற்றிய பொய்யைக் காப்பாற்றுவது எல்லாமே ஆட்டம் காணத்தொடங்கியது. வர வர ரவுலின் மவுனம் அதிகரித்தது, அவரை நம்பவைக்க நான் எடுத்த முயற்சிகளில் றொபேட்டோவையும் இணைத்துக்கொண்டு பொய்யை மெய்யாக்கும் பிரயத்தனத்தை விடாது முயன்றேன். என்றோ ஒருநாள் பிரச்சினை பெரிதாக வெடிக்கும் என்ற பயத்துடனே நாட்கள் கடந்தன. அன்று காலை ஏழுமுப்பதிற்கு சட்டக்கல்லூரி வளாகத்திற்கு வந்தேன். சிலவேளைகளில் இரவு பதினொன்றரை வரை எனக்கு வேலைகள் இருக்கும். இடதுசாரி இளைஞர்களுக்கான மாபெரும் பேரணி ஒன்றை கேர்டோபோ மாகாணம் ஏற்பாடு செய்திருந்தது. எங்களது பார்தியா லிபரேயும் அதில் பங்கேற்றிருந்தது. நான் சமூகப்பணிபுரியும் தேவாலயம் ஆன்மீக சந்திப்பொன்றை நடாத்துவதாக வீட்டில் பொய் சொல்லி இருந்ததால் பொதுத்தொலைபேசி ஒன்றில் நேரம் பிந்தி வருவேனென வீட்டிற்குச் சொல்லும்போது எவ்வளவு படபடப்பாக இருந்ததென்று இன்னும் எனக்கு ஞாபகம் இருக்கிறது. எல்லாமே நல்லபடியாக நடக்கின்றதென்று நான் ரவுலுக்குத் தொலைபேசியில் சொல்லும்போது சில மீற்றர்கள் தள்ளி என் தோழமை ஊர்வலம் காதைச் செவிடாக்கும் கோசங்களுடனும் வாத்திய முழக்கங்களுடனும் கடந்துகொண்டிருந்தது. “கோவிலில் என்ன நடக்கிறது?” ரவுல் கேட்க “எனக்கும் தெரியவில்லை ஏதோ ஓர் ஊர்வலம் கடந்துபோகிறது” எனப் பதில் சொன்னேன். பயத்தில் உடம்பு நடுங்கியது. ஏதாவது நடந்து தொலைபேசி தொடர்பு அறுந்துவிடாதா என நினைத்தேன். ஏதாவது ஒன்று நடந்து என் பொய்கள் தெரியாமல் போய்விடாதா என்ற அங்கலாய்ப்பு.

1999 ஆம் ஆண்டு சனாதிபதி தேர்தல் நெருங்கியிருந்த நேரம் பொருளாதார விழ்ச்சியும் ஆர்ஜன்ரீன மக்களின் அரசின்மீதான வெறுப்பும் வேலை நிறுத்தங்களாய், எதிர்ப்பு ஊர்வலங்களாய் தெருவெங்கும் நாள் தோறும் அரங்கேறிக்கொண்டிருந்தது. சிறுவீதிகளும் பெருந்தெருக்களும் ஊர்வலங்களால் நிரம்பிவழிய போக்குவரத்துதடைப்படுவதும் நாளாந்த நடப்புக்களில் ஒன்றாக குறிப்பிட்ட நேரத்தில் குறிப்பிட்டசாலை, பாலங்களில் மக்கள் திரளாக சாலைமறியலில் ஈடுபடுவார்கள். தாங்கள் நிர்ணயித்த நேரத்தில் தான் வாகனப்போக்குவரத்தை அனுமதித்தார்கள். இந்தச்சாலை மறியல்களால் இரண்டு அனுகூலங்கள். ஒன்று பெருமளவு பங்கேற்பாளர்கள் தேவையில்லை. மற்றது இதேபோல் பல இடங்களில் சாலைமறியலில் ஒரே நேரத்தில் நடாத்த முடிந்தது. இதனால் பாரிய போக்குவரத்துக் குழப்பங்கள் ஏற்பட ஊடகங்களின் முழுக்கவனத்தையும் சாலைமறியல் பெற்றது.

நாட்டின்நிலை நாளுக்கு நாள் தீவிரமடைந்து எதிர்ப்பும் மிகப்பெரிய அளவில் அதீத வேகத்தில் வளர்ந்தது. சனத்தொகையில் இருபது வீதமான இளவயதினரும் வேலையற்றோரும் இந்த எதிர்ப்பில் கலந்துகொண்டார்கள். கடைசியாக என்ன நடக்கவேண்டுமோ அது நடந்தது. எனக்கு நல்ல ஞாபகம் அப்போது நான் அவித்தகோழியும் அவித்தபூசணியும் சாப்பிட்டுக்கொண்டிருந்தேன். வழமையான என் குணமே அதுதான். ஏதாவதொன்றில் விருப்பம் ஏற்படின் தலைகீழாக நின்றாவது அதனை நிறைவேற்றிவிடுவேன். ஒன்றை விரும்பினால் அது ஒன்றைத்தவிர வேறொன்றையும் ஏற்றுக்கொள்ள மாட்டேன். சிறிதுகாலத்துக்கு முன்பு பாண், சீஸ், தக்காளி தவிர வேறொன்றையும் சாப்பிடமாட்டேன், அதற்கு முன்பு சோறு. இப்போது பூசணி, கோழி. வழமைபோல் இரவு உணவிற்கு எல்லோரும் கூடியிருந்தோம். தொலைக்காட்சியில் செய்தி ஓடிக்கொண்டிருந்தது. உள்ளூர் அரசியல் தலைப்பில் புவனஸ் ஏயரசில் நடந்த எதிர்ப்பு ஊர்வலம் ஒன்றைக் காட்டினார்கள். பாதுகாவல்படையினருக்கும் ஊர்வலத்தில் கலந்துகொண்டோருக்குமான கைகலப்பும் ஒரு பகுதியாகப் பதிவுசெய்திருந்தார்கள். மக்டோனால்ஸ், சுப்பர் மார்க்கற் கடையான வோல்மாட் கண்ணாடிகளை உடைப்பதையும் செய்தியில் காட்டினார்கள். எனது தோழர்களில் ஒருவன்

முகத்தை துணியால் மூடிக்கட்டிக்கொண்டு கண்ணாடிக்குக் கல் வீசும் காட்சியும் பதிவாகி இருந்தது. அவித்த கோழியின் மெல்லிய துண்டும் எலும்பும் என் தொண்டையில் சிக்கி இதுவரை இயங்காமல் வைத்திருந்த ஓர் இயக்கத்தைத் தட்டி எழுப்பியதுபோல் என் வாய் மெதுவாகத் திறந்து இதுவரை நான் பேசாது மனதில் பொதித்து வைத்திருந்த வார்த்தைகளைப் பேசியது.

"சிலகாலமாக நானும் அவர்களுடன் சேர்ந்து இதில் கலந்து கொள்கின்றேன் கோவிலுக்குப்போனதென்பது பொய், என் கட்சி நண்பர்களுடன்தான் நேரத்தைச் செலவிட்டேன்" மூச்செடுக்காமல் சொல்லிவிட்டுக் காத்திருந்தேன். என் உலகமே பொல பொலவென இடிந்து விழப்போகிறது. குடும்பம் வெறிநாய்கள்போல் என் தொண்டையைக் குறிவைத்துப் பாயப்போகிறார்கள் எனக் காத்திருந்தேன். ம்... ஒன்றுமே நடக்கவில்லை. கிளாறாவிற்கு நான் என்ன சொன்னேன் என்றுகூடப் புரியவில்லை. கிறசில்லா தன் வழமையான மவுனத்தில் ஆழ்ந்துவிட்டாள். ரவுல் கோபப்படாது முகத்தில் கவலைதேங்க என்னை உற்றுப்பார்த்தவண்ணம் இருந்தார்.

"நீ குயிபிராச்சியோவுடனா சேர்த்தி?" மெல்லிய தொணியில் கேட்டார்.

குயிபிராச்சியோ ஓர் இடதுசாரி புரட்சிக்குழு. சேகுவராவின் வழியைத் தேர்ந்தெடுத்த அவர்கள் 70களின் கெரில்லா இயக்கத்தில் பெரிதும் நம்பிக்கை கொண்டவர்கள். எனது அரசியல் குழுவிற்கும் அவர்களுக்குமிடையில் கொள்கைகளில் பெரிய வித்தியாசமில்லை. ஆனால் ஊடகங்களில் குயிபிராச்சியோவின் அரசியலை சாத்தான் அரசியல் என்று சொல்வார்கள். நடுத்தரவர்க்கத்தினருக்கு, அரசிற்கு, பாதுகாப்புப்படையினருக்கு குயிபிராச்சியோ பெரும் குழப்பக்காரர்கள். சாலைமறியல்கள், பாதுகாப்புபடையினருடன் மோதல் என்றாலே குயிபிராச்சியோதான். இவர்களால் "கடந்த காலத்திற்குத் திரும்புதல்" என்ற கைதுகள் காணாமல் போதல் வரலாமென்ற பயமும் இருந்தது. "இல்லை நான் கொறியன்ரே பார்தியா லிபரே, வெள்ளை நீலக்கொடி" தொலைக்காட்சி ஊர்வலத்தில் வெள்ளை நீலக்கொடியுடன் போனவர்களைக்

காட்டினேன். இடதுசாரி குழுக்களுக்கு இடையிலான வித்தியாசங்களை ரவுலுக்கு விளக்கமாகச் சொன்னேன். எல்லா குழுக்களுக்குமிடையில் பெரிய வேறுபாடு ஒன்றும் இல்லை என்பது வேறு விடயம்.

நீண்டநாட்களான தன் சந்தேகம் சரியானதுதான் என்றும் என் நடத்தையால் ரவுலிற்கு ஏமாற்றம் என்பதையும் அவர் முகபாவனையில் தெரிந்தது. ஆயிரக்கணக்கான இளவயதினர் நடந்துகொள்வதைப் போல்தான் என் நடவடிக்கையும் இருந்தது. தங்கள் குடும்பம் எதை அடையாளப்படுத்துகிறதோ அவர்களின் அரசியல் என்னவோ அதிலிருந்து மாறானதை இளவயதினர் தேர்ந்தெடுக்கின்றனர். என்மட்டிலும் அதேபோல்தான். எனது அரசியல் நடவடிக்கைகள் ரவுலின் அரசியல் பார்வைக்கு முற்று முழுதுமாக எதிரானதென்பது தெளிவாகவே எனக்குத் தெரியும். சந்தர்ப்பம் கிடைக்கும்போதெல்லாம் ரவுல் இடதுசாரிகள் நாட்டை அழிக்கும் புற்றுநோய் என்றும் இராணுவம்தான் கிறிஸ்தவ பெறுமதிகளையும் தந்தை நாட்டையும் காப்பதற்கான ஒரே உத்தரவாதம் என்று சொல்வார். சமூகநீதியுடனான ஒரு நாட்டைக் கட்டியெழுப்புவதென்றால் நாட்டின் பிற்போக்காளருக்கெதிராகவும் ரவுலின் “உத்தரவாதி”களுக்கெதிராகவும் போராட வேண்டுமென்பதற்காகவே இடதுசாரி அரசியல் குழுவைத் தேர்ந்தெடுத்தேன்.

இன்றைய என் அறிவுப்படி நான் இவ்விடயங்களை வேறுமாதிரிப் பார்க்கின்றேன். இரத்ததில் கலந்த புரட்சியென்றோ தாய்தந்தையின் புரட்சி மரபணுக்களினூடு கடத்தப்படுவதென்றோ நான் சொல்லவில்லை. என் உண்மையான தாய் தந்தை எதிர்ப்புக் குணத்தை எங்கிருந்தோ பெற்றிருக்கிறார்கள். அதுவே அன்றைய யதார்த்ததுடன் அவர்களால் ஒன்றிப் போகமுடியாதவைக்கும் அதற்கெதிரான சிறிய மாற்றத்தையேனும் கொண்டுவரும் முயற்சி செய்திருக்கிறார்கள். இப்படித்தான் என் போராட்ட முதிசமும் என்னை வந்துசேர்ந்தது. கோரியினதும் காபோவினதும் குணநலன்களை நானும் பிரதிபலிப்பதால் நாங்கள் மூவருமே போராட்டமென்ற புள்ளியில் ஒன்றாகவே இணைகிறோம். எங்களால் ஒரு யதார்த்ததை அது அப்படித்தான் என்று

ஏற்றுக்கொள்ள முடியவில்லை. நீதிக்குப் புறம்பானதை யதார்த்தமென்று ஏற்றுக்கொள்ளாததால்தான் அவர்கள் சரித்திர முக்கியத்துவம் வாய்ந்த போராட்டத்தில் தன்னெழுச்சியாக கலந்துகொண்டனர். சர்வாதிகார ஆட்சி வருடக்கணக்கில் நீண்ட பொருளாதாரச் சீரழிவு நாட்டை உலுக்கியபோது கூட்டுறவு தோழமை என்பனதான் நாட்டினை மீட்டெடுக்கும் வழி என நம்பிப் போராடியவர்கள். அதனால் இன்று தனிமனித பேராவல்தான் கூட்டுறவைவிட முக்கியமாக நாம் கவனத்திலெடுத்து அதற்கெதிரான நடவடிக்கைகளைச் செய்யவேண்டுமென்று நினைக்கிறேன். என் தாய் தந்தையைக் கொன்றதே இந்தத் தனிமனித வெறிதானே. இதை முறியடித்து ஒரு கூட்டுறவுச் சமூகத்தையும் மக்கள் நலனை வென்றெடுக்கும் முயற்சியில்தானே என் பெற்றோரும் அவர்களைப்போன்ற ஆயிரக்கணக்கானவர்களும் தங்கள் உயிரைப் பணயமாக வைத்துப் போராடினார்கள். இந்தப் போராட்டத்தை தொடர்வது என் கடமை. என்றோ ஒருநாள் இந்தக்கனவு நனவாகலாம். அதுவரை தொடர்ந்து போராடத்தான் வேண்டும்.

என் அரசியல், அரசியல் நடவடிக்கைகளை மூடி மறைத்த பொய் விலகி ரவுலுடன் என் உறவு சீர்குலைந்துபோய் அரசியல் விவாதங்களை நடாத்தும் வாய்ப்புக்களும் அருகிப்போயிற்று. ஆனால் என் அரசியல் நடவடிக்கைகளுக்கு தடையாக இருந்தார் என்று சொல்வேனாயின் அது நியாயத்திற்குப் புறம்பானது. என் முடிவுகளில் அவர் தலையிடவில்லை. பலமுறைகளில் அவரின் உதவி சிலவேளைகளில் மிகவும் நெருக்கடியான நேரத்தில்கூட அவர் எனக்கு உதவிசெய்திருக்கிறார். பாடசாலைப் பிள்ளைகளுக்கு பொருட்கள் வாங்க பணம் தேவைப்பட்டபோது கொடுத்து உதவியது. மேசை கதிரைகளை எங்கள் தேவைக்கு சேகரித்தபோது தானும் முன்னின்று அவைகளை சேகரித்தது. ஒன்றுக்குமேற்பட்ட தடவை நான் பாதுகாப்பில்லாத இடங்களுக்குப் போக தேவையிருந்தபோது என்னுடன் துணைவந்தது. எங்கள் உறவில் அரசியல் எங்களை எதிர் எதிர்கோணங்களில் நிறுத்தவில்லை என்பதைத் தன் செய்கைகள் மூலம் அவர் தெரியப்படுத்தியே வந்தார். அவரின் என்மேலான கரிசனை - இப்போது அது மாறிப்போயினும் - நான் அதனை இன்னும் மறக்கவில்லை. அதுவே எங்கள் உறவைத் தீர்மானித்ததும்.

ஒரே ஒரு தடவை எனக்கும் ரவுலுக்குமிடையே அரசியல் மோதல் ஒன்று நடந்தது. இதில் எவ்வளவு அரசியல் சம்பந்தம் உடையதென்று எனக்குத் தெரியவில்லை. 1999 மார்ச் நடுப்பகுதி. பிரித்தானிய முடிக்குரிய இளவரசர் சாள்ஸ் போக்லன் போரிற்குப்பின் முதல் முறையாக ஆர்ஜன்ரீனாவிற்கு விஜயம் செய்கிறார். தடல்புடலான ஆடம்பர வரவேற்பை எங்கள் அரசு கொடுக்கிறது. போக்லன் பிரதேசத்தை பிரித்தானியா தனதென்று உரிமை கொண்டாடி இணைத்துக்கொண்ட சர்ச்சையில் இதுவரை ஒரு தெளிவான தீர்வில்லாத நிலையில் அந்நாட்டின் முடிக்குரிய இளவரசருக்கு அரசு கொடுக்க இருந்த ஆடம்பர வரவேற்பு பல மட்டங்களில் அதிருப்தியை கிளப்பிவிட்டது. முன்னாள் போக்லன் போராளிகள், இடதுசாரி குழுக்கள் தங்கள் எதிர்ப்பை தெரிவித்தன, ஆக்கிரமிப்பாளனின் பிரதிநிதி ஏன் எங்கள் நாட்டிற்கு வரவேண்டுமென்ற எதிர்ப்பலை பெரிதாகக் கிளம்பியது. புவனஸ் ஏயரசில் மூன்றாம் பாலினத்தவர்கள் “நகரத்தில் சம உரிமையுடன் வாழ்வு” என்ற தங்கள் கோரிக்கை மறுக்கப்பட்டதாலும் அரசியல் செயல்பாடுகளில் முடக்கப்பட்ட கார் ஓட்டிகளும் ஊடகத்தின் கவனத்தை தங்கள் பக்கம் திருப்ப களத்தில் குதித்தார்கள். இளவரசர் சாள்சும் சனாதிபதி கார்லோஸ் மெனமும் பங்கெடுக்கும் அரசவிருந்து நடைபெற இருந்த நகரின் உயர்குடி பகுதியான லா றிக்கோ லெற்றாவில் அல்வியேர் ஹொட்டலில் விருந்திற்கான ஏற்பாடுகள் நடைபெற்றுக் கொண்டிருந்தது.

சாள்சின் வருகைக்கெதிராக இடதுசாரிக் குழுக்களும் போக்லன் முன்னாள் போராளிகளும் இணைந்த பேரணி பாராளுமன்றத்தில் தொடங்கி எங்களை அல்வியர் ஹொட்டலிற்கு வழிநடத்திச் சென்றது. இன்னும் பிரசன்னமாகாத வரப்போகும் பொலிஸ் படையினை எவ்வாறு எதிர்கொள்வதென்பதை ஆயத்தப்படுத்தவே எங்கள் பேரணி முன்னதாக அங்கு வந்துசேர்ந்தது. பெர்நாந்தா உளவியல் பீடத்தில் கல்வியைத் தொடர்ந்ததால் அவளும் வென்செரிமோசில் இணைந்து அங்கு வந்திருந்தாள். அன்று எனக்கு ஒரு பரீட்சை எனவே கறுப்புப் பாவாடையும் பிளவுசும் அணிந்து வழமைக்கு மாறாக தலைமுடியை கூட்டிக்கட்டியிருந்தேன். எங்கள் கட்சியினரும் அமைப்பினரும் முதலிலும் அதன்பின்னே குயிபிராச்சியோக்கள். பொலிசாரின் மோதலில் முதலில் முகங்கொடுப்பது

நாங்களாகத்தான் இருக்கும். எங்கள் இலக்கை நாங்கள் அடைந்தபோது பக்கச் சிறுவீதிகள் எங்கும் பொலிஸ்படை கைப்பற்றியிருந்தது. எங்களைச் சுற்றிவளைத்து நடமாட்டத்தைக் கட்டுக்குள் வைப்பதுதான் அவர்கள் திட்டமென ஊகித்தோம் நடந்ததும் அதுதான்.

இவ்வாறான சந்தர்ப்பங்களில் அரசிற்கும் இடதுசாரி குழுக்களுக்கும் இடையிலான எதிர்ப்புணர்வு அதீதமாக வெளிப்படும், பொலிசாருடனான வீதிமோதல்கள் காயப்பட்டோர் கைது என்று முடிவதுதான் எதிர்ப்பு ஊர்வலங்களின் முடிவாக இருக்கும். ஆனால் இன்று எதிர்ப்பு ஊர்வலத்தை தடுத்து நிறுத்துவது பங்கேற்பாளரைக் கைது செய்வதென்ற திட்டத்துடனேயே பொலிசார் முன்னேற்பாடுகளில் தீவிரமாக இருந்தனர். தண்ணீரை பீச்சியடிக்கும் வாகனங்களைத் தயார்நிலையில் பொலிசார் நிலையெடுத்து நின்றனர். 40 பொலிசார் சிவில் உடையில் குண்டாந்தடிகளுடன் கூட்டமாக ஊர்வலத்தினுள் பாய சந்தர்ப்பம் பார்த்துக்கொண்டிருந்தார்கள். ஒரு சிறிய அசைவு வேட்டை ஆரம்பித்துவிடுமென எல்லோருக்கும் தெரிந்தது. கோழியா முட்டையா கேள்விபோல்தான் எப்படி ஆரம்பித்தது என்பதற்கு பல விளக்கங்கள். நடந்தது என்னவென்றால் பொலிசார் வீதிகளில் கற்களைப் போட்டுவைத்திருந்தனர், கண்ணீர்ப்புகை, சன்னங்களும், றப்பர் சன்னங்களும் எங்களை நோக்கி சீறி வந்தன நாங்கள் எதிர்பார்த்தபடியே தப்புவதற்கான வழிகள் அனைத்தையும் அடைத்துக்கொண்டு நிலையெடுத்த பொலிசார், பொலிசாருடன் நேரடியான மோதலைத் தவிர்ப்பதற்குப் பாதுகாப்புவலையம்போல் எங்கள் அமைப்பினரும் கட்சியினரும் நின்றிருந்தும் மோதலைத் தவிர்க்கமுடியவில்லை. பொலிசார் காட்டெருமைக் கூட்டம்போல் கூட்டத்தைத் தாக்கினார்கள். "உன்னால் முடிந்தால் உன்னைக் காப்பாற்றிக்கொள்" நிலைமை எவருமே தன்னைக்கூட காப்பாற்றிக்கொள்ள முடியவில்லை.

அதிஸ்ரம் அன்று என் பக்கத்தில் என் உடைகள் எதிப்பு ஊர்வலத்தில் கலந்துகொண்டோரது உடையை ஒத்திராததால் அருகாமையிலிருந்த சாப்பாட்டுக்கடையினுள் நுழைந்து பாதுகாப்பைத்தேட உதவியது. அங்கு கலவரம் அடங்கும்வரை

என் பெயர் விக்ரோரியா | 113

வெளியே வராது பதுங்கி இருந்தேன். தப்பி ஓடியவர்களைத் தேடி சீருடைக்காரர்கள் அங்கும் தம் தாக்குதல்களை நடத்தாமலில்லை. கண்ணீர்ப்புகையில் சிவந்த கண்களும் எறிவதற்காக கையில் வைத்திருந்த கற்களை பரபரப்பில் அழுத்தி பிடித்ததால் கைகளில் இரத்தமும் வழிய நின்றும் அவர்கள் என்னைக் கலகக்காரியாய் சந்தேகிக்கவில்லை. பெர்நாந்தாவின் கதை வேறுவிதமாக முடிந்தது. கைதுசெய்யப்பட்ட மற்றையவர்களுடன் அவளும் பொலிஸ் நிலையத்தில் அன்றிரவைக் கழித்தாள்.

கலைத்து விழுந்து அன்றிரவு. வெகுநேரம் பிந்தி வீட்டிற்கு வந்தபோது ரவுல் எனக்காக காத்திருந்தார். அவ்வப்போது தொலைக்காட்சிகள் பரபரப்பை ஏற்படுத்தியவண்ணம் இருந்ததால் ரவுலின் கவலைகூடி கண்களின் கீழ் கருவளையங்கள் அன்றைய நிகழ்வுகளைப் பார்த்ததில் இன்னும் கருமைகூடி இருந்தது. என்னுடன் ஒரு வார்த்தை தன்னும் பேசுவதில்லை. அன்று களைத்துப்போய் கையிலும் உடைகளிலும் இரத்தம் வடிய வந்ததைப்பார்த்ததும் ரவுலின் பொறுமை அதற்குமேலும் தாக்குப்பிடிக்கவில்லை.

அடி விழுந்ததையும் நான் பார்க்கவில்லை நோவும் எனக்கு உறைக்கவில்லை. களைத்துப்போய் உணர்வுகள் எல்லாம் மரத்திருந்த எனக்கு உணரும் சக்தி கூர்மையாக இருக்கவில்லை. ரவுலின் கை என் கன்னத்தில் மோதி எழுப்பிய பட் என்ற சத்தம் என் ஞாபகத்தில் இருக்கிறது. கவலையும் கோபமும் அதேபோல் எனக்கு ஒன்றும் நடந்துவிடவுமில்லை என்ற ஆறுதல் உணர்வும் சிவந்த கண்களில் தெளிவாகத் தெரிந்தது. வாழ்க்கையில் அன்று மட்டும் தான் அவர் பொறுமையின் எல்லையை மீறி என்னைக் கைநீட்டி அடித்திருக்கிறார். அப்போது அவர் என் தகப்பனார். எனவே தகப்பனார்போல் நடந்துகொண்டார் என்பதை நான் ஏற்றுக்கொண்டேன். அன்று நான் அவரின் மகள். எனவே நானும் எந்தவித எதிர்ப்புமின்றி அவர் அடித்ததைப் பொறுத்துக் கொண்டேன்.

உணர்வுகள் குழம்பி கொந்தளித்த அந்த இரவில்தான் பெர்நாந்தாவின் அரசியல் நடவடிக்கைகளும் முடிவிற்கு வந்தன. எங்கள் நட்பு வட்டத்திலிருந்த பெர்நாந்தா, மரிகோ அலிமஸ்சிலிருந்து வந்தவர்கள், நான் எல்லோருமே அதன்

பின்பு ஒருவரை ஒருவர் சந்திப்பதைக்கூட தவிர்த்து வந்தோம். இவர்கள்தான் என் அரசியல் நடவடிக்கைகளுக்கான ஆர்வத்தை வளர்த்தவர்கள். இவர்களுடன் தான் என் முதல் எதிர்ப்பு ஊர்வலத்தில் கலந்துகொண்டேன். அவர்களிடமிருந்து விலகியதுபோலவே என் வாழ்வின் ஒரு பகுதியும் கடந்துபோனது. ஞாபகங்கள் மனதில் பதிவுகளாய் மாத்திரம் கூடவே வருகின்றன. என் நட்புவட்டத்தினரிடையே சச்சரவுகள் இல்லாமலில்லை. அதேபோல் தான் மகிழ்வும் நிறைவாகவே இருந்தது. என் தனிக்குணாம்சங்களைத் திரட்டித் துலக்கியவர்களும் இவர்களே. 2003 இல் என் உலகமே தலையில் இடிந்து விழுந்தபோது அதிலிருந்து மீண்டும் கட்டியெழுப்ப என்னால் முடிந்ததென்றால் இவர்கள் என்னுள் வளர்த்தெடுத்த என் தனிக்குணாம்சமே கை கொடுத்தது. அனாலியாவாக என் இளமைக்காலத்தில் பழகியவர்கள் யாரையும் நான் அதன்பிறகு சந்திக்கவில்லை. என் பெயர் ஊடகங்களில் உலாவந்த நேரத்தில் பெர்நாந்தா பாட்டிகளினூடு என்னைத் தொடர்புகொள்ள முயன்றாள். குழப்பமான அந்நேரத்தில் வாழ்க்கையின் இந்த காலகட்டத்தை எவ்வாறு கையாள்வதென்று நானே தடுமாறி மன அமைதியின்றி இருந்தபோது இத்தொடர்பினை ஏற்கும் மனநிலையில் அப்போது நான் இருக்கவில்லை. என்றோ ஒருநாள் அவளை நான் தொடர்புகொள்ளக்கூடும். அன்று விக்ரோரியாவாகப் புதியதொரு ஆரம்பத்தை தொடங்கலாம். பெர்நாந்தாவுடனான உறவுக்கான இன்றைய தேவையும் ஆர்வமும் இப்போதும் முன்போலவே இருக்கின்றதா எனக்கேட்டால் இல்லையென்றுதான் என் பதில். அது ஏன் என்றதற்கு பதிலை இப்போதும் ஏன் இனிவரும் அண்மைக் காலங்களிலும் உங்களுக்கு என்னால் சொல்லவும் முடியாது.

ரவுலுடன் அண்மையில் நடந்தேறிய நிகழ்வு இன்னும் தீவிரமான என் அரசியல் நடவடிக்கைகளுக்கான ஆரம்பமாக இருந்தது. இந்த மாற்றம் இதுவரை நான் வாழ்ந்த வீட்டிற்கு வெளியேயும், எனக்குத் தெரியாமலே மாயோசதுக்கத்தின் பாட்டிகள் விக்ரோரியாவைத் தேடி தங்கள் வேலைகளை முடுக்கிவிட்டிருந்தனர். அவர்கள் தேடும் விக்ரோரியாவின் தாயின் பெயர் மரியா கில்டா பெரஸ் தி தொந்தா. தந்தையின் பெயர் கோசே மரியா தொந்தா.

இரண்டு வருடங்களுக்குப்பின் வெடிக்கவிருக்கும் குண்டின் மணிக்கூட்டுக் கம்பிகள் தங்கள் அசைவை ஆரம்பித்துவிட்டன. அனாலியாவின் நாட்கள் குறுகிக்கொண்டு வந்தது.

ஆரம்பத்தின் முடிவுகள்

ஆளும்கட்சி அரசியலமைப்பை மாற்ற பலமுறை முயன்று மீண்டுமொருமுறை சனாதிபதியாகத் தெரிவாக கார்லோஸ் மெனம் எடுத்த முயற்சிகள் தோற்று ஒக்ரோபர் 1999 இல் மெனத்தில் ஆட்சி முடிவுற்றது. வேலையில்லாதோர் விகிதாசாரம் 15 ஆகவும் வெளிநாட்டுக் கடன்கள் 150 மில்லியன் டொலர்களாக குவிந்தும் உள்நாட்டு நிர்வாகத்தில் துண்டுவிழும் தொகை 10 மில்லியன் டொலர்கள் மெனமின் சாதனைகளாக வெளிப்பட்டன. பெர்நாந்தா தி லா றுயா, கார்லோஸ் அல்வரஸ் இருவரது வெற்றிக்கான அடிப்படை நீண்ட கார்லோஸ் மெனம் ஆட்சிக் காலத்தில் நடந்த ஊழல்கள், வெட்கமின்றி நாட்டின் செல்வத்தை கொள்ளையடித்து நாட்டைக் கடனில் மூழ்கடித்தமை எல்லாம் இவர்களுக்கு வெற்றிவாய்ப்பைத் தருமென்ற நம்பிக்கையே. இருவருமே தீவிர பழமைவாதக் கட்சியைச் சேர்ந்தவர்கள். இருவரும் அரசை அமைப்பதற்கான அரசியல் பலத்தை திரட்டிக்கூட்டியவர்கள். தங்களை இருவருமே மத்திய இடதுசாரிகளென சொல்லிக்கொள்வார்கள். ஆர்ஜன்ரீன அரசின் நீண்டகாலப் பிரச்சினைகளில் ஒன்று சர்வதேச நாணய சபையின் பிடிக்குள் இருந்து தன்னை விடுவிக்க எந்த முயற்சியையும் மேற்கொள்ளாதது. இடதுசாரி பொக்குடனான அரசு அமைவதற்கான நம்பிக்கையும் எதிர்ப்பார்ப்பும் மக்கள் மத்தியில் இருந்தது. முதல் வருடம் முடிவதற்குள்ளே அரசியல்வாதிகளின் திறமையின்மை பத்து வருடங்களாக இருந்த வந்த முன்னைய ஊழல், ஏமாற்று அரசியல் மெதுவாக அரங்கேற ஆரம்பித்தது. அரச ஊழியர்கள் ஊழலிலும் அரசியல்வாதிகள் வாக்குகளை விலைகொடுத்து பெற்றுச் சட்டங்களை மாற்றி நாட்டின் பொருளாதாரம் வளர்ச்சிப்பாதையில் செல்வதுபோல் ஒரு தோற்றத்தை உருவாக்கியது அரசு.

2000 ஆம் ஆண்டில் கார்லோஸ் அல்வரசின் தலைமையிலான முற்போக்கு அணி அரசிலிருந்து விலகியது. சில மாதங்களினுள்ளேயே முன்னாள் ஆட்சியாளர் மெனமின் பொருளாதாரக் கொள்கையின் சித்தாந்தி டொமிங்கோ காவாலோ நிதி அமைச்சராக மீண்டும் புதிய அரசில் அதிகாரத்துக்கு வந்தார். அமெரிக்க டொலருக்கு சம பெறுமதியாக பெசோவின் பெறுமதியை செயற்கையாக உயர்த்தி காட்டிய அதே டொமிங்கோ தோல்வியின் பின்பும் ஆர்ஜன்ரீன நடுத்தர வர்க்கத்தையும் சர்வதேச நாணய சபையையும் திருப்திபடுத்துவேனென்ற முழக்கத்துடன் ஆரவாரமாக அரசியலுக்குத் திரும்பினார். எல்லா பொருளாதார தந்திர நடவடிக்கைகளும் தோல்வியை தழுவுவதே வழமை. மீண்டும் புதிய பரபரப்பு. வருடக்கணக்காக ஆர்ஜன்ரீனிய பெசோ மீள்மதிப்பீட்டிற்குள்ளாகும் பெறுமதியைப் பெரிதும் இழக்கும் என்ற தொடர்ந்து வந்த மனக்கிலோசத்தை தனிப்பதே நிதி அமைச்சினதும் அரசியலினதும் பெரும்பிரச்சினை. இவரின் வருகை தவிர்க்க முடியாத தோல்விக்கு முன்னைய இறுதி நடவடிக்கை.

பார்தியா லிபரே 1999 இல் சனாதிபதி தேர்தலுக்காக பெரந்தே தி லா ரெசிஸ்ரன்சியா அமைப்பினை உருவாக்கியது. பல கட்சிகள் சேர்ந்து இவ்வமைப்பில் பெரேனிச விடுதலை அமைப்பைச் சேர்ந்தவர்கள் முன்னால் முன்னாளைய மொன்ரோநேரோஸ் அல்லது ஆதரவாளர்களில் குயிபிராச்சியோசின் சித்தாந்தத்தை ஏற்றுக்கொள்ளாதவர்கள், அதேபோல் கொமினியூஸ்ட் கட்சியின் ஒரு பிரிவினர் என இவ்வமைப்பு உருவாகியது. தேர்தலில் அறுபதாயிரத்துக்கும் மேற்பட்ட வாக்குகள் எங்கள் அமைப்பிற்கு கிடைத்தது. 0.36 வீத வாக்குகளே மாத்திரம் எங்களுக்கு கிடைத்திருந்தும் எங்கள் அமைப்பு அடிப்படை அரசியல் வேலைகளை நாடு முழுவதும் பரவலாக எடுத்துச் சென்றது. அதேபோல் தேர்தல் பணியிலும் நாடளாவிய ரீதியில் எங்கள் நடவடிக்கைகளை மேற்கொண்டோம். புவனஸ் ஏயரசில் நான் தேர்தல் பணியாற்றினேன். புவனஸ் ஏயரசிலிருந்து மேற்கே மொரினோ வரை செல்லும் லீனியா சர்மிந்தோ ரயிலின் பிரயாணப் பாதையே எங்கள் அரசியல் வேலைக்கான பிரதேசம்.

சந்தர்ப்பவசமோ இல்லையோ இதே பிரதேசத்தில் தான் இருபது வருடங்களிற்கு முன் என் அம்மாவும் தன் அரசியல் அடிப்படை வேலைகளைச் செய்திருக்கிறார். வறிய சேரிப்பகுதிகளின் வீதிகளெல்லாம் அவள் புகுந்து புறப்பட்டு அம்மக்களின் அரசியலுக்காக உழைத்திருக்கிறாள். இதே மொரோனோ ரயில்நிலைய அருகாமையில் தான் எனது தாயாரையும் மற்றும் சில மொன்ரோநேரோ அங்கத்தவர்களையும் குறூப்போதி தரியாஸ் என்ற அரசபடை கடத்திச் சென்றது. இங்குதான் எனது அம்மாவின் காலணியைக் கண்ட அப்பா இரகசிய சந்திப்பு ஏற்பாட்டில் பிழைவிட்டவர்களைச் சந்தித்ததும் வானத்தை நோக்கிச் சுட்டதும். ரமோஸ் மெய்ஜா புகையிரத நிலையமும் இதே புகையிரதப் பாதையில் உள்ளது. இங்குதான் என் பாட்டி லியோனித்தா தன் மகளின் கடைசி ஆசையை நிறைவேற்ற தெருப்பாடகனிற்குச் சில்லறை கொடுத்து கில்டா என்ற பெரு நாட்டுப்பாடலைப் பாடச் சொன்னது. இப்போது நான் அதேபாதையில் எனக்கு எதுவும் தெரியாமலே அதே பாதையில் அதே அரசியல் சித்தாந்தத்தைச் சுமந்துகொண்டு மக்களிடையே செல்கின்றேன்.

சனாதிபதித் தேர்தலில் எதிர்பாத்த அளவு வெற்றி கிடைக்காமையும் கூட்டரசின் முதல் அரசியல் நடவடிக்கையும் "எல்லாமுமே மாற்றமுடியாது மாறிப்போய்விட்டது" என்ற நிலமைதான் யதார்த்தமென எமக்கு உணர்த்தியது. இந்நிலையை தொடரவிடாதிருக்க வென்செரிமோசும் பார்தியா லிபரேயும் தீவிர நடவடிக்கைகளை முடுக்கிவிட்டன. ஊடகங்கள் எங்களை இப்போது "கடும்போக்கு இடதுகள்" என குறிப்பிட்டனர். "நெகிழ்வான இடதுகள்" என்பவர்கள் யாரென்பதுபற்றி யாருக்கும் தெரிந்திருக்கவில்லை. எங்கள் களப்பணியை தீவிரப்படுத்துவதென்றும் பெரோனிஸ்டுகளின் ஆதரவை மேலும் வசப்படுத்த முடிவெடுத்தோம். மெனமின் ஆட்சிக் காலத்திலும் பின்னான கூட்டரசின் பொருளாதார நடவடிக்கைகளும் இவர்களின் அதிருப்தியை சம்பாதித்திருந்ததால் அரசியல் ரீதியாக அவர்களை வென்றெடுப்பது முற்போக்கு அரசியலின் பலத்தைக் கூட்டுவதாக இருக்குமென்ற நம்பிக்கை. வார இறுதியொன்றில் எம் பணிக்களத்தில் வேற்றுக்கிரகவாசிகள் போல் இறங்கி ஒவ்வொரு வாசலிலும் தட்டி எங்கள் பத்திரிகை என் மார்சாவினை விற்கமுயன்றோம். இன்று அன்றைய எங்கள்

குழந்தைதனத்தினை நினைக்கும்போது இன்று சனிக்கிழமை காலைவேளைகளில் சேகுவரா ரீசேட் அணிந்த இளவயதினர் அரசியல் பிரசுரங்களை விற்க முயற்சிப்பதையும் வர்க்கப் போராட்டம் பற்றியும் லத்தீன் அமெரிக்கா ஒன்றிணைந்து போராடவேண்டுமென்று பேசுவதையும் பார்க்கும்போது என் முகத்தில் மலரும் சிறு புன்னகையை அடக்குவது எளிதாக இருப்பதில்லை.

பார்தியா லிபரே ஓர் அரசியல் இயக்கமாக நாட்டில் வளர்ந்து வருவதை யாரும் மறுக்கவும் முடியாது. சாதாரண அரசியல் செயற்பாடுகள் மக்களிடையே செல்வாக்குப்பெறவில்லை என்பதைக் கண்ட நாங்கள் குறுப்போ எஸ்ருடியன்ரஸ் சொலிடோரியோஸ் என்ற மாணவர் அமைப்பை உருவாக்கி சமூகசேவை பாடசாலை மாணவர்களுக்கான இலவச கல்விச்சேவை என்பனவற்றில் கவனம் செலுத்தி அவ்வப்பகுதி மக்களையும் அந்த வேலைத்திட்டங்களில் இணைத்து செயல்பாட்டினை முன்னெடுத்தோம். இதனிடையே புவனஸ் ஏயரசின் தென்பகுதியிலும் எங்கள் பணிகளை விரிவுபடுத்தி அங்குள்ள ஓய்வுபெற்றோரின் கூட்டுறவு தங்கள் கட்டிடத்தில் தந்த ஒரு பகுதியில் ஏழைக் குழந்தைகளுக்கான இரவுப்பாடசாலை ஒன்றினையும் தொடங்கி நடாத்தினோம். அப்பகுதி மக்களினதும் பேக்கரிகளினதும் உதவியில் இரவு பாடசாலை மாணவர்களுக்குச் சிற்றுண்டி வழங்கவும் முடிந்தது. அப்பகுதியில் வாழ்ந்துவந்த ரோபோ இந்தியர்களுக்கான ஒரு கூட்டுறவு அமைப்பும் உருவாகியது. அவர்களின் இனக்குழுத் தலைவரின் ஆலோசனைப்படி வாரம் ஒருமுறை பணத்தை அவர்களிடமிருந்து வசூலித்து பழங்கள், காய்கறிகளை மொத்தமாக வாங்கி ஒரு வாரத்துக்குத் தேவையான பழம், மரக்கறிகளை பகிர்ந்தளித்தோம். வாரம் ஒன்றிற்கு அவர்களுக்குத் தேவையான பழம், காய்கறிகள் என்பனவற்றிற்கு ஒரு குடும்பம் செலவு செய்தது இரண்டு பெசோ 30 சதங்கள் மாத்திரமே.

இப்பகுதியில் எங்கள் முதல் அரசியல் நடவடிக்கையைவிட கல்விச்சேவை, மொத்தக் காய்கறிகள் கொள்வனவும் பங்கீடும் துரிதகதியில் மக்களை ஒன்று சேர்த்தது. அப்பகுதி மக்களே காய்கறி மொத்தக் கொள்வனவிற்கும் மாணவர்களின் சிற்றுண்டி வினியோகத்திற்குமென ஒரு குழுவை உருவாக்கினார்கள்.

ரோற்றாஸ் பிறிற்றாஸ் என்ற தட்டையான இனிப்புப் பாணை பெண்கள் தயாரித்து பங்கிடுவார்கள். எவ்வளவோ காலம் கடந்துவிட்டது. இன்றும் எனது அப்பகுதி அனுபவங்களை நினைக்கும்போது ரோற்றாஸ் பிரிற்றாசின் இனிப்புச்சுவை ஞாபகத்திற்கு வரும். பஸ்குவாலா என்ற பெண் தான் அதன் தயாரிப்பாளர். அவளின் இதயமும் தடித்த பெரிய அவளது உடல்போல் விசாலமானது. சீனியை ஒரு பதத்தில் உருக்கி பிறிற்றாஸ்சின் மேல் தூவியிருப்பர். சாப்பிட்டால் தேனின் சுவைபோல் நாக்கில் நீண்ட நேரம் இனித்துக்கொண்டிருக்கும்.

2001 ஆம் ஆண்டு நெருங்கி வரவர பாராளுமன்றத் தேர்தலும் நெருங்கி வந்தது. இத்தேர்தலில் ஆளும் அரசு தோல்வியைத் தழுவும் என்ற கணிப்பும் இருந்தது. தேர்தலில் எங்கள் வாய்ப்புபற்றி விவாதித்தோம். பெரோனிஸ்டுகளின் செல்வாக்கை அவர்களை அணுகுவதன்மூலம் பெறுவதற்கான சாத்தியங்கள் வலுவாக இருந்தன. கூட்டரசில் பெரோனிஸ்ட் கட்சி, முற்போக்கு குழுக்கள் என்பன அரசின் பொருளாதாரக் கொள்கையால் அதிருப்தியுற்றும் எதிர்பார்த்த பொருளாதார வளர்ச்சியின்மையாலும் வெளிப்படையாகவே அரசுடன் மோதிக்கொண்டன. வேறுபட்ட அரசியல் கொள்கையுடைய இக்குழுக்கள் ஒன்றாக இணைந்து பல்வேறு அரசியல் வேலைத் திட்டங்களை முன்னெடுத்தன. அவற்றிலொன்று போலோ சோசியாஸ் அமைப்பு. இதன் கொள்கையாளர் லூயிஸ் பரினெல்லோ. புவனஸ் ஏயரசின் புறநகர் பகுதியில் மிகுந்த செல்வாக்கு உடையவர். வறிய மக்களிடையே அமைப்பு ரீதியாக பலம்பெற்ற இவர்கள் பெரோனிச அமைப்பை மாகாணம் முழுவதும் நிர்வகிப்பவர்கள். சமூகப்பணிகளை நடைமுறைப்படுத்துவதிலும் பல்வேறுபட்ட “அரச உதவிகளை” முழுப்பலத்தையும் உபயோகித்து தங்கள் அதிகாரத்தின்கீழ் வைத்திருப்பவர்கள்.

பெரோனிசத்தைப் பற்றிய என் தனிப்பட்ட பார்வையின் உருவாக்கம் என் வாழ்க்கையுடனான அதன் போக்குகள், மாற்றங்கள் என்பன ஒரு விதத்தில் விசித்திரமானது. மறுபக்கத்தில் ஆர்ஜன்ரீன நடவடிக்கைகளுக்கும் உதாரணமாகவும் சொல்லாலாம். 1989 இன் தேர்தல் பற்றிய ஞாபகங்கள் பெரிதாக இல்லையென்றுதான் சொல்வேன்.

அத்தேர்தலில் தீவிர முன்னேற்றவாதி எகுவாடோ அன்ஜலோஸ் ஊனியோன் சிவிக்கா றடிக்கால் கட்சி அங்கத்தவராகப் போட்டியிட்டதால் அவரிற்கு ஆதரவளித்தேன். கார்லோஸ் மெனத்தின் வேட்பாளரிடம் எகுவாடோ தோற்றுப்போனார். கார்லோஸ் மெனம் சனாதிபதியாக ஆட்சி செய்த முதல் வருடங்களில் அவரின் கரிஸ்மாவில் மயங்கி மெனம் ஆதரவாளனாக என் காலம் கடந்தது. அவரின் இரண்டாம் ஆட்சிக் காலத்தில் பெரும்பாலானோர் - அதில் நானும் சேர்த்தி - அவரை பெரோனிசத்தை பிரதிநிதித்துவப்படுத்துகிறார் என அடையாளங்கண்டனர். அத்துடன் என் அரசியல் அறிவும் பார்வையும் வளர்ச்சியும் மாற்றங்களுக்கு உள்ளாகிவிட்டன.

போலோ சோசியஸ் அமைப்பில் சனாதிபதித் தேர்தலில் பணியாற்றுவது பற்றிய எங்கள் குழு விவாதத்தில் நான் எதிராக வாக்களித்தேன். என்னைப் பொறுத்தவரை பெரோனிசம் அன்றைய தாராளவாதத்தில் அடையாளம். ஆர்ஜன்ரீனாவின் முழு இலத்தீன் அமெரிக்காவையும் சின்னாபின்னமாக்கியது தாராளவாதம். இந்த அரசியல் அடிப்படையுடன் என்னை அடையாளப்படுத்த நான் விரும்பவில்லை. லூயிஸ் பெர நெல்லோவுடனோ ஒப்பலோ சேசியாலுடனோ என்னை அடையாளப்படுத்தவும் முடியவில்லை. ஏனெனில் அன்று என்னால் இவைகளை வேறுபடுத்தி புரிந்துகொள்ள முடியவில்லை. என் அரசியல் நடவடிக்கைகள் அப்போதைய காலகட்டத்தில் ஒரு சிறிய வட்டத்தினுள் அடங்கி இருந்ததும் பெரோனிஸ்டுகளுடனான கூட்டு பொதுவான அரசியல் நோக்குள்ளவர்களாய் இருந்தும் என் அரசியல் எதிர்பார்பிற்கு மாறான செயல்பாடுகளை உடையவர்களாக இருப்பதால் அவர்களை விட்டு விலக நேரிடும் என்பது இன்னுமொரு காரணம்.

இந்நிலையில் ஏறத்தாள பார்தியா லிபரேயை விட்டு விலகிப் போயிருப்பேன். இந்த வேலைத்திட்டம் எவ்வளவு முக்கியமானது என்பதை சக தோழன் சிபா விளக்கியதால் கட்சியை விட்டு விலகவில்லை. இன்றுவரை மக்களின் ஆதரவை வெற்றிகரமாகத் திரட்டுவதெப்படி என்பதற்கு வந்த அனுபவமே அடிப்படையும் பாடமுமாக இருக்கிறது. ஒக்ரோபர் 2001 இல் போலோ சோசியால் நாடுதழுவிய ரீதியில் அய்ம்பது இலட்சம்

வாக்குகளைப்பெற்று அரசில் அங்கத்தவர்களாகப் பதவியேற்க முடிந்தது.

காலா காலம் தீர்க்கப்படாத அரசியல் சமூகப் பிரச்சினைகளோடு ஊழலுடனும் சீர்கெட்ட நீதித்துறையுடனும் நாளாந்தம் போராடவேண்டியிருந்தது. கார்லோஸ் மெனம் உருவாக்கிய பல பொது மன்னிப்புச் சட்டங்கள், அவரின் தனிப்பட்ட மன்னிப்புக்கள் என்பன பெருங்குற்றங்களைத் திரைபோட்டு மறைத்ததால் நீதித்துறை பெயரளவில்தான் இயங்கி வந்தது. இந்நிலையில் பல தொலைக்காட்சி நிலையங்களின் புலனாய்வு ஊடகவியளாலர்கள் அரசதரப்பு சட்டத்தரணிகளும் நீதிபதிகளும் செய்ய விரும்பாத செய்ய மறுக்கும் பாத்திரங்களை தாங்களே ஏற்று புதைந்த உண்மைகளை வெளிக்கொணரும் பணிகளில் தீவிரமாகச் செயல்பட்டனர். முன்னைய அரசில் அமைச்சரவையில் அங்கம் வகித்தவர்கள் மூடிமறைத்த குற்றங்களை புலனாய்வு செய்த ஊடகவியளாலர்கள் பல அதிர்ச்சியான தகவல்களை வெளியிட்டனர். இத்தகவல் அறிக்கைகள் மாவ்வியா கும்பல்களுக்கும் அரசியல் சக்திகளுக்கும் இராணுவத்தினருக்கும் உள்ள தொடர்புகளை அம்பலப்படுத்தியது.

மிகுந்த செல்வாக்கு உடைய அல்பிரேதோ யாபிரன் நீண்டகாலமாக ஆர்ஜன்ரீனாவில் பிரபலங்களில் ஒருவர். கார்லோஸ் மெனமின் ஆட்சிக்காலத்தில் தபால்சேவை தனியுடமையாக்கப்பட்டபோது ஓர் இரவில் பெரும் பணக்காரர் ஆனவர். பிற்காலங்களில் ஓர் ஊடகவியளாலரைக் கொன்றார் என இவர் மேல் குற்றம் சாட்டப்பட்டார். இக்குற்ற விசாரணை பல இழுத்தடிப்புக்களின் பின் 1998 இல் ஆரம்பமாகியது. விசாரணை ஆரம்பித்த சிறிது காலத்திலேயே இவர் தற்கொலை செய்துகொண்டார். தற்கொலைக்கான சரியான விளக்கமோ விசாரணையோ எதுவும் இல்லை. அல்பிரேதோ யாபிரன் நீண்ட கால மெனம் கட்சியின் செல்வாக்கான அங்கத்தவரையும் என் கதையையும் என் எதிர்காலத்தையும் எது இணைத்தது?

இதற்கான பதிலை ஊடகவியளாலர் மரியம் லெவின் தருகிறார். முன்னாளில் காணாமல் போனவர் ஈ.எஸ்.எம்.ஏ இல் சிறையிலிருந்த மரியம் லெவின் எர்லிநோச்சே

இன்வெஸ்ரிக்கா என்ற நிகழ்ச்சியின் தொகுப்பாளர். இவ் அரசியல் நிகழ்ச்சியை சனல் 13 என்ற தொலைக்காட்சி நிறுவனம் ஒளிபரப்பியது. 2001 இல் நவம்பர் 21 ஆம் திகதி அல்பிரேதோ யாபிரனின் சுயசரிதையை ஆய்வுசெய்த மிகுவேல் பொனாசோ என்ற ஊடகவியளாலர் கலந்துகொண்டார். "இருமனிதர்களும் அவர்களது மவுனமும்" (ஆர்ஜன்ரீனக் கதை) என்று அந்நிகழ்ச்சிக்குத் தலைப்பிட்டிருந்தனர். ரெலிநோச்சே இன்வெஸ்ரிக்கா இதனை தயாரித்தது. இந்த இரண்டு மனிதர்களில் ஒருவர் அடொல்போ தொந்தா மற்றையது அவரது சகோதரன் கோசே மரியா லவுரேனோ தொந்தா. என் பெரியப்பாவும் அப்பாவும். இரு சகோதரர்களுக்குமிடையிலான உறவு மூத்த சகோதரன் இளைய சகோதரனின் ஒரு மகளைத் தத்தெடுத்தது அத்துடன் தொலைந்துபோன இளைய சகோதரனின் இரண்டாவது மகள் விக்ரோரியா பற்றியும் அவர் அந்நிகழ்ச்சியில் விபரித்திருக்கிறார். என்னைப்பற்றித்தான் அங்கு பேசியிருக்கிறார்கள். ஆனால் எனக்கு எதுவுமே தெரியவில்லை.

நிகழ்ச்சியில் தொடர்ந்து கடற்படைக் கல்லூரியின் சகமாணவர்களின் நேர்காணல்கள் அவர்கள் பிறந்த என்ரே றியோஸ் பகுதியில் அவர்கள் குடும்ப அங்கத்தினரின் பேட்டிகளும் ஒளிபரப்பாயின. பிறப்பால் இணைந்தும் கொள்கையால் பிரிந்தும்போன இருசகோதரர்கள் பற்றி அங்கு கலந்துகொண்டவர்கள் பேசினார்கள். என் அப்பா சித்தாந்தவாதியாகவும் பெரனிஸ்ராகவும் இருந்திருக்கிறார். தன்னிலும் பத்துவயது மூத்த சகோதரனின் நிலைப்பாட்டிலிருந்து நேரெதிரான பாதையைத் தேர்ந்தெடுத்ததும் தன் தனித்துவமான நம்பிக்கைக்காக உழைத்தது உயிரைக்கொடுத்ததெல்லாம் என் அப்பாவின் கதை. பெரியப்பா இராணுவத்தைத் தேர்ந்தெடுத்து படிநிலை வளர்ச்சியூடாக மேலே வந்தவர், இராணுவத்தின்மீது வைத்த அசைக்கமுடியாத நம்பிக்கையில் கட்டளைகளை நிறைவேற்றியும் கட்டளைகளை பிறப்பித்தும் ஈ.எஸ்.எம்.ஏ இல் பல பதவிகளில் கடுமையானவர் என்று பெயர் வாங்கியவர். அவர் கணக்கில் ஆர்ஜன்ரீனத் தூதுவர் எலீனா கொல்ம்பேர்க் கடத்தல், என் அம்மாவின் கொலை, அவளின் குழந்தையைக் கடத்தியது.

ஆர்ஜன்ரீனா சனநாயக வழிக்குத் திரும்பியபின்னர், பிரேசிலின் ஆர்ஜன்ரீனத் தூதரகத்தில் இராணுவப் பொறுப்பதிகாரியாக கடமையாற்றித் திரும்பியபின் என் பெரியப்பா சில மன்னிப்புச் சட்டங்கள் மூலம் தன் குற்றச்சாட்டிலிருந்து தப்பித்துக்கொண்டார். புதிதாக தனக்கொரு பதவியை தேடிக்கொண்டு ஈ.எஸ்.எம்.ஏ இன் புகழ்படைத்த விக்ரர், கூகோ (போலோ) போன்றவர்களுடன் அல்பிரேதோ யபிரனின் பாதுகாப்புப்படையைப் பயிற்றுவித்து தலைமைப்பணியையும் ஏற்று நடாத்தி வந்தார். பல வருடங்களாகத் தனியார் நிறுவனங்களின் பாதுகாப்புச்சேவைகளில் பணியாற்றினார். சப்ராம் நிறுவனம் ஆசிய சர்வதேச விமானநிலையத்தின் பாதுகாப்பை ஏற்றிருந்தது. பிரிடாஸ் என்ற நிறுவனமும் பாதுகாப்புச்சேவை நிறுவனம்தான். இவைகளில் எல்லாம் அடொல்போ பணியாற்றியுள்ளார். பிரிடா என்பதன் விரிவாக்கம் பிரிகே ஈ.எஸ்.எம்.ஏ. பழைய இராணுவம் தன் நகைச்சுவை உணர்வை இழந்துவிடவில்லை என்பதற்கு இது ஒரு அத்தாட்சி. நிகழ்ச்சியில் அவருக்குத் தெரியாமல் எடுத்த காட்சிகளையும் ஒளிபரப்பினார்கள். அவரது அலுவலகத்தில் சுயதிருப்தியும் பெருமிதமும் பொங்க அவர் விமானநிலையப் பாதுகாப்புப் பற்றி பெருமையடித்துக் கொள்வதையும் இங்கு இறங்கும் சர்வதேச விமானங்கள் எல்லாவற்றிற்கும் கியூபாவின் குவான தி அவிக்கச்சியோன் உட்பட எல்லாவற்றிற்கும் தனது பாதுகாப்புச்சேவை நிறுவனமும் தானும் பொறுப்பு என்றெல்லாம் தன்னைத்தானே புகழ்ந்துகொண்டார்.

அடொல்போவின் கடந்தகாலம் பற்றியும் அந்நிகழ்ச்சியில் விபரணப்படுத்தியிருந்தார்கள். சித்தரவதைகளின் போது தனது கோணல் சிரிப்பை எப்போதும் அணிந்துகொள்ளும் தொந்தா, ஈ.எஸ்.எம்.ஏ நடவடிக்கைக் கூட்டங்களில் இம்மியளவேனும் இரக்கமில்லாது முடிவுகளை எடுக்கும் “கடமையின் சிலுவையை” தான் சுமப்பதாக நம்பும் தொந்தா. என் அம்மாவின் மன உறுதி அதுவும் நிர்ப்பந்தமான காலத்திலும் குலையாத மன உறுதி அவருக்கு அவள்மீது கட்டுக்கடங்காத வெறுப்பைக் கிளப்பியிருக்குமென்று நினைக்கின்றேன். கோரியும் அவரை நம்பியிருக்கமாட்டாள். கோரிக்கு அவர்மீது வெறுப்பிருந்திருக்குமென்றுதான் நம்புகின்றேன். இதனால்தான் தொந்தா என்னை என் பாட்டி லியோனித்தாவிடம்

என் பெயர் விக்ரோரியா | 125

கொடுக்கின்றேன் என்று அவர் சொன்னதையும் அவள் நம்பவில்லை.

"இருமனிதர்களும் அவர்களது மவுனமும்" பல்வேறு கடந்தகாலப் பதிவுகளையும் நேர்காணல்களையும் ஆதாரத் தொகுப்பாக வைத்தது. எனது சகோதரி ஏவாவின் தத்தும் அந்நிகழ்ச்சியினூடு ஊடகத்தில் பேசு பொருளாகி தொந்தா என் அம்மாவின் குடும்பத்தை மிரட்டியது தாக்குப்பிடிக்க முடியாமல் கனடாவிற்கு உயிர்தப்பி ஓடியது என எல்லாமே பேசப்பட்டது. நிகழ்ச்சியில் விபரிக்கப்பட்ட சம்பவங்களோடு தொடர்புடையவர்களும் அந்நிகழ்ச்சியில் பங்கேற்றனர். அவர்களது கள ஆய்வில் திரட்டிய தகவல்கள் அடிப்படையில் எனது அடையாளத்தை நிரூபிக்கும் முயற்சியாக இந்நிகழ்ச்சியை நெறிப்படுத்தியிருந்தனர். லிதியா வியிரா அந்நாளில் பத்தொன்பது வயதான இளம்பெண்ணாக நான் பிறந்தபோது சிறையின் மகப்பேற்றுப்பிரிவில் அம்மாவின் அருகிலிருந்தவள் சாட்சியாக அந்நிகழ்ச்சியில் பங்குகொண்டாள். விக்ரோரியா என எனக்குப் பெயரிட கோரி முடிவெடுத்ததற்கும் அவளே சாட்சி என்னைத் திரும்பவும் அடையாளம் காண மகப்பேற்று நிலையத்தில் பாவிக்கும் நீல நூலால் என் காதில் துளைபோட்டு அடையாளமிட கோரியும் லிதியாவுமே திட்டமிட்டவர்கள்.

லிதியா ஈ.எஸ்.எம்.ஏ இலிருந்து வெளிவந்த நாளிலிருந்து மறக்காமல் என்னைத்தேடி அலைந்திருக்கிறாள். தனக்குத்தெரிந்த கிடைத்த தகவல்களை எல்லாம் என்னைத்தேடி கண்டுபிடிக்கும் நம்பிக்கையில் தளராது மாயோ சதுக்கப் பாட்டிகளிடம் அவ்வப்போது அறிவித்தும் வந்துள்ளாள். எதிர்பாராதவிதமாக சனல் 13 இன் தகவல் சேகரிப்பும் ஆய்வும் ஓரிடத்தில் முன்னேற முடியாது தடைபட்டுப்போயிற்று. மரியா கில்டா பெரஸ் - கோசே மரியா தொந்தாவின் மகள் விக்ரோரியா, என்ரே றியோஸ் பகுதியில் மரியேல் தொந்தா என்ற பெயருடன் வாழ்வதாக ஒரு பிழையான தகவலை சனல் 13 இல் தொடர்ந்துபோனது. அடொல்போ தன் நெருங்கிய உறவினர் ஒருவருக்கு விக்ரோரியாவைத் தத்துக்கொடுத்ததாக கிடைத்த தகவலே சனல் 13 ஐப்பாதை திருப்பிவிட்டது. மரியேல் தொந்தாவின் அடையாளம் மீள் நிரூபிக்கப்பட வேண்டுமென்று வழக்கைத் தொடர்ந்தார்கள். பொய்யான பிறப்புச்சாட்சிப்

பத்திரம் அவ்வழக்கின் ஆவணமாக சமர்ப்பிக்கப்பட அதை ஆராய்ந்தபோது பிறந்த ஆண்டு 1977 எனப்பதிவாகி இருந்தது இன்னும் சந்தேகத்தை உண்டாக்கியது. விக்ரோரியாவின் தாய் என்ற பெண் தான் குழந்தையை 38 வயதில் பெற்றெடுத்ததாகவும் அதன்பின்பு தனக்குக் குழந்தைகள் எதுவும் பிறக்கவில்லை என்ற அவரது வாக்குமூலம். இவ்வழக்குகளில் வழமைபோல் மரபணுப் பரிசோதனையும் செய்யப்படும். மரபணுப் பரிசோதனை சம்பந்தப்பட்ட குழந்தை அதன் தாய் தந்தையின் மரபணுமாதிரியுடன் மட்டும் ஒப்பிட்டுப்பாராது குராண்ட் மருத்துவமனையில் நாடளாவிய ரீதியில் சர்வாதிகார ஆட்சிக்காலத்தில் தொலைந்துபோன ஆயிரக்கணக்கான மரபணு மாதிரிகளுடன் ஒப்பீடு செய்யப்படும். ஆனால் துரதிஸ்ரவசமாக காணாமல்போன எல்லோரது மரபணுமாதிரிகளும் அம்மத்திய நிலையத்தில் இல்லை. அதிகமாக காணாமல் போகடிக்கப்பட்டவர்களின் மரபணுமாதிரிகள் முறையாகச் சேகரிக்கப்படவில்லை.

மரியேலின் மரபணு என் தாய் தந்தையினதுடன் ஒத்துப்போகவில்லை. அதேபோல் மரியேலின் அடையாளமும் சரியாக நிரூபணமாகாதது மக்களிடையே பெரியதொரு ஏமாற்றத்தினை ஏற்படுத்தியது. அந்த இளம்பெண்ணின் துயரத்தை வரைந்து பார்க்கின்றேன். இன்றுவரை தாய் தந்தை என்று நினைத்தவர்கள் பெற்றோரில்லை. அவளின் பெற்றோர் யாரென்றும் அறியமுடியாத நிலை. அவளின் சரிதையும் இருட்டினுள் அமிழ்ந்து பல சரிதைகளின் ஒரு பிரதியாய் தொலைந்துபோயிற்று. பாட்டிகள் அமைப்போ மற்றைய அமைப்புக்களினதோ நடைமுறையைப் பின்பற்றியிருந்தால் இந்த துயரத்தை மீளத்திறக்காதிருந்திருக்கலாம். முதலில் சந்தேகத்துக்கிடமான அடையாளங்களைத் தகவல்கள் மூலம் உறுதிப்படுத்துவது சம்பந்தப்பட்டவருக்குத் தெரியாமலே இந்நடவடிக்கைகளைச் செய்யவேண்டும். மரபணுப்பரிசோதனையில் 99.99 வீதம் ஒப்பீடு இருந்தால் மாத்திரமே பாட்டிகளிற்கு அறிவிக்கவேண்டும். ஏற்கனவே தங்கள் பிள்ளைகளைத் தொலைத்தவர்களைப் பிழையான தகவல்களினூடு இன்னும் மனம் வருந்தச் செய்வது சரியல்ல. ரெலி நோச்சே இன்வெஸ்ரிக்காவும் பாட்டிகள் அமைப்பும் இரண்டு வெவ்வேறான நடைமுறைகளையும் வித்தியாசமான

தகவல்கள் அடிப்படையில் தங்கள் தேடலைச் செய்பவை. விக்ரோரியா தொந்தா என்ற அடையாளம் என்னை நான் கண்டுகொள்வதற்கு நீண்டகாலத்திற்கு முன்பே மக்கள் மத்தியில் அறிமுகமாகிவிட்டது.

இந்தக் கலவரங்களுக்குப் பின்னும் பாட்டிகள் தகவல் வேட்டையில் மும்முரமாகத் தொடர்ந்தும் தேடுதல்களை நிறுத்தவில்லை. லிதியாவின் சாட்சியத்தின் பின்னர் பாட்டிகள் ஒரு விடயத்தைப் புரிந்துகொண்டார்கள். விக்ரோரியா எங்கோ ஒரு குடும்பத்தில் இருக்கிறாள். அந்தக்குடும்பம் உண்மையைச் சொல்லாமல் மவுனமாக இருக்கிறது. விக்ரோரியா 1977 இல் யூலைக்கும் ஒக்ரோபருக்கும் இடையில் பிறந்திருக்க வேண்டும். ஹெக்டர் குழந்தையை தாயிடமிருந்து களவாடியபோது பதினைந்து நாட்களே ஆன அக்குழந்தைக்கான உடைகளை எங்கேயோ வாங்கியிருக்கவேண்டும்.

லிதியாவின் தொலைக்காட்சி சாட்சியத்தின் பின்னர் இன்னுமொரு தகவல் லிதியாவின் சாட்சியத்தை உறுதிப்படுத்தியது. கரையோரப் பாதுகாவல் சிற்றதிகாரி ஒருவரின் மனைவி பெயரை வெளியிடாது 1977 இல் தனது குழந்தையைப் பெற்றெடுத்துச் சில நாட்களே ஆகியிருந்ததாகவும் ஓர் இரவு ஹெக்டர் தங்கள் வீட்டிற்கு வந்ததாகவும் சொன்னாள். அவர் கையில் ஒரு குழந்தை. அது விடாமல் கதறிக்கொண்டிருந்தது. குழந்தை போத்தலில் பால் குடிக்க மறுப்பதாகவும் குழந்தைக்கு அவளை பால் கொடுக்கும்படி ஹெக்டர் தன்னைக் கேட்டாராம். குழந்தை மிக அழகான உடைகள் அணிந்து ஒரு பரிசுப்பொதிபோல் மிக நேர்த்தியாக அலங்கரிக்கப்பட்டிருந்ததாகவும் சொன்னாள். வினோதமான வேறொன்றையும் கவனித்ததாக அப்பெண் சொன்னாள். குழந்தையின் காதுமடலில் நீலநிற நூல் தையல் போட்டிருந்தது. அதுதான் நான். ரவுல் கிறசில்லா வீட்டில் ஒப்படைக்கப்படுவதற்கு முதல்.

பாட்டிகளுக்கு மேலும் கொமிசியோன் ஹெர்மானோசிட மிருந்தும் உதவிகள் கிடைத்தன. எச்.ஐ.ஜே.ஒ.எஸ் இன் ஒரு பகுதியான ஹெர்மானோஸ் தொலைந்துபோன குழந்தைகள் அவர்களது சகோதரங்கள் தொலைந்துபோனோரது சிறையில்

பிறந்த குழந்தைகளுக்கான உதவிகளைச் செய்துவந்தது. இவர்களுக்கும் ஒரு அனாமதேயத் தகவல் கிடைத்தது. அத்தகவல் அடிப்படையில் தேடலின் வட்டம் குறுகவும் தொடங்கியது. ரவுல் கிறிசில்லா தம்பதியரின் மகளின் உண்மையான தாய் தந்தை அவர்கள்தானா என்ற சந்தேகமே அத்தகவலின் உள்ளடக்கம். இத்தகவல் முறையாக நெறிப்படுத்தப்பட்ட விசாரணைகளின் மூலம் கிடைக்கவில்லை. அயலவர் ஒருவரின் சந்தேகமே தகவலின் அடிப்படை. எப்படி குழந்தை பெறமுடியாத தம்பதி திடீரென ஒரு மகளிற்குப் பெற்றோரானார்கள் என்ற கேள்வியும் குழந்தை அவர்கள் குடும்பத்தில் வந்துசேர்ந்தபோது ரவுலின் பதவியும் சேர்ந்து சந்தேகத்தை மேலும் வலுப்படுத்தியிருக்கிறது.

முதல் படியாக கொமிசியோன் ஹெர்மானோஸ் பாட்டிகள் அமைப்புடன் தொடர்புகொண்டு தகவல் ஊர்ஜிதப்படுத்தும் நடைமுறைகளை தொடங்கவும் இருபகுதியினரும் தகவல் பரிமாற்றங்களைச் செய்துகொள்ளவும் பேசிக்கொண்டனர். பாட்டிகளிடம் நிரூபணமானத் தகவல்கள் அதிகமில்லாததால் இரு பகுதியினரும் தனித்தனியாக தகவல்களைச் சேர்ப்பதென்று முடிவுசெய்தனர். அத்துடன் கொமிசியோன் எந்த நடவடிக்கை எடுப்பினும் முதலில் பாட்டிகளிற்குத் தெரியப்படுத்திய பின்னரே நடவடிக்கைகளைத் தொடங்குவதென்றும் பாட்டிகளிடம் சம்மதம் தெரிவித்தது. ரவுல் கிறசில்லா தம்பதி பற்றி அறிந்துகொள்வது சர்வாதிகாரியின் காலத்தில் ரவுலின் பதவி அவர் அப்பதவியில் என்னென்ன செய்தார் என்பதுடன் அவர்களின் மகளின் பிறப்புச்சாட்சிப் பத்திரத்தை மீளாய்வு செய்தலுடன் நின்றுவிடாது ஈ.எஸ்.எம்.ஏ இல் பிறந்தவர்களது பிறப்புச்சாட்சிப் பத்திரங்களையும் மீளாய்வு செய்தல் என்ற வேலைத்திட்டத்தை கொமிசியோன் வகுத்துக்கொண்டது. வைத்தியர் மக்னக்கோவின் கையொப்பம் ஓர் ஆவணத்தில் இருக்குமேயானால் அங்கு சட்டவிரோத நடவடிக்கைகள் நடந்திருக்கின்றன என சந்தேகிக்கலாம்.

நீண்ட இந்நடைமுறை தொடங்கி ஒவ்வொரு தகவலும் மிகக் கவனமாக ஆராயப்படும்போதும் தொடர்புடைய நபரிற்கு எந்தவிதத்திலும் குறுக்கீடோ தொல்லையோ இல்லாமல் இருக்கவேண்டும் என்பதில் கொமிசியோன் அதீத கவனம் எடுத்துக்கொண்டது. இதில் சம்பந்தப்பட்டவள் நான் என்பதால்

எனக்கு எந்த இடைஞ்சலும் ஏற்படுத்தாதிருப்பதில் அவர்கள் கவனம் எடுத்துக்கொண்டார்கள் என்று சொல்லலாம். வெடிகுண்டின் கடிகாரக் கரங்கள் ஓடிக்கொண்டிருந்தன. அதன் ஒலி போகப் போக உரமாகி என் அருகாமையை நோக்கி நகர்ந்து கொண்டிருந்தது. விக்ரோரியா இன்னும் சில காலத்தினுள் இருளை விட்டு வெளியே வந்துவிடுவாள்.

ஆர்ஜன்ரீனிய அரசியலிலும் பொருளாதாரத்திலும் மாற்றங்கள் மெதுவாக நடந்தாலும் அதன் தாக்கங்கள் ஆழமானதாகவே இருந்தது. நானும் கலாசாலையின் வென்செரிமோசிலிருந்து இப்போது அடிப்படை அரசியல் வேலைகளை பரியோஸ் தி பி எனும் அமைப்பினூடு செய்துகொண்டிருந்தேன். பரியோஸ் - போலோ சோசியாலின் சிற்றமைப்புக்களில் ஒன்று. அரசியல் வேலைகளிலிருந்து மக்களிடையே அடிப்படை வேலைகளைச் செய்வதற்கான வழிமுறைகளை படிப்படியாக அறிந்துகொள்ளும்போது தோல்விகளும் பின்னடைவுகளும் இல்லாமலில்லை. அவை சலிப்பைத் தருவதாகவும் அடுத்து என்னவென்ற குழப்பத்தில் புரியாது நின்றுதான் அந்நிலைகளை மெதுவாகக்கட்டுக்குள் கொண்டுவந்த அனுபவங்கள் நிறைய உண்டு. இந்த தொடர் ஏமாற்றங்களின் மத்தியிலும் எங்கள் கட்சி தேர்தலில் குறிப்பிடத்தக்க வெற்றியைப்பெற்றது, கலாசாலையில் மற்றைய குழுக்கள் மத்தியிலும் எங்கள் மதிப்பை உயர்த்தியிருந்தது. பலர் தேவைக்கதிகமாகவே எங்களுக்கு மரியாதை செய்தனர், எங்களைப் பார்த்துப் பயந்தவர்களும் இருந்தார்கள். ஆனால் களவேலைகளில் எங்களைவிட பல பத்தாண்டுகள் செல்வாக்குப்பெற்றிருந்த மற்றையக் குழுவினர் அப்பகுதியில் எங்கள் செல்வாக்கு வேறென்பதையும் எங்கள் நிலைமை என்ன என்பதையும் தெளிவாகப் புரியவைத்தனர்.

என் மார்சா பத்திரிகையை விற்பதும் வீடு வீடாகச் சென்று அரசியல் பற்றிய பேச்சில் மக்களை ஈர்க்க முயற்சிப்பதுமாக இருந்த காலமது. ஒரு புகையிரத நிலையத்திற்கு அருகாமையில் மேசையொன்றில் பத்திரிகை பிரச்சாரத் துண்டுப்பிரசுரங்கள், புத்தகங்களென அடுக்கி பாதசாரிகளின் கவனத்தை ஈர்க்க முயற்சித்தோம். சில நிமிடங்கள் தான் சென்றிருக்கும் பயமுறுத்தும் தோற்றத்துடன் இருவர் மாவ்வியாப்படங்களின்

திரையிலிருந்து இறங்கி வந்ததுபோல் எங்களை நோக்கி வந்தார்கள்.

“பெண்டுகளா எல்லாவற்றையும் உடனடியாக மூட்டை கட்டுவது உங்களுக்கு நல்லது இது எங்கள் ஏரியா” நின்ற விக்கிக்கும் எனக்கும் சொன்னார்கள். எங்களைக் கண்ணெடுத்தும் பார்க்காத அவர்கள் “அங்கே CTK மேசை இருக்கிறது பார்த்தீர்களா”.

“மன்னிக்கவேண்டும்” அவர்களை இடைமறித்த நான் வழமைப் பிரகாரம் பேசுவதற்குமுன் யோசிக்கவில்லை “நாங்கள் முந்தியே இங்கு வந்துவிட்டோம் அதுபோக இங்கு பெரோனிஸ் தொழிற்சங்கத்திற்குச் சொந்தமானது” என்ற ஒரு சுவரொட்டியும் இல்லையே என்றேன்.

“இன்னுமொரு முறை நான் சொல்லப்போவதில்லை” குரலில் கடுமையை ஏற்றி ஒருவர் சொல்ல மற்றவர் எங்களைக் கடந்து எங்கோ ஒரு புள்ளியை வெறித்துப்பார்த்துக் கொண்டிருந்தார். அவரின் வாயிலிருந்து எதுவும் வரவில்லை.

“நாங்கள் யாரென்று உங்களுக்குத் தெரியுமா?” பிரசங்கப் பாணியில் ஒரு கேள்வியை பேச்சின் நீட்சிக்காக வீசினேன். ஒரு கணம் தாமதித்த நான் “நாங்கள் பார்தியா லிபரே எங்களுடன் மோதாமல் இருப்பது உனக்கு நல்லது” என்று சொல்லிவிட்டு அவனின் கண்ணில் பயம் ஏற்படுகிறதா எனப் பார்த்தேன். பயத்திற்குப் பதில் எவ்வித உணர்வையும் காட்டாத உறைந்த பார்வையுடன் நின்றான். அவனின் பொறுமை விலகுகின்றதென்பது அவன் உடல்மொழியில் தெரிந்தது. கண்ணிமைகூட அசையாது மிக மெதுவாகவும் அதேவேளை அழுத்தத்துடன் இதுதான் அவனது கடைசிப்பேச்சென்று தெளிவாக விளங்குமாறு “நீங்கள் யாரென்று எனக்குத் தெரியாது. ஆனால் நீ உனது மேசையையும் நோட்டீஸ்களையும் எடுத்துக்கொண்டு போகாவிடில் உன்னையும் உனது சிநேகிதியையும் மேசை, பேப்பர்கள் எல்லாவற்றையும் நானே அப்புறப்படுத்தவேண்டிவரும் புரிகிறதா?”

இது கலாசாலை விரிவுரை மண்டபமும் இல்லை. எங்கள் எதிரே நிற்பார்கள் எதிர்கால வழக்கறிஞர்களோ புவனஸ் எயரசின் நடுத்தர உயர்குடி மாணவர்களோ இல்லை. இது முற்றிலும்

வேறுபட்ட உலகு. இங்கு சச்சரவுகள் சர்வசாதாரணம் எல்லைகள் பலத்தினூடுதான் பாதுகாக்கப்படுகிறது. இப்பகுதிகளில் முதலில் செல்வாக்கை வென்றெடுக்க வேண்டும். அவனிற்கு மறுப்பேதும் சொல்லாமல் அவனை நிமிர்ந்துகூடப்பார்க்காது எழுந்து மேசைமேல் இருந்தவைகளைச் சேகரித்தேன். விக்கி எனக்குத்துணையாக எல்லாவற்றையும் கட்டினாள். வந்த இருவருமே அங்கிருந்து போனாலும் அய்ம்பது நிமிடங்கள் வரை காத்திருந்து நாங்கள் போய்விட்டோமா என உறுதிசெய்து கொண்டார்கள்.

2001 இன் இறுதி நெருங்க சம்பளவெட்டு, போனஸ் ரத்து, பணப்புழக்கத்தை முடக்கல், காசோலைகளுக்கு வரி என்ற செய்திகள் பரபரப்பாக ஊடகங்களில் வெளிவந்தன. உண்மை என்னவென்றால் அரசு வேறாக இருந்தாலும் பொருளாதாரக் கொள்கை ஒன்றாகவே இருந்ததுதான். சனாதிபதியால் நாட்டினை அச்சுறுத்தும் பிரச்சினைகளிற்குத் தீர்வுகாணமுடியவில்லை. அரசியல்வாதிகளோ சனாதிபதியிலும் விட தகைமையற்றவர்களாய் தங்கள் எதிர்ப்பை நாட்டின் போக்கினை மாற்றும் எந்த முயற்சியிலும் ஈடுபடவில்லை. ஆனால் ஆர்ஜன்ரீனிய மக்கள் தங்கள் ஒற்றுமையை மேலும் பலப்படுத்திக்கொண்டனர். வேலையற்றோர் அமைப்பு பலம் பெற்றது. பிக்குயெற்ரேறோஸ், பொதுவான அரசியல் ஆர்வமுள்ளோர் கூட்டங்கள் எங்கும் இடையறாது தங்கள் ஒற்றுமையை வெளிப்படுத்தினர். கூட்டுத்தொழிற்சங்கமான சென்றால் தி ரபஜ தோரஸ் ஆர்ஜன்ரீனோஸ் (சிரிஏ) மனித உரிமைச் சங்கங்களுடன் இணைந்து முக்கிய மாகாணங்களில் தங்களைப் பிரதிநிதித்துவப்படுத்தினர். வறுமைக்கெதிரான தேசிய இயக்கம் ஆளும்கட்சியினரோ எதிக்கட்சியினரோ பங்கேற்பின்றி பலம் பொருந்திய அமைப்பாக மாறியது. இவர்கள் மக்கள் வாக்கெடுப்பான ஒரு பிரேரணையை இடைக்காலத் தீர்வாக முன்வைத்தனர். பல விடயங்களை அடக்கிய அப்பிரேரணையில் வேலையற்றோருக்கு நிர்ணயிக்கப்பட்ட தொகை நிவாரணமாக வழங்கவேண்டும். ஒவ்வொரு குழந்தைக்கும் உதவிப்பணம் வழங்கவேண்டும். ஓய்வூய்திய வாய்ப்பற்ற 65 வயதுக்கு மேற்பட்டோருக்கு அரச ஓய்வூதியம் வழங்கவேண்டும் ஏறத்தாள மூன்று மில்லியன்

மக்கள் புதிய பொருளாதாரக் கொள்கைக்கு ஆதரவாக வாக்களித்தனர்.

பிரேரணையின் வெற்றி ஏராளமான மக்களின் பங்களிப்பும் அது வாக்குகளாகப் பதிவானதுமான வெற்றியின் பரபரப்பு சில நாட்களே நீடித்தது. 2001 டிசம்பர் 17 இல் வாக்குகள் எண்ணி முடிக்கப்பட்டது. இரண்டுநாள் கழிந்து மக்கள் கசரெலாசோ என்ற பெயருடன் எதிப்பு ஊர்வலமொன்றை நடாத்தினர். இவ் ஊர்வலத்தில் எதிப்பாளர்கள் கசரோலாசில் தட்டி எழுப்பிக்கொண்டே ஊர்வலமாக போனார்கள். கசரோல் என்றால் சமையல் பாத்திரம்.

20 டிசம்பர் 2001 இல் அரசியல் நண்பிகளுடன் நானும் சிரிஏ தொழிற்சங்கத்தின் இளைஞர் சந்திப்பொன்றில் கலந்துகொள்ளவேண்டியிருந்தது. 19 ஆம் திகதி இரவு எங்களை அலங்கரித்துக்கொண்டு அழகிய உடைகளுடன் நடனமாடப்போய்விட்டு லவுறா வீட்டில் தூங்கியெழுந்து அதே அழகிய உடைகளுடன் சிரிஏ சந்திப்புக்கும் போனோம். பிளாசா டி கொங்கிரசோவை நாங்கள் சென்றடைந்தபோது எங்களை மோட்டார் சைக்கிள் பொலிஸ்படையும் நீர்பீச்சியடிப்பான்களும் தான் வரவேற்றன. தடைகள் உடைந்து சிதறிக்கிடந்தன. தீர்க்கப்பட்ட வேட்டுக்களின் மிகுதிகள் ஏராளமாகத் தரையில் சிதறிக்கிடந்தன. அன்றுபின்னேரம் பிளாசா தி மையோ வரை எங்களால் போகமுடியவில்லை, தடியடிக்கும் கண்ணீர்புகைக்கும் பயந்து அங்குமிங்கும் அலைமோதும்போது கண்ணாடி தடையாக இருந்ததால் அவளதைக் கழற்றிவிட்டாள். கிட்டப்பார்வைக் குறைபாட்டால் எதிரிலிருக்கும் சுவருடனோ பொலிஸ்காரரின் மேலோ அவளின் ஒரு கையைப்பற்றி அவள் எங்களிடமிருந்து பிரியாது பார்த்துக்கொண்டேன். எங்கள் டிஸ்கோ உடையுடன் வாய்களைத் துணியால் கட்டிக்கொண்டு துரத்தும் மோட்டார் சைக்கிள் பொலிசாருக்கு மத்தியில் அங்குமிங்கும் ஓடிக்கொண்டிருந்தோம். வாய்க்கட்டை எடுத்துவிட்டால் பொலிசார் எங்களை “ஆர்ப்பாட்டக்காரர்” என அடையாளம் காணமாட்டார்கள் என்று ஒரு கணம் யோசித்தாலும் கண்ணீர்ப்புகையை எதிர்கொள்ள நிறைய தேசிப்புளியை குடித்திருந்தால் பார்ப்பதைவிட வாசனையை வைத்தே அவர்கள் எங்களை அடையாளம் கண்டுகொள்வார்கள்.

இந்த ஆரவாரத்திற்கிடையில் கைதொலைபேசியின் மூலம் என் காதலன் றொபேட்டோ காயப்பட்டு இரத்தம் சிந்துகிறானென்ற செய்தி வந்தது. ஆர்ப்பாட்டக்காரர்கள் மத்தியில் குதிரைப்பொலிசார் புகுந்து அடிதடியை நடாத்தியிருக்கிறார்கள். கணுக்காலில் இருந்து தொடை வரை குதிரையின் கால் அடிபட்டுப் பெரியகாயம். எங்காவது பொலிசாருடன் மோதல் அல்லது வேறெந்த அபாயங்கள் வந்தாலும் ஆர்ப்பாட்டத்தின்போது நிட்சயம் றொபேட்டோ காயப்படுவான். இவ்வித கலவரங்கள் காந்தம் மாதிரி அவனைக் கவரும்.

பொலிசார் ஆர்ப்பாட்டக்காரரை அடக்க அதி வன்முறையைப் பாவித்ததால் பெருங்குழப்பம் ஏற்பட்டு ஆயிரக்கணக்கானோர் காயப்பட்டும் 50 பேர் இறந்தும் போனார்கள். பொருளாதார அமைச்சர் டொமிங்கோ காவாலோவின் பதவி விலக, சனாதிபதி பெர்நாந்தா தி லா ரூயே அடுத்தநாள் பதவி விலகினார். ஆர்ஜன்ரீனோ பெசோசிற்கு எதிரான டொலர் மதிப்பில் முன்னைய பெறுமதியில் இன்னும் 25 வீதபெறுமதிக்குச் சரிந்தது. இதனால் சிறிய நடுத்தர மக்களின் சேமிப்பு பெருமளவு பணத்தை இழந்தது. அரசு ஏறத்தாள வங்குறோத்து நிலைமையை தொட்டு நிற்க, சர்வதேச பண ஈட்டுப்பொறிமுறையிலிருந்து ஆர்ஜன்ரீனா முழுவதுமாக தனிமைப்பட்டுப்போனது.

பொருளாதாரச் சிக்கலின் உச்சத்தில் சமூக அமைப்புக்களும் தொழிற்சங்கங்கள் இடதுசாரி குழுக்களின் செல்வாக்கு ஓங்குவது நடைமுறையே - எங்கள் செல்வாக்கும் அதிகரித்தது. மக்களின் அதிருப்தியும் மாற்றத்திற்கான தேவையும் ஒரு சுலோகமாக வெளிப்பட்டது. “நீங்கள் எல்லோரும் தொலைந்து போங்கள்” இந்தச்சுலோகம் அய்ரோப்பாவில் ஒரு காலத்தில் ஓங்கி ஒலித்த சுலோகம்.

பார்தியா லிபரே பெரும் வளர்ச்சியைக்கண்டது. நகரத்தில் பரியோஸ் தி பி யினூடு முன்னெடுத்த வேலைத்திட்டத்தின் முதல் வெற்றிகளும் பதிவாகின. மக்களின் அதிருப்தியையும் மாற்றத்திற்கான அவர்களது உள்ளார்ந்த உந்துதலையும் சாதகமாகப் பயன்படுத்தி அவர்களை ஒன்று சேர்ப்பதிலும் ஏதாவது செய்து அவர்களது குரல் ஒற்றுமையாக ஓங்கி

ஒலிக்க வழிவகுத்தோம். பிக்குவற்றே ரோஸ் முக்கிய போக்குவரத்துச் சாலைகளை நாடெங்கிலும் முடக்கினார்கள். வேலைவாய்ப்பற்றோருக்கு வேலையும், அதிகரித்து வரும் ஆர்ஜன்ரீன வறிய மக்களுக்கு இலவச உணவையும் கோரிக்கையாக வைத்துச் சாலை மறியல்களைச் செய்தார்கள். நாங்கள் புவனஸ் ஏயரசின் வட புற உள்நுழைவுப் பாதையின் முக்கியமான பாலத்தை முடக்கினோம். பொலிசாருடனான மோதல் நாளாந்தம் நடந்தது. ஒரு முறை பாலத்தின் தொடக்கத்தில் நாங்கள் கூடியபோது எல்லா விளக்குகளும் அணைக்கப்பட்டது. ஏறத்தாள பாலத்தின் நடுப்பகுதிக்கு வந்தபோது மீண்டும் விளக்குகள் ஒளிர்ந்தன. அணைந்து ஒளிர்ந்தவை பாலத்தின் வீதி விளக்குகளா அல்லது பொலிஸ் மோட்டார் சைக்கிள்களின் விளக்குகளா என்று எனக்கு ஞாபகமில்லை. மாய மந்திரம் போல் எங்கள் முன்னே மூன்று வகைப் பொலிசார் தோன்றினர் என்பது நன்றாகவே ஞாபகமிருக்கிறது. கலகத்தை அடக்கும் பொலிஸ், மோட்டார் சைக்கிள் பொலிஸ், குதிரைப்படை என மூன்று வகை. அவர்களைக் கடந்து போவது இயலாத காரியம். யாரோ பழைய பாலத்தில் தடைகள் அமைக்கப்படாதிருந்ததைக் கவனித்து அதைக்காட்ட அதை நோக்கி ஓடினோம். ஒரு பக்கம் நாங்கள் ஓட, மறுபக்கம் பொலிசாரும் பழைய பாலத்தை நோக்கி ஓட்டம். இடையில் அகப்பட்டுக்கொண்ட என் முன்னே ஒரு மீற்றர் இடைவெளிக்கும் குறைவாக ஒரு பொலிஸ். இந்தக்காட்சி என் மனதில் ஏற்கனவே பதிந்ததொன்று. ஒரு கணம் நான் கண்ணாடி முன் நிற்பதுபோல் உணர்ந்தேன். எதிர்ப்பு ஊர்வலங்களில் நான் கலந்துகொண்டபோதெல்லாம் நான் இடப்பக்கம் நகர்ந்தால் பொலிசும் இடப்பக்கம் நகரும். நான் வலப்பக்கம் நகர்ந்தால் பொலிசும் வலப்பக்கம் நகரும். இன்றும் அதேபோல்தான். கடைசியில் பின்னே போவதென்று முடிவெடுத்தேன். பின்னே போனால் ஒரு மீற்றர் இடைவெளியைக் கூட்டலாம். அத்துடன் என் சக தோழர்களின் பாதுகாப்பும் கிடைக்கும்.

தொடர்ந்த மாதங்களில் மக்களின், ஊடகங்களின் எதிர்ப்பு படிப்படியாகக் குறைந்தது. ஆனால் பொலிசாருக்கும் எதிர்ப்பாளர்களுக்குமிடையிலான முறுகல் நிலை வளர்முகமாகத்தான் இருந்தது. முந்தைய அரசுகளோ, அவர்களின்

பிழையான அரசியலோ அல்லாமல் ஆர்ப்பாட்டக்காரர்களே நாட்டினை சின்னாபின்னமாக்குகின்றார்கள் என்ற குற்றச்சாட்டை சுமத்தினார்கள். ஏனென்றால் எங்களை வேட்டையாடுவது பொலிசாருக்குச் சுலபமான காரியம். 2002 யூலை 26 ஆம் திகதி உண்மையிலேயே வேட்டைநாள்தான். முன்னைய காலம் போலவே விசேட பொலிஸ் எங்களைத் தொடர்வதும், எதிர்ப்பாளர்களைப் பிரித்து தனிமைப்படுத்துக்கொள்வதும் மீண்டும் தொடங்கியது. டாறியோ சன்றிலான், மக்சிமிலியானோ கொஸ்ரெக்கி என்ற இரு அரசியல் போராளிகள் பொலிசாரால் வீதித்தடையொன்றில் கைதுசெய்யப்பட்டார்கள். அடக்குமுறையின் காட்டுமிராண்டித்தனமும் எதிர்ப்பும் ஒன்றுடன் ஒன்று இணைந்தே பயணிக்கிறது.

பரியோஸ் தி பி வளர்முகத்தில் பலதுறைகளில் தன் ஈடுபாட்டை விரிவாக்கிக்கொண்டது. சுகாதாரம், கல்வி, சம உரிமை இளைஞரென அதன் துறைகள் விரிந்து சென்றன. ஒவ்வொரு துறையிலும் வேலைக்குழுவினர், கூட்டுறவுகள், வேலைவாய்ப்பு நிலையங்கள், தோழமைக் கூட்டமைப்புக்கள் என்பன உருவாகின. அவிலானிதாவில் மாயோ சதுக்கப் பாட்டிகளின் உருவாக்கத்தில் பங்கெடுத்த பாட்டி ஒருவரின் நினைவாக இலவச உணவுத்திட்டமொன்றில் நாங்கள் வேலை செய்தோம். இங்குதான் கொமிசியோன் ஹெர்மானோசின் லவுறாவையும் மரியாவையும் முதலில் சந்தித்தேன். சமூகவியல் மாணவிகளென்று என்னை படம்பிடித்தவர்கள். ஏதோ ஒரு கணத்தில் தங்கள் ஆய்வறிக்கைக்கு இவர்களுக்கு ஏன் எனது புகைப்படம் தேவையாக இருக்கின்றதென ஆச்சரியப்பட்டும் இருக்கிறேன். அவர்கள் என்னிடம் கேட்ட கேள்விகளிற்கான எனது மறுமொழிகளைவிட என்னை கூர்ந்து கவனித்தார்களென நான் அவர்களை ஏன் கேட்கவில்லை என்றும் நான் யோசித்ததுண்டு.

எனது படத்தை கோரியினது படத்துடனும் காபோவினது படத்துடனும் வைத்துப்பார்த்தபோது நான் யாரென்பதில் அவர்களுக்குச் சந்தேகமே இருக்கவில்லை என பின்னொரு நாளில் அவர்கள் எனக்குச் சொன்னார்கள். அன்றைய நிலையில் எல்லாத் தகவல்களையும் சரிபார்த்து நூறுவீதம் என்ற நம்பிக்கை வரும் வரையும் எந்த தகவல்களையும்

வெளியிட்டு மற்றையவர்களின் மனதை வருத்த அவர்கள் விரும்பவில்லை. உண்மையைத் தேடும்போது பொதுவான பரிதாப உணர்வு பெரிய எதிரியென்பது அவர்களுக்குத் தெரியும். பரிதாப உணர்வு உண்மையின்பால் இட்டுச் செல்லாது. அது சம்பந்தப்பட்டவர்களின் வாழ்க்கையைக் குலைத்துப் போடுவதுடன் தேடப்படும் குழந்தைக்கும் முகங்கொடுக்க முடியாத மன உளைச்சலைக் கொடுக்கும் நிலைமைகளைத் தோற்றுவிக்கும். பொது அபிப்பிராயங்கள் உண்மையின் உள்ளார்ந்த அவசியத்தை சரியாகப் புரிந்ததாக இருப்பதில்லை. காணாமல்போன குழந்தைகளின் விபரிக்க முடியாத மனச்சிக்கல்களை சிந்தித்துப்பார்ப்பதில்லை. களவாடப்பட்ட குழந்தைகளுக்கான எங்களுக்கு உண்மை ஒரு அடையாளத்தை, பிறப்பு மூலத்தை, ஒரு வாழ்க்கையை புதிதாகக் கட்டியமைக்கவேண்டிய தேவையை உருவாக்கிறது. பிறப்புமூலமறியா எங்கள் தாய் தந்தையரைத் தெரியாது நாங்கள் யார் எங்கள் உண்மையான குடும்பம் எது என்றவை தெரியாதது என்பதன் கனாகணத்தைப் பொது அபிப்பிராயம் எவ்வாறு சரியாகப் புரிந்துகொள்ளும். உண்மை தெரியாத நிலை உருவாகின் அதனுடன் வாழவேண்டிய நிலைமை. தான் யார் என்று தெரியாமலே இவ்வுலகில் வாழ யாரும் சபிக்கப்படக்கூடாது.

இது எதுவும் தெரியாது வறியவர்களுக்கான உணவு வழங்கும் நிலையத்தில் என் வாழ்க்கையையே அதிரவைக்கப்போகின்ற அல்லது அதன் அத்திவாரத்தை தகர்க்கும் நடைமுறைகள் தொடராக நடந்துகொண்டுமிருக்க அதன் சங்கிலிப் பிணைப்பின் ஒரு கண்ணியான லவுறாவையும் மரியாவையும் சந்திக்கிறேன்.

ஒக்ரோபர் 2002 என் ஆரம்பத்தையும் முடிவையும் எழுதிச்சென்றது. எந்த முடிவும் ஓர் ஆரம்பத்தை உருவாக்குவதுபோல் எதன் முடிவுப்புள்ளியும் புதிய சரித்திரத்தின் முதல்சரத்தைப் பதிப்பதுபோல் எந்தச் சணத்தில் அனாலியாவின் முடிவு நடந்தேறியதோ அதே நிமிடத்தில் விக்ரோரியாவின் பாத்திரம் மேடையேற அரங்கு தயாரானது. ஒரு வன்முறையாளன் மூடிமறைத்த தடுத்த ஆரம்பம் காலம் முழுவதும் தடைபட்டிராமல் சிதறிப்போனது.

அனாலியா நிட்சயமாகத் தொலைந்து போகவேண்டும் என்றில்லை. ஏனெனில் நான் தான் அனாலியா. ஆயினும் அனாலியாவின் வாழ்வு கட்டியெழுப்பப்பட்ட அத்திவாரம் அமிழ்ந்துபோகவேண்டும். சரியாகச் சொல்லின் தகர்க்கப்பட வேண்டும். அவளின் பிறந்த இடம் தாய் தந்தை அவளின் இன்றைய வயதுகூட அவ் அத்திவாரத்தில் புதைந்தவைதான். அனாலியா விக்ரோரியாவாகத் தொடர்ந்து வாழவேண்டும். அனாலியாவின் உருவகம் புதிதாக வரையறுக்கப்படவேண்டும். நான்? நான் என்றென்றும் நானாகவே இருக்கவேண்டும்.

இன்னும் நிறைய விடயங்கள் நடந்தேற வேண்டியிருந்தன. 2003 இல் ஒரு வாரத்தினுள் என் தகப்பன் குற்றமற்றவர் எனவும் ஆயினும் குற்றங்களைத் தடுக்க தவறியவர் என்றும் ஒரு திருப்பம். ஏன் அவர் என் தகப்பனே இல்லையென்றும் இன்னுமொரு திருப்பம். இவை எல்லாம் வரக்காத்திருப்பவை. எங்கள் குடும்பச் சரித்திரத்திற்காக என் தாய் தந்தை போராடினார்கள். அதற்காகவே இறந்துபோனார்கள். எனவே அது என் சரித்திரம். இதுவும் வெளிவரக் காத்திருக்கிறது. இன்னும் சில காலம் நான் போராட்டக்குணமுள்ளவள் என்பதை கோரியின் குணாம்சங்கள் தெரியாமலே நம்பிக்கொண்டிருக்கப் போகிறேன். இன்னும் என் குழந்தைப்பருவத்தில் விக்ரோரியா என்ற பெயரின்மீது வெகு பிரியமிருந்தாலும் எனது நண்பி விக்கியை மகிமைப்படுத்தவும் என் பெண்குழந்தைக்கு விக்ரோரியா என்று பெயர் வைக்கவேண்டுமென்ற ஆவலைச் சுமந்துகொண்டிருப்பேன். நான் நீதி என நம்புவதற்காக என்னை முழுமையாக ஈடுபடுத்திப் போராடிக்கொண்டிருப்பேன். இவையெல்லாம் ஒரு நாள் என் அடையாளம் மீதான கேள்வி வரும்வரை என் கருத்துக்களும் ஈடுபாடுகளும் கணக்கிலெடுத்துக் கொள்ளப்படவில்லை எனினும் அவை நான் என்றுமே கண்டறியச் சந்தர்ப்பமின்றிப்போன என் தாய் தந்தையினதும் எனது அடையாளத்திற்குமான வலுவான தூண்களாக இணைப்பான்களாக இனங்காணப்பட்டது.

இன்னும் இவைகள் நடந்துவிடவில்லை இது முடிவின் ஆரம்பமே.

விக்ரோரியா

வில்லா இன்பிளாமாபிலோ புவனஸ் ஏயரசினைச் சார்ந்த ஒரு பகுதி. வில்லாவின் ஏழைக்குடியிருப்பு ஆர்ஜன்ரீனாவின் சுற்றுச்சூழல் மாசடைவின் தீவிரத்திற்கான சாட்சியெனுமளவிற்கு மோசமானது. ஒரு பக்கத்தில் போலோ பெற்றோகுயுமிக்கோ தொழில் வலயம். 1914 இல் உருப்பெற்ற இவ்வலயத்தில் 42 தொழிற்சாலைகள் இயங்கிவருகின்றன. அவற்றில் இருபத்திஅய்ந்தினை மிக ஆபத்தான தொழிற்சாலைகள் என்று இனம் பிரிக்கவேண்டும். மறுபக்கத்தில் சுற்றுச்சூழல் பாதுகாப்புப் பிரதேசம் சி.ஈ.ஏ.எம்.எஸ்.ஈ பெரும்பரப்புப் பிரதேசத்தை அடக்கிய இக்கட்டாந்தரையில் ஒரு பக்கம் நானாவிதக் கழிவுகளை தொழிற்சாலைச் சேகரிப்பு நிலையங்கள் குவித்துவைத்திருக்க, மறுபக்கத்தில் சட்டவிரோதமாக கழிவுகளை எரிக்கும் இடம். பின்னொரு காலத்தில் இதனை பசும்புல் தரையாக்கப்போகிறார்களாம். வில்லாவின் இருபத்திஅய்யாயிரத்துக்கு மேற்பட்ட குடிமக்களுக்கு மின்சாரமோ குடிநீர் வசதியோ இல்லை. சர்வதேச உதவி நிறுவனமான யப்பானிய நிறுவனமொன்றின் ஆய்வறிக்கைப்படி எரிப்பதனால் உற்பத்தியாகும் விசவாய்வு உலோகக்கழிவுகள் அதீத சுகாதாரக்கேடு விளைவிப்பன. அப்பகுதி மக்களின் இரத்தம் நச்சு உலோகங்களினால் மாசடைந்திருப்பதுடன் சுவாசம் தொடர்பான நோய்களும் அம்மக்களிடையே அதிகரித்திருந்தது. மற்றையவர்களைவிட 60% புற்றுநோய் வருவதற்கான ஆபத்தும் அவர்களிற்கிருந்தது. யாரும் கவனிக்காத பிரதேசங்களின் - உதாரணமாக வில்லா வறிய பிரதேச வரைபடத்தில் பதிவானதிற்கான வரலாற்றைப் பார்ப்போம்: 1993 அந்நாளைய பிரதேச ஆளுனர் எடுவாடோ டுகால்டே செல் நிறுவன சுத்திகரிப்பாலை ஒன்றை விமர்சையாகத்

திறந்துவைத்தார். கொலண்டில் சுற்றுச்சூழலுக்கு அதீத சேதம் விளைவிக்கக்கூடிய தொழிலென அழுத்தம் காரணமாக மூடிய தொழிற்சாலை "எதையும் செய்யலாம்" ஆர்ஜன்ரீனாவில். திறந்துவைக்கப்பட்டது.

பரியோஸ் தி பி தொடர்ந்து சமூகத்திட்டங்களை புதிது புதிதாகச் செயல்படுத்தியது. எழுதப்படிக்கத் தெரியாதவர்களுக்கான எழுத்தறிவுப்பயிற்சி - சட்ட ஆலோசனை அத்துடன் மக்களின் பங்கெடுக்கும் சமூகப்பணிகள். டொன் வின்சன்ரேயின் வாழ்விடமும் இதுதான். ஏழைக்குடியிருப்பாளனின் உதாரணமென டொன் வின்சன்ரேயைச் சொல்லலாம். அவரின் உண்மையான வயதைக் கணிப்பது கடினம். அவர் உண்மையிலேயே வயதானவர். 90 களிலே நீண்ட நரைத்த தலைமுடியுடனும் தாடியுடனும் சாக்கே பகுதியிலிருந்து இங்கு குடிவந்தவர். தகரம் வேய்ந்த குடிசை ஒன்றில் இரசாயணக் கழிவால் நஞ்சாகிப்போன சிறு குளத்தடியில் அவரது குடிசை.

டொன் வின்சன்ரேயின் உண்மையான பெயர் அதுவல்ல. அவரது உண்மையான பெயர் உச்சரிக்கச் சிறிது கடினமான பெயர். அவருக்கு எழுதப்படிக்கத் தெரியாததால் அவருக்கு அப்பெயரை எழுதிக்காட்டவும் முடியவில்லை. எனவே எல்லோரும் அவரை டொன் வின்சன்ரே என்று அழைக்க அதுவே அவர் பெயராகிற்று. எங்கள் எழுத்துப்பள்ளியில் மாதக்கணக்காக ஆர்வத்துடன் கலந்துகொண்டார். ஒவ்வொரு நாளும் முன்னாள் பாடசாலையில் பயின்றதைப் பெருமையுடன் எங்களுக்குக் காட்டுவார். பயிற்சியின் முடிவில் கல்வி அமைச்சிற்கு அவர் எழுத்துப்பயிற்சி பெற்றதற்கான சான்றிதழை வழங்க அழைப்பு வந்தது. சான்றிதழ் வழங்கும் நாளன்று நாங்கள் எல்லோரும் அவருடன் பஸ்சில் போவதற்கு காத்திருந்தோம். டொன் வின்சன்ரேவைக் காணவில்லை. என் பிரியமான மாணவன் இந்த விழாவைத் தவறவிடக்கூடாது என்பதற்காக அவரைத் தேடினோம். குடிலடியில் கண்ட அவரை என்னால் அடையாளம் காணமுடியவில்லை, தாடி மழித்து நீண்ட முடியைக் கட்டையாக வெட்டிச்சாயம் வேறு முடிக்குப் போட்டிருந்தார். உள்ளதில் நல்ல உடையும் உடுத்தி உருமாறியிருந்தவரைப் பார்த்ததும் முதலில் ஆச்சரியம். பின்பு அவரின் "பொய்யான" தோற்றம் பற்றிய கோபம். இருந்தும் அவரைக் குறைகூற எனக்கு உரிமை

இல்லை என என்னைக் கட்டுப்படுத்திக்கொண்டேன். என்னதான் அரச அங்கீகாரமாக இருக்கட்டுமே. இவ்வளவு காலமும் இந்த அரசு அவரை மறந்தல்லவா இருந்தது. அதற்காக அவர் தன் தோற்றத்தை மாற்றலாமா? சரி அவரின் வாழ்நாளிலே இதுதானே முதல் முதலான அரச அங்கீகாரம். அவருக்குச் சான்றிதழை கொடுக்கும்போது பார்வைக்கு சிறிது பொலிவாக இருக்கவேண்டுமல்லவா. வாழ்நாளிலேயே அவர் என்றும் இப்படி பொலிவாக இருக்கவில்லை. எப்படி அதை நாங்கள் புரிந்துகொள்ளாமல் இருக்கமுடியும்?

டொன் வின்சன்ரே போல் பலரது வெற்றி எங்களை ஊக்கப்படுத்தியது. தொடர்ந்தும் எங்கள் வேலைகளை அங்கு செய்யக் காரணமாகவும் இவ்வெற்றிகள் அமைந்தன. இருந்தும் வெற்றிகளிலும் பார்க்க ஏமாற்றங்கள் மிகுதியாக இருந்தன.

ஏப்பிரல் 2003 இல் புதிய சனாதிபதித் தேர்தல் வந்தது. பெரோனிஸ்டுக்களின் பிரதிநிதிகளாக நெஸ்ரோ கியர்கினர் அடொல்போ றெற்றிகுஸ், தவிர்க்கமுடியாத கார்லோஸ் மெனம். எங்கள் அரசியல் செப்படிவித்தையால் மெனம் ஏறத்தாள 24% களையும் நெஸ்ரோ கியர்கினர் 22% யையும் பெற்று முதலிரு இடங்களுக்குத் தேர்வானார்கள். ஒரு வருடத்துக்கு முன்பு பிரான்சில் லி பென்னிற்கு நடந்தது தனக்கும் நடக்கலாம் என்ற பயத்தில் இரண்டாவது சுற்றில் கார்லோஸ் மெனம் நிற்காததால் நெஸ்ரோ கியர்கினர் சனாதிபதியானார்.

சமூகப்பணி தொடர்பானவர்களிடமும் மக்கள் இயக்கங்களிடமும் அவர் ஆதரவு கோரியபோது எங்கள் அரசியல் பார்வையில் நடைமுறைப்படுத்தச் சாத்தியமானதும், ஆர்ஜன்ரீனாவில் ஒரு புதிய அரசியல் மாதிரியைக் கட்டி எழுப்புவதற்குமான உரிமைக்கோரிக்கைகளை புத்தகவடிவில் அவருக்குச் சமர்ப்பித்தோம். எங்கள் கோரிக்கைகளில் பெரும்பான்மையானவை நிறைவேற்றியோ அல்லது அதற்கான நடவடிக்கைகள் தொடர்ந்துகொண்டும் இருந்தன. இதில் சர்வாதிகாரியின் ஆட்சிக்காலத்தில் இராணுவத்தினரின் குற்றங்கள் பற்றியவையே எங்கள் கோரிக்கைகளில் முக்கியமாகக் குறிப்பிட்டிருந்தோம். பொதுமன்னிப்புச் சட்டத்தை இரத்துச் செய்தல், கார்லோஸ் மெனம் அளித்த தனி மன்னிப்புக்கள்

அரசியல் சட்டத்திற்கு விரோதமானவை என ஆராய்ந்தறிதல் ஒரு வேலைத்திட்ட வேண்டுகோள். மற்றயது மாயோ சதுக்கப் பாட்டிகள், தாய்மார்களின் வேண்டுகோளான மூசியோ தி லா மெமோறியாவை நிர்மாணிப்பது இன்னுமொன்று.

கியர்கினர் சனாதிபதியாகத் தன் கடமைகளைச் சரியாகத் தான் செய்துகொண்டிருந்தார். பொதுமன்னிப்புச் சட்டத்தை நீக்கவும் அவர் பிரயத்தனங்கள் செய்யாமலில்லை. இச்சட்டத்தின் வீச்சம் காலப்போக்கில் இன்றைய அரசு பெரிதாக எதுவும் செய்யாமலே குறைந்துபோயிருந்தும் குற்றத்திலிருந்து தண்டனையின்றி தப்புவதற்கான சாதகங்களை முற்றாக ஒழிப்பதற்காக அரச முயற்சியின் போதாமை அச்சூழலை இன்னமும் நீடித்துக் கொண்டிருந்தது. இதற்கு இரண்டு காரணிகள் இன்னும் தண்டனையிலிருந்து தப்ப ஏதுவாக இருந்தன.

ஒன்று வளரிளம் பருவத்தினரை சட்டத்திற்குப் புறம்பாகக் கைது செய்தது தடுத்துவைத்தது, 1985 இல் நடந்த வழக்கில் இராணுவ அரசின் திட்டத்தில் ஒரு பகுதி குழந்தைகளைக் களவாடுவதென்பதைக் குற்றப்பத்திரிகையில் அரசதரப்பு சேர்க்காமை. அடுத்தது, குழந்தை திருட்டில் இராணுவத் தலைமை அதிகாரிகள் சிலர் குற்றவாளிகளாகத் தண்டனைகள் பெற்ற போதிலும் அவை தனிக்குற்றங்களாகவே பார்க்கப்பட்டும் அன்றைய குற்றவாளிகளுக்குச் சாதகமான பலசட்டங்களை எதிர்த்தும் பாட்டிகளின் முயற்சியால் அத்தீர்ப்புக்கள் வழங்கப்பட்டனவே அன்றி முழுமையாக அவ்வழக்குகள் தொடரப்படவில்லை என்பது தான் உண்மை. எனவே அன்றைய சட்டங்களை மீள ஆராய்தல் 80 களிலும் 90 களிலும் இது தொடர்பாக நடந்த வழக்குகளை மீள் விசாரணைக்குட்படுத்தல் போன்ற முக்கிய பணிகள் இன்னும் தொடங்கவில்லை. குழந்தைகளை அடையாளங்காணலுக்கான சரியான பொறிமுறைகள் இதுவரை செயல்பாட்டில் இல்லை. றிகியார்தோ ரொலோசா இரட்டையர்களின் அடையாளங்காணலில் நடந்த பரிதாபம் ஆர்ஜன்ரீனா முழுவதும் அறியும். அவர்களைக் களவாடிய குற்றத்திற்கு விதிக்கப்பட்ட தண்டனை பன்னிரெண்டு வருடங்கள் மாத்திரமே. 1996 இல் பாட்டிகள் ஏறத்தாள 200 குழந்தைகளை திட்டமிட்டு உட்கட்டமைப்புக்களுடனான தொடர் நடவடிக்கைகளில்

சர்வாதிகாரியின் இராணுவ அரசு திருடியது கைமாறியதென்றும் வழக்குத் தொடர்ந்தனர். இவ்வழக்கில் முன்னாள் சர்வாதிகாரி யோர்க் ரபாயேல் விடெல்லாவிற்கு தண்டனையும் கிடைத்தது (அவரின் முதிர்ந்த வயதையொட்டி இடைக்காலத் தீர்ப்பாக வீட்டுக்காவல்). சனநாயக அரசுகள் கூட சமீப காலத்தில் நடந்த குற்றங்களை ஆராய்வதற்குத் தடையாக இருக்க முயல்வது ஏற்கக் முடியாததொன்று.

இரண்டாவது 1994 இல் நடந்த அரசியல் அமைப்புச் சட்டமூல மாற்றத் தொடர்புடையதென்பது முரண் நகையானது. ஆர்ஜன்ரீன இராணுவத்தின் காட்டுமிராண்டி நடவடிக்கைகளின் பாதுகாவலர் கார்லோஸ் மெனம் இரண்டாந்தடவை சனாதிபதியாவதற்கு இச்சட்டமே உதவியது. இவ் அரசியல் திருத்தச்சட்டத்தில் ஆர்ஜன்ரீனா சர்வதேச ஒப்பந்தமொன்றில் கையெழுத்திடின் அது தன்னிச்சையாகவே அரசியல் சட்ட அந்தஸ்தை பெறுவதால் பாராளுமன்றம் நிறைவேற்றும் மற்றைய சட்டங்களுக்குக் கட்டுப்படத் தேவையில்லை. யுஎன் தீர்மானம் 2391 மனிதகுலத்திற்கெதிரான குற்றங்களைப் புரிந்தோரையும் போர்க் குற்றவாளிகளையும் பாதுகாப்பது தண்டனைக்குரிய குற்றமென விதித்திருந்தபோதும், ஆர்ஜன்ரீனா அத்தீர்மானத்தை அது வெளிவந்தபோதே ஏற்றிருந்தபோதிலும், சட்டமிருந்தும் அரசியல் தன் தார்மீகக் கடமையைச் செய்யவில்லை. சர்வாதிகாரியின் காலத்தில் குற்றமிழைத்தோரை தண்டிக்க அரசியலே தடையாகத்தான் இருந்துவந்தது. இத்தீர்மானத்தின் பலத்தினை 1995 இல் உயர்நீதிமன்றம் தன் தீர்ப்பில் உள்ளடக்கி ஏற்கனவே ஒரு நீதிபதியால் வழங்கப்பட்ட தடைத்தீர்ப்பை உடைத்து எரிக் பிரிக் பெக்கை விசாரணைக்காக இத்தாலிக்கு நாடுகடத்தியது. நாசிக் குற்றவாளியான எரிக் ஆயிரக்கணக்கான யூதர்களை சுட்டுக்கொன்ற குற்றச்சாட்டிற்குப் பதிலளிக்க இத்தாலிக்குப்போனார். மனிதகுலத்திற்கெதிரான குற்றங்களைப் புரிந்தோரை பாதுகாப்பதற்கெதிராகவும் குற்றவாளிகளை நாடுகடத்துவது சம்பந்தமான சர்வதேச ஒப்பந்தகங்களைப் பற்றியும் விரிவானதொரு அறிக்கையை உயர்நீதிமன்றம் வெளியிட்டது. சர்வதேச ஒப்பந்தங்கள் அவ்வப்போது பதவியில் இருக்கும் சனாதிபதிகள் கையெழுத்திடுவது உள்நாட்டிலும் அவை சட்டங்களாக நடைமுறைப்படுத்த வேண்டுமென்பதற்காகவே. மெனமும் டி லா றுய்யாவும் அதனை

நடைமுறைப்படுத்தினார்களா? இல்லை என்பது கேள்விக்கு முன்னே தெரிந்த பதில்.

2001 இல் பொதுமன்னிப்புச் சட்டத்தின் கடைசித் தடையும் தளரத் தொடங்கி இரண்டு வருடங்களின்பின் பொது மன்னிப்புச் சட்டம் முற்றாக நீக்கப்பட்டது. 2001 இல் மெக்சிக்கோ சித்திரவதையாளனும் கொலைகாரனுமான றிக்காடோ கவாலோ "செர்பிக்கோ"வை ஸ்பெயினிற்கு நாடு கடத்தியது. ஆர்ஜன்ரீனாவில் "செர்பிக்கோ"விற்கு எதிராக வழக்குத்தொடர முடியுமா என்பதற்கான நிட்சயத்தை இந்நாடுகடத்தலில் பெறமுடியவில்லை. மீனோசெற்றின் விவகாரமும் இம்மாதிரித்தானிருந்தது. இராணுவத்திற்கெதிரான குற்றச்சாட்டுக்களை வைக்க முடியாது உள்ளூர் நீதிதுறையின் கைகள் கட்டுண்ட நிலை. நீண்டகாலமாகவே ஆர்ஜன்ரீன நீதிபதிகள் பொதுமன்னிப்புச் சட்டம் அரசியல் அமைப்புச் சட்டங்களுக்கு அமைவானவை அல்ல என்று பரிந்துரைத்திருப்பினும், ஆர்ஜன்ரீன அரசு அதனை நடைமுறைப்படுத்த எவ்விதமான நடவடிக்கையும் எடுக்கவில்லை. ஆனால் சட்டத்தினைப் பாதுகாத்துக்கொள்ள சனாதிபதி பெர்நாந்தோ தி லா ரூய்யே தன்னாலான எல்லாவற்றையும் செய்துகொண்டதுடன் ஆர்ஜன்ரீன இராணுவத்திலுள்ள யாரையும் வெளிநாடுகளுக்கு விசாரணைக்கு அனுப்பும் தடை உத்தரவொன்றிலும் இதே வருடத்தில் கையெழுத்திட்டார். கையெழுத்திட்ட பின் நாட்டின் இறைமையையும் நாட்டுமக்களின் அரசியல் சுதந்திரம் பற்றிய செய்தி ஒன்றினையும் வெளியிட்டார்.

நெஸ்ரோ கியர்கினரின் தேர்வின்பின் அரசின் நிலைப்பாட்டில் மாற்றமும் அரசில் தெளிவாக மனித உரிமைகளைப் பாதுகாக்கவும் அதனால் முன் நடந்தவைகளை மீள்பார்வைக்குட்படுத்தவும் தன் நடவடிக்கைகளைத் தொடங்கியது. கியர்கினரின் முதல் அரசியல் நடவடிக்கையே குற்றவாளிகளுக்குச் சாதகமான பொதுமன்னிப்புச் சட்டத்தினை இரத்து செய்ததுதான். வருடக்கணக்கான போராட்டத்தின் வெற்றி. எந்த முடிவும் பின்விளைவுகளின்றி இருப்பதில்லைத்தானே. இம்முறை எங்கோ என் வாழ்விற்கு தொலைதூரத்தில் எடுத்த முடிவு என் வாழ்க்கையில் நேரடி

விளைவுகளைக் கொணருமென யார் கண்டார்? யூலை 2003 இன் தொடக்கத்தில் என் வாழ்வை உலுக்கப்போகும் புயலின் மையம் ஸ்பெயினில் சிறிதாக உருப்பெற்றது. ஸ்பெயினின் புலனாய்வு நீதிபதி பால்தசார் கர்சோன் ஆர்ஜன்ரீனப் போர்க் குற்றவாளிகளை விசாரணைக்காக ஸ்பெயினிற்கு நாடுகடத்தவேண்டுமென்ற தன் கோரிக்கையை முன்பு பலமுறை முயன்றதுபோல் இம்முறையும் அரசிடம் முன்வைத்தார். பாராளுமன்றத்தில் அவசரகாலச் சட்டமும் அதனுடன் ஒத்த இன்னுமொரு சட்டமும் அரசியல் சட்டத்திற்கு முரணானதென்ற விவாதம் ஆரம்பமாகி இருந்தது. அதன்மீதான வாக்கெடுப்பு சில மாதங்களில் ஏன் சில வாரங்களில் கூட நடைபெறலாம். அரசின் மனித உரிமைப்பாதுகாப்பின் முதல்படியாகவும் அரசின் எதிர்கால நகர்வு திசையாகவும் கியர்கினர் 2001 இல் தி லா கையெழுத்திட்ட ஆர்ஜன்ரீன இராணுவத்தினரை விசாரணைக்காக மற்றைய நாடுகளுக்கு அனுப்பத்தடையாக இருந்த சட்டத்தை ரத்துச்செய்தார். இந்த சாதாரண நடவடிக்கை ஒரு சங்கிலித்தொடர் தாக்கத்தை உருவாக்கி என் அப்போதைய வாழ்வை ஒரு முடிவிற்கு இட்டுச் சென்றது.

24 யூலை 2003 இல் ஆர்ஜன்ரீன நீதிபதி றுடோல்போ கனிக்கோபோ கோரால் ஸ்பானிய புலனாய்வு நீதிபதி நாடுகடத்தக் கோரிய 64 இராணுவ உயர் அதிகாரிகளை விசாரணைக் கைதிகளாக சிறையிலடைத்தார். அப்போது நாம் முன்னாள் மையே வங்கிக் கட்டடத்தில் இயங்கி வந்த எங்கள் கலாசார நிலையத்தில் தங்கியிருந்து எங்களது அடிப்படை வேலைகளைச் செய்துகொண்டிருந்தோம். 24 ஆம் திகதி யூலை ஒரு வியாழனன்று எல்லோரும் ரவுல் கிறசில்லா வீட்டில் குடும்பமாக ஒன்று கூடுவது எங்கள் வழமை. அன்றைய இரவுணவு எங்கள் குடும்பத்தால் மறக்கமுடியாதொரு அவலச் சம்பவமாக நிலைத்துப்போனது.

நான் வீடு வந்தபோது ரவுலை வீட்டிலெங்கும் காணாதது வழமைக்கு விரோதமாக இருந்தது. ரவுல் சுகயீனம் காரணமாக படுக்கையிலேயே இருக்கப்போவதாக கிறசில்லா சொன்னாள். ரவுல் சிறு சிறு விடயங்களைப் பெரிதுபடுத்தாதவர். சிறிது நேரமாகுதல் எங்கள் குடும்ப ஒன்றுகூடலில் கலந்துகொள்ள வந்துவிடுவார். ஞாயிறும் வியாழனும் குடும்பம்

என் பெயர் விக்ரோரியா | 145

ஒன்றாகச் சந்திக்கும் நாட்கள். நாங்கள் எந்தச் சாட்டுமின்றி கலந்துகொள்வோம். நான் சுகயீனமாயிருக்கும் ரவுலிற்கு ஒரு தேநீரை அவர் படுக்கையறைக்கு எடுத்துச் செல்கின்றேன் எனச் சொன்னேன். ஆனால் சுகயீனம் காரணமாக அவர் படுக்கையறைக்குள் தன்னை முடக்கிக் கொள்ளவில்லை.

ரவுல் கட்டிலில் படுத்திருக்கவில்லை. அங்குமிங்கும் அறையினுள் நடந்துகொண்டிருந்தார். நடையில் தயக்கம். ரவுலிற்கே உரிய பிரத்தியேகக் குணாம்சமொன்றிருக்குமானால் அது இராணுவ ஒழுங்கு. உடையிலும் சரி நடையிலும் சரி. அவரது ஒவ்வொரு அசைவும் ஏற்கனவே திட்டமிட்டதுபோல் ஒழுங்கு மீறாது நேர்த்தியாக இருக்கும். நான் சிறுமியாக இருந்தபோது இதைப்பார்த்து பெரிதும் மகிழ்ந்திருக்கிறேன். அவர் உடுத்துவதையும் அவர் நடையும் தோற்றமும் எப்போதும் ஒரேமாதிரியாக இருக்கும். அன்று அவர் உடை தாறுமாறாக இருந்தது. தாங்க முடியாத மன அழுத்தத்தைச் சுமப்பவர் போல் களைத்துப்போன தோற்றம்.

தடுமாற்றமும் தளர்வாகவுமாக ரவுலை நான் என்றும் கண்டதில்லை. என் ஆச்சரியத்தில் ரவுலிற்குத் தேநீர் தேவையா எனக் கேட்கக்கூட மறந்து நின்றேன். கட்டிலில் படுத்திருக்கவேண்டியவர் வீட்டைவிட்டுப்போக ஆயத்தப்படுத்துவதைக்கூட கவனிக்காது ஆச்சரியமாக அவரைப் பார்த்துக்கொண்டு நின்றேன். நான் நிற்பதைக் கவனித்த அவர் எந்தவித முகமனுமின்றி நேரடியகவே தான் சொல்ல வந்ததைச் சொன்னார். சொல்லும்போது தன் றிவோல்வர் வைக்கும் அலமாரியை நோக்கிப்போனார்.

“அனாலியா இன்றிரவு நீ வீட்டிலிருக்கவேண்டுமென நான் விரும்புகின்றேன்”.

ஒன்றும் சொல்லாமலே தலையசைப்பில் சம்மதம் தெரிவித்தேன். அவரின் பேச்சு இராணுவக்கட்டளைபோல் இருந்ததால் அவரிடம் எதையும் கேட்கவில்லை. வேறொரு நாளாயிருந்தால் வழமைபோல் காரணத்தைக் கேட்டிருப்பேன். அல்லது ஆகக்குறைந்தது மாட்டேனென்று சொல்லியிருப்பேன். அவருக்கு சுகயீனமில்லை என்று கண்டதும் பெரிதாகச் சத்தம்போட்டு சண்டையிட்டிருப்பேன். அல்லது ஆகக் குறைந்தது அவர் எங்கு

புறப்பட்டுப் போகிறார் என்றாவது கேட்டிருப்பேன். அவரின் அதிகாரத்தை மீற விருப்பமில்லை என்பதல்ல. அவர் எங்கு செல்கிறார் ஏன் போகிறார் என்ற கேள்விக்கு மறுமொழியைத் தெரிந்துகொள்ள என் உணர்வுகள் விரும்பவில்லை.

ரவுல் ஒன்றும் சொல்லாமலேயே இரவு 10 மணிக்கு வீட்டைவிட்டு வெளியேறினார். மூன்று பெண்களாகிய எங்களுக்குப் போகும்போது முத்தமிட்டுவிட்டுப் போனார். எப்போதும் போலவே நேர்த்தியாக உடைகளை அணியுமளவிற்கு அவர் மனநிலை மாறி இருந்தது. கோட், ரை என்று உடுத்தாவிடிலும் சாதாரண உடையிலும் கவர்ச்சியாகத்தான் இருந்தார். திடீரென அவரது அன்பின் வெளிப்பாடு பூடகமான அவரது நடவடிக்கையை மறைக்க அவர் செய்த தந்திரமென நினைத்தேன். ஒரு மாதத்திற்கு முன்பு அவரது வியாபாரப்பொருட்கள் ஏற்றும் வாகனம் திருட்டுப்போய்விட்டது. இன்று நடந்தது அது தொடர்பாயிருக்கலாம் என எனக்கு நானே சமாதானம் சொல்லிக் கொண்டேன். அவரது நண்பர்கள் யாராவது அவ்வாகனத்தைக் கண்டிருக்கலாம். அதை எடுத்துவர அவர் போயிருக்கிறார். பாதுகாப்பிற்காக றிவோல்வரையும் எடுத்துச் சென்றிருக்கலாம்.

வீட்டிலிருந்து தொலைக்காட்சியைப் பார்த்துக்கொண்டிருந்தேன். இப்படி ஒரு மாலைப்பொழுதில் தொலைக்காட்சியில் ஒரு நிகழ்ச்சியைப் பார்க்காது அதை இதை என எப்போதும் மாற்றிக்கொண்டே இருப்பேன். ஆனால் அன்று ஒரு திரைப்படத்தில் மூழ்கிப்போய் செய்தியையும் பார்க்கவில்லை. இன்றுகூட அன்று எந்தத் திரைப்படம் செய்திகளைக் கூடப்பார்க்காது கட்டிப்போட்டதென நினைத்துப் பார்க்கிறேன். ஞாபகம் வர மறுக்கிறது.

இரவு ஒரு மணிக்கு தொலைபேசி அழைத்தது.

“அனாலியா நான்தான் பேசுகின்றேன்” முன்பிருந்ததை விட அடங்கிய குரலில் ரவுல் சொன்னார். “நீ வீட்டிலேயே காத்துக்கொண்டிரு. ஒரு மணித்தியாளத்திற்குப் பின் இந்த இலக்கத்தில் என்னைக் கூப்பிடு” என்று சொல்லி இலக்கத்தைச் சொல்ல தொலைக்காட்சியைப் பார்த்துக்கொண்டே அவர் சொன்ன இலக்கத்தை எழுதிக்கொண்டேன்.

என்னால் தூங்கவும் முடியவில்லை. வேறேதாவது செய்து கவனத்தை திருப்பவும் முடியவில்லை தொலைபேசியின் மணி அடித்தபோது ரவுல் முதலில் அழைத்தபோது அவர் குரல் ஞாபகம் வரப் பயமும் சேர்ந்து என்னையறியாமலே நடுக்கம் பிடித்தது. இத்தொலைபேசிச் செய்தி நல்ல செய்தியாக இருக்காதென்று என் மனம் எனக்குச் சொன்னது. தொலைபேசியில் கேட்ட குரல் ரவுலின் குரலல்ல. குரலைக் கேட்டதுமே நான் நினைத்ததுபோல்தான் நடக்கிறதென நினைத்தேன்.

“நீ அனாலியாவா, உனது அப்பா மருத்துவமனையில் இருக்கிறார். தன்னைத்தானே அவர் சுட்டுக்கொண்டார்”.

வாயினுள் சுட்டுத் தன்னைத்தானே மாய்த்துக்கொள்ள ரவுல் முயன்றுள்ளார். தன் கடந்தகாலத்தை இன்னுமொருமுறை திரும்பிப்பார்க்க விருப்பமோ தைரியமோயின்றியும் இறந்தவர் மீண்டும் தாங்கள் அமைதியான புதைகுழியிலிருந்து மீளெழும்புவதைக் காணவும் விரும்பவில்லை. அல்லது தொடரப்போகும் நிகழ்வுகள் தன் குடும்பத்தின் அமைதியைக் குலைத்துவிடுமென்று கூட நினைத்திருக்கலாம். ப் சிறை, அயலவர்களின் கேலிப்பார்வை என இன்னும் எத்தனையோ விவகாரங்கள்.

அவர் நினைத்ததும் நடக்கவில்லை. துப்பாக்கி ரவை மூளைக்குள் செல்லாததால் செயற்கைக் கோமா நிலையில் கடற்படை வைத்தியசாலையில் படுத்திருக்கிறார். அழுவதற்கு எனக்கு நேரமில்லை. இப்போதைக்கில்லை. கிறசில்லாவும் அண்மைக்காலங்களில் அவ்வளவு திடமாக இல்லை. நோய்கண்டு நலிந்து போயிருந்தாள். எனவே நானே எல்லாவற்றையும் பார்த்துக்கொள்ளவேண்டும். சகோதரியை தட்டியெழுப்பி, அவளும் அன்று வீட்டில்தான் தூங்கினாள். கிறசில்லாவையும் மிகுந்த கவனத்துடன் எழுப்பியபின் வைத்தியசாலைக்குப் போவதற்கு ரக்சியை அழைத்தேன். அவரின் அறைக்குப் போக முதல் எங்களை என்ன எதிர்கொள்ளப்போகின்றதென்று யோசிக்காமலேயே அறையினுள் போனேன், சில மணித்தியாளங்களுக்கு முன் நான் பார்த்த எனது அப்பா உணர்வின்றி முகமின்றி

கட்டிலில் கிடந்தார். துப்பாக்கிச் சூட்டில் முகம் முழுவதும் சிதைந்துபோயிருந்தது.

எல்லாமே எப்போதோ திட்டமிடப்பட்டதுதான். அறையைவிட்டு வெளியேறிப் பார்வையாளர் காத்திருப்பறைக்குப் போனேன். காத்திருப்போர், நோயாளர்களின் நேரத்தைப்போக்க அங்கே ஒரு தொலைக்காட்சிப்பெட்டி சுவரில் பொருத்தியிருந்தது. ரவுலின் முடிவிற்கான விளக்கம் அத்தொலைக்காட்சிப்பெட்டியின் சிவப்பு மஞ்சள் பட்டியில் எழுத்துக்களாக ஓடிக்கொண்டிருந்தது - மணித்தியாலத்தின் முக்கிய செய்திகள். ஸ்பெயின் நாட்டில் விசாரணைக்காக அரசு கோரிய 64 பெயர்களில் ரவுலும் ஒருவர். சிறிது நேரத்தில் ரவுலின் தற்கொலை முயற்சி செய்தியாக நாட்டின் கண்களை எங்கள் குடும்பம் பக்கம் திருப்பியது.

ரவுல் இந்த முடிவை ஏன் எடுத்தாரென்று புரிந்து அதிர்ச்சி மறைந்து சிந்தனை கூரானபோது எதை நினைத்து நான் அழவேண்டுமென்று எனக்கே தெரியவில்லை. அப்பாவின் தற்கொலை முயற்சிக்கு? அம்மாவின் துயரத்தை நினைத்தா? அப்பாவின் தற்கொலை முயற்சிக்கான காரணத்தையிட்டு? அரசியல் ரீதியில் அவர் குற்றமற்றவர் அல்ல அல்லது அவர் பழமும் காய்கறி வியாபாரமும் செய்பவருமல்ல. வருடக் கணக்காக யாரின் கைதுக்காகப் போராடினேனோ அவர்களில் அப்பாவும் ஒருவர். ரவுல் செய்தவைகளை நினைத்துப் பார்த்தேன். எங்கள் திட்டங்களுக்கு அவ்வப்போது பணம் தந்து உதவியிருக்கிறார். பழைய தளபாடங்களைச் சேகரித்து தந்திருக்கிறார். வறியவர்களுக்கான சாப்பாடு பறிமாறும் இடத்திற்கு என்னைக் கொண்டு சென்றும் மீளவந்து கூட்டிகொண்டும் போயிருக்கிறார். இந்தக் காட்சிகளெல்லாம் மங்கலாக என் சிந்தனையுடன் தொடர்பில்லாததாக இருந்தது. எந்தப் பெண்ணின் பெயரால் இந்த உணவு விநியோகம் நடக்கிறதோ அந்தப்பெண் காணாமல்போனவர்களில் ஒருத்தி. சர்வாதிகாரி காலத்தில் கடத்தப்பட்டவள். அவளைக் கடத்திய குறுப்போ தி தரியாஸ். ரவுலும் அந்தக் குறுப்பைச் சேர்ந்தவர்.

இதுவரை காலம் முன்னாள் இராணுவத்தினரின் மகள் என்ற நினைப்புடன் வாழ்க்கை ஓடியது. அதுவேகூட சிலர் மத்தியில்

எனக்கு வெறுப்பையும் சம்பாதித்து தந்தது. உதாரணத்திற்கு விக்கி. அவளின் தாய் காணாமல் போனவள். என்மட்டில் ரவுலுக்கும் சர்வாதிகாரிக்கும் எந்தத்தொடர்புமில்லை. சில வருடங்கள் குற்றமற்றவராகத்தான் கடமைகளைச் செய்தவர். அதன்பின்பு சாதாரண காய்கறி வியாபாரியாக மாறியவர். இனி சீரணிக்க முடியாத இந்த உண்மையை ஏற்றுக்கொள்ளவேண்டும். புரிந்துகொள்ளவேண்டும். நான் நேசித்த ஒருவர். நான் எதிரிகளென்று வரித்துக்கொண்டவர்களில் ஒருவர். என்ன செய்வதென்று அறியாக்குழப்பம். மீட்சியற்றநிலை. மன ஒழுக்காற்றில் இரண்டக நிலை.

இப்பிரச்சினை என்னை நிலைகுலைத்துவிட்டது. எனினும் மூன்று பெண்கள் அணியான நான் கிளாரா, கிறசில்லாவில் மன உறுதியுள்ளவளாக இருக்க முயன்றேன். இன்றுவரை நான் நினைத்துக்கூடப் பார்க்காத வாய்ப்பே இல்லாத ஒரு சித்திரவதையாளனின் மகள் என்பதை ஏற்றுத்தான் ஆகவேண்டும். உள்ளூரில் யாரும் அவரை அசைக்கமுடியாதென்பதால் ஸ்பானிய நீதித்துறை அவர் குற்றங்களுக்கு நீதிவிசாரணையைக் கோருகிறது. இவை எல்லாவற்றிற்கும் மேலாகத் தற்கொலை முயற்சியில் படுகாயமடைந்து குணப்பட எந்த வாய்ப்பும் இல்லாது உணர்வின்றி படுத்திருக்கும் ரவுல். இந்தப்பிரச்சினைக்கான தீர்வு தேடலில் ரவுலைக் கணக்கிலெடுக்க முடியாது. பெருங்குழப்பம் மன உளைச்சல். செய்வதறியா வழியில்லா நிலைமை. நடந்தவைகளின் அடிப்படையில் இப்போதைய என் நிலையில் ஒன்றை மட்டும் தெளிவாக என்னால் யோசிக்க முடிந்தது. என் அரசியல் நடவடிக்கைகளை இனி நான் தொடரப்போவதில்லை.

அந்த பேரிடி விழுந்த இரவின் பின் மூன்று நாட்கள் கடந்தும் என் ஞாபகங்கள் குழப்பங்கள் நிறைந்த பனித்திரையை விழுங்கியதுபோல் மங்கலாக இருந்தன. அச்சிறிய காலத்தில் நான் அறிந்துகொண்டவை இதன் மேல் கலங்குவதற்கு எதுவுமில்லை என்ற என் எண்ணம் கூட வரும் நாட்களில் தகர்ந்துவிடும். ஏனென்றால் அதிலும் மோசமானவை இனித்தான் வரக்காத்திருக்கின்றன. ரவுலின் தற்கொலை முயற்சியின் பின் அவர் பற்றிய செய்திகள் என்னை வருத்திக்கொண்டிருந்தன. அவைகளின் அழுத்தத்தை என்னால் தாங்கமுடியவில்லை

- அரசியல் நடவடிக்கைகளைப் பொறுத்தவரை நான் ஒரு முடிவுக்கு வந்தே ஆகவேண்டும். அது இன்னுமொரு அழுத்தும் சுமை. இனிமேலும் சுமக்க இயலாத மனச்சுமையுடன் கண்ணீரைக்கூட கட்டுப்படுத்த முடியாதநிலையில் மாயோ சதுக்கப்பாட்டிகளின் காரியாலயத்திற்குத் தொலைபேசியில் பேசுவதென்ற முடிவை எட்டினேன். புதிய அரசின் மனித உரிமைச் செயற்பாடுகள் தொடர்பாக சிலகாலமாக அவர்களுடன் என் தொடர்பு பலப்பட்டிருந்ததும் கூட்டான வேலைத் திட்டங்களில் நாங்களும் பாட்டிகளமைப்பும் சேர்ந்து வேலை செய்வதால் அடிக்கடி நான் அவர்களுடன் தொடர்புகொள்வேன். அழைப்பினை ஏற்றவர் எஸ்ரெல்லா தி கார்லோட்டோ. அவருக்கு விளக்கமின்றிய ஒரு மன்னிப்பைத்தான் தயங்கித் தடுமாறி சொல்லமுடிந்தது. மன்னிப்பு கேட்கவேண்டுமென்ற உணர்வு என்னை அலைக்களித்துக்கொண்டே இருந்ததால் அதனை நிவர்த்தி செய்யாமல் எனக்கு நிம்மதியில்லை. என் அப்பா ஒரு சித்திரவதையாளன் என்று எனக்குத் தெரிய வந்தது. அதன் காரணமாக யாராவது என்னை மன்னிக்க வேண்டுமென்ற மன உளைச்சல். அம்மன்னிப்பினூடு அப்பாவின் செயல்கள் என் அரசியல் வேலைகளைக் கட்டுப்படுத்தாது தொடர்ந்தும் என் நோக்கத்திற்காக நான் போராட முடியுமென்பதற்கு அம்மன்னிப்பு மிக அவசியமாக இருந்தது.

எஸ்ரெல்லா ஒரு தாயைப்போல் புரிந்துணர்வுடன் பேசினார். எனக்கு என்ன ஆறுதல் வார்த்தைகள் தேவையாய் இருந்ததோ அவைகளெல்லாம் அவரிடம் தாராளமாகக் கிடைத்தது. பொறுமையாகவும் அமைதியாகவும் அந்நிலையிலும் அவரால் என்னுடன் பேச முடிந்தது. எஸ்ரெல்லாவுடன் பேசுவதற்கு முன்பு விக்கியுடன் நான் பேசினேன். ஒரு தோழியாக என் பக்கத்தில் அவள் தேவையாக இருந்தாள். பாட்டிகளின் அமைப்பின் தலைவருடன் நான் பேசிக்கொண்டிருக்கும்போதே அதே காரியாலயத்தில் அவசரக்கூட்டம் ஒன்றைக் கூட்டி என் விடயமாக அடுத்த நடவடிக்கை என்ன என்பதை ஆராய்ந்து கொண்டிருந்தனர். என் அடையாளம் பற்றிய தகவல் சேகரிப்பில் அதிககாலம் அவர்கள் ஈடுபட்டிருந்தார்கள். அதுபோக பல தடங்கல்கள் பிழைத் தகவல்கள் என்பனவற்றைக் கடந்து வந்த இந்த ஆய்வினை எதுவும் இடைநிறுத்தியோ கெடுத்துவிடவோ கூடாதென்பதில் உறுதியாக இருந்தார்கள். எல்லாவற்றையும்விட

எனக்குக் கேடு எதுவும் வந்துவிடக்கூடாதென்பதில் மிக அவதானமாகச் செயல்பட்டார்கள். இந்த கூட்டத்தைக் கூட்டியவள் விக்கி.

அவசர கூட்டத்திற்கு கொமிசியோன் ஹெர்மானோஸ் பிரதிநிதிகளும் வந்திருந்தார்கள். பாட்டிகள் அமைப்பும் பார்தியா லிபரேயும் நம்பிக்கையின் அடிப்படையில் கொமிசியோனுடன் வேலைத்திட்டங்களை இணைந்து செய்து வந்தனர். பலருக்கு இவ் ஆய்வின் முடிவு முன்பே தெரிந்திருக்கிறது. எல்லோரும் என்னுடன் பேசுவதற்கான சரியான தருணத்திற்காக காத்திருந்தனர். ஆனால் நடந்தேறியவை எல்லாவற்றையும் குலைத்துவிட்டது. தங்கள் சந்தேகம் என் பற்றிய தகவல்களை இப்போது சொல்லியே ஆகவேண்டுமென்ற முடிவில் சம்பந்தப்பட்ட எல்லோருக்கும் ஒருமித்த ஒப்புதல் இருந்தது. கொலைகாரர்கள் என்று நம்பியவர்கள் கூட்டத்தில் சந்தேகமற என் தந்தையும் ஒருவரென நம்புவதை நான் தொடர்வதை நிறுத்துவதே இந்த அவசர முடிவு. இந்த தொலைபேசி அழைப்பின் பின்னான மூன்றே நாட்களுக்குப்பின், ரவுலின் தற்கொலை முயற்சி ஒரு வாரம்கூட ஆகியிருக்காது. ஓர் உணவகத்தில் யூயோவைச் சந்தித்தேன் அந்த சந்திற்பிற்காக அவர் என்னிடம் பேசியபோது "மிக அவசரம்" என்றும் என் துக்கமான நேரத்தில் தான் இந்த சந்திப்பை வலியுறுத்துவதற்கு மன்னிக்கும்படியும் கேட்டிருந்தார்.

சந்திப்பின் ஞாபகங்கள் தொடராக இல்லாது சிறு சிறு பரல்களாகத்தான் என் நினைவில் நிற்கின்றன. உணவகத்தில் யூயோவுடன் சாப்பிட்டபின் வெளியே வரும்போது நான் யார் என்று எனக்கே தெரியவில்லை. நான் பெற்ற தகவல்களை சரியாகப் புரிந்துகொள்ளக்கூட என்னால் முடியவில்லை. ஆனால் அந்த சந்திப்பில் கலந்துகொண்ட ஒவ்வொருவரும் எவ்வளவு புரிந்துணர்வுடன் என்னை நடாத்தினார்கள் என்று ஞாபகம் இன்னும் இருக்கிறது. விதி வசத்தால் ரவுலுடனான தொடர்பிலிருந்து என்னை விடுவிக்கவும் தற்போதைய தகவல்களின் அடிப்படையில் என்னைக் களவாடி என் தாய் தந்தை என அவர்கள் நம்புகின்றவர்களைப்பற்றிய தகவல்களை மறைத்தவர்களிடமிருந்து என்னை விலக்கிப்

பார்க்க அவர்களது முயற்சியில் எந்தளவு அர்ப்பணிப்புடன் செயல்பட்டிருக்கிறார்கள்.

அன்றிரவு வீடு வந்தபோது செலுத்தப்பட்டவள்போல் உயிரற்ற உணர்வற்ற உடல் மட்டும் அசைவதுபோல் வீட்டினுள் நுழைந்தேன். நிலைமையையும் நடந்தவைகளையும் சுமக்க முடியாது பலதடவை உயிரை மாய்த்துக்கொள்வோமா என்ற முடிவையும் தொட்டுச்சென்றது என் சிந்தனை. ரவுல் தனது றிவோல்வரை பாதுகாப்பாக வைத்திருக்கும் இடத்திற்குப் போய் நின்று இனிக்காத்திருக்கும் என் வாழ்க்கையை என்னால் வாழமுடியுமா என சில நிமிடங்கள் யோசித்துப் பார்த்தேன். நின்ற சில நிமிடங்கள்கூட எனக்கு முடிவுறாக்காலம்போல நீண்டதாக இருந்தது.

என்னைச்சுற்றி துக்கமும் மரணமும் நிரம்பிக்கிடந்தன. என் தகப்பனின் உண்மை முகத்தையும் அவரது தற்கொலை முயற்சியையும் மனதளவில் முழுமையாக ஜீரணிக்குமுன்பே மாய மந்திரம்போல் அவர் என் தகப்பனே இல்லை, அதே நேரத்தில் என் தாய் தந்தை யாரென்பதைத் தெரிந்து கொள்ளவும் வழியில்லை. இதில் இன்னும் கொடுமை என்னவென்றால் அவர்களது அடையாளத்தை உறுதிப்படுத்த மரபணுச் சோதனைக்கு நான் உட்படவேண்டும். மரபணுச் சோதனையிலும் என் மாதிரி அவர்களுடன் முழுமையாக ஒத்திருக்க வேண்டும். இம்முடிவை நான் எடுப்பின் என் அடையாளத்தை மீள நிரூபிக்க நீதிமன்ற நடவடிக்கை ஒன்றினைத் தொடங்கவேண்டும். அப்படித் தொடங்கினால் ரவுல் மட்டுமல்ல கிறசில்லாவின் கைதுக்கும் நான் காரணமாக அமைவேன். இப்படி ஒரு நிலைமைக்கு முகங்கொடுக்க நான் தயாரில்லை. அதனைச் சந்திக்கும் மனோபலமோ துணிவோ என்னிடமில்லை. இப்போதைக்கு என்னிடம் இல்லவே இல்லை.

என் முடிவைத் தள்ளிப்போடுவதன் முக்கியத்துவத்திற்கு ஒரு காரணமும் இருந்தது. என்னைச் சுற்றியுள்ளவர்கள் ஒவ்வொருவரும் தங்களது உதவியையும் ஆலோசனைகளையும் தர ஆயத்தமாக இருந்தார்கள். கிறசில்லா கூட உலகமே வேறு கண் கொண்டு பார்த்தும்கூட அதனை எதிர்த்து எதையும் செய்ய விரும்பாதிருந்தபோதிலும் உள்ளுக்குள் உடைந்து

நொருங்கியிருந்தும் தெளிவாக என்னிடம் பேசினார். என்றும் போலவே நான் என்ன முடிவு எடுக்கின்றேனோ அதற்குத் துணையாகவும் பலமாகவும் தான் இருப்பேனென்று சொன்னார். என் முடிவில் அவளது சுதந்திரம் பறிபோயிருப்பினும் என் பக்கம் தான் நிற்க தயங்கமாட்டேனென்றும் சொன்னார். கொமிசியோன் ஹெர்மானோஸ் பெண்களின் என் தனிப்பட்ட முடிவுகளில் தலையிடாது என் பக்கம் பலமாக நின்றதும் அளவிடமுடியாதளவிற்கு அவர்கள்மேல் என் மரியாதை வளரக் காரணமாக இருந்தது. ஒவ்வொரு தடவையும் நான் மனமுடைந்து நின்றபோதும் ஒரு வார்த்தை தன்னும் என் தனிப்பட்ட விடயம் பற்றிப் பேசாது மவுனத்துடன் எனக்கு ஆதரவாக இருந்தார்கள். நான் பேச விரும்பாதவைகள்பற்றி அவர்கள் ஒரு சொல்லேனும் சொல்லவில்லை. என் அடையாளத்தை நிரூபிக்கும் நடைமுறையை முன்னெடுத்துச் செல்ல எவ்விதத்திலும் அவர்கள் அவசரம் காட்டாது பொறுமையுடன் இடையூறின்றி தங்கள் முடிவுகளை கருத்துக்களை என் மீது திணிக்காது அமைதிகாத்தும் உன்பக்கம் நாங்களிருக்கின்றோம் என்ற ஆறுதலுணர்வையும் தந்தவர்கள்.

ஓகஸ்ட் 3, 2003 இல் முதலில் யூயோவுடனும் பின்னர் பாட்டிகள் அமைப்பு, கொமிசியோன் ஹெர்மானோசுடனுமான சந்திப்பின் பின்னர் என் வாழ்க்கையிலேயே இருண்ட நாள் இந்நாள் தானென்ற முடிவில் சந்தேகமே இல்லை. நான் செத்துப்போக நினைத்தேன். காற்றில் கரைந்துபோய்விடமாட்டேனா என்றும் நினைத்தேன். இச்சந்திப்பின் பின் பல மாதங்களைத் தெளிவற்ற நிலையிலேயே கழித்தேன். என்ன செய்வது நான் யாருக்குச் சொந்தமென்று எனக்குத் தெரியவில்லை. ஒவ்வொரு நாளையும் அந்நாளை மாத்திரம் கருத்தில்கொண்ட வாழ்க்கை சார்பாகவோ எதிராகவோ எந்த முடிவையும் எடுக்க எனக்குத் திராணியில்லாது இருந்தது. இதில் எல்லாவற்றிலும் பாரதூரமானது என் அரசியல் பணிகளை நான் கைவிட்டது. முன்போல என்னால் முழுஈடுபாட்டுடன் அப்பணிகளைச் செய்யமுடியவில்லை. என் பாடுகளை அறிந்தவர்களை நிமிர்ந்துபார்க்கக்கூட முடியவில்லை. வாழ்க்கையில் முதல் தடவையாக அரசியல்பணிகள் அர்த்தமற்றவைபோலும் அதனூடு நான் பெற்ற திருப்தியும் எங்கோ தொலைந்துபோயிற்று. முடிவுறாக்காலத் துக்கத்தை அனுபவிப்பவள்போல் கருநிறஉடையன்றி வேறெதையும்

அணிவதில்லை. வர்ணமயமான உடைகள் என் எதிர்காலம்போல் பெட்டிக்குள் அமிழ்ந்து கிடந்தன. எதுவும் மாறவில்லை. எல்லாமே வழமைபோல் இருக்கிறது ஒன்றுமே நடக்கவில்லை என்ற பாவனையில் பின்னேரங்களில் மாத்திரம் என்னை சந்தோசப்படுத்த முனைவேன். உணவுவிடுதிகள், டிஸ்கோக்களின் மங்கிய வெளிச்சப் பாதுகாப்பில்தான் அது சாத்தியமாக இருந்தது. அதுவும் சில நிமிடங்கள்தான் நீடிக்கும்.

விக்கி என்னைவிட்டு சிறிதேனும் அகலாது என் கலக்கநிலையில் கூட சாதகமானவை ஏதாவது நடக்குமென எதிர்பார்ப்புடன் காத்திருந்தாள்.

“நல்ல பக்கத்தைச் சிந்தித்துப்பார்” புன்னகையுடன் சொல்வாள். அவளின் சிரிப்பினூடு நிலைமையை சிறிது சகஜத்துக்கு கொண்டுவர முயல்வாள். “எங்களிருவருக்குமிடையில் ஓர் ஒற்றுமை, இருவருமே தொலைந்துபோனவர்களின் குழந்தைகள்”.

நாங்கள் இருவருமே ஒரு பெயரைத்தான் பங்கிட்டு கொண்டுள்ளோம் என்று எங்களுக்கு அப்போது தெரியவில்லை. பிற்காலத்தில் பெருஞ்சுமையிலிருந்து விடுபட்டவள்போல் குலுங்கிச் சிரித்துக்கொண்டே தனது பெயரின் தனித்துவத்தை நான் பறித்துவிட்டதாகக் குற்றம் சாட்டினாள். “ உன்னால் வேறு ஒரு பெயரைக்கூட தெரிவுசெய்யமுடியாமலா போய்விட்டது?”

ஒரு நாள் தொடங்கி மறுநாளாகி வாரங்கள் மாதமாகின. “என் வாழ்வின் இருண்ட நாளின்” பின்னர் எட்டு மாதங்கள் கழிந்துபோயின. இன்னும் என்பற்றிய முடிவு அது தொடர்பான விடயங்களையும் ஓர் ஒழுங்கமைவுக்குள் கொண்டுவர நான் முயலவில்லை. நிலைமை ஓரளவு சீரடைந்திருந்தது. ரவுலின் செயற்கை கோமாநிலை மூன்றுமாதங்களின்பின் முடிவுக்கு வந்து பேசுமளவிற்கு முன்னேற்றம். அவருடனான என் பேச்சு என் கேள்விகள் அவரின் பதில்கள் அதையொட்டிய எனது கருத்துக்கள் எல்லாம் எங்கள் இருவருக்கே மாத்திரம் உரியது. என் மரணம் வரை அது எனதாக மாத்திரம் இருக்கும். குறுப்போ ரறியாவின் குற்றச்செயல்களுக்கும் என்னைக் களவாடியமைக்காகவும் அவர்மீது குற்றம் சுமத்தப்பட்டது. எனது எல்லா கேள்விகளுக்கும் பதில் சொன்னார். எனக்கு

எதுவெல்லாம் தெரியவேண்டுமென்று நினைத்தாரோ அவை அத்தனையும் எனக்குச் சொன்னார். மரபணுச் சோதனைக்கு நான் உட்படின் தன் முழுமையான ஆதரவை தருவதாகவும் சொன்னார்.

24 மார்ச் 2004, என்னைச்சுற்றி என்ன நடக்கிறது என்ற கவனமே இல்லாதிருந்த எனக்கு மூசியோ தி லா மெமோறியாவின் திறப்புவிழா மேற்சொன்ன திகதி என்பதும் கவனத்தில் தவறிப்போயிருந்தது. ஈ.எஸ்.எம்.ஏ வளாகத்தையே அக்கொடுமைகளின் ஞாபகச் சின்னமாக ஆக்கவேண்டுமென்ற நீண்டகாலப் போராட்டத்தின் வெற்றிநாள். என் போராட்டம் ஒரு பக்கம் இருக்க அந்நினைவுச்சின்னம் என் வாழ்க்கையில் இன்னும் நீண்டகாலம் என்னுடன் பயணிக்கப்போகிறது. என் அரசியல் நிகழ்வில் அந்நாள் முக்கிய நாட்களில் ஒன்றாக இருந்தும் என் சிந்தனை வேறெங்கோ இருந்தது. நான் அவ்விழாவுக்கு போகாமல் தவிர்ப்போமா என்றுகூட யோசித்தேன், விக்கி எனது மனதை மாற்றி நான் போடும் உடைகளைக்கூட தேர்ந்தெடுத்தாள். என்னை ஒரு நிமிடம்தன்னும் தனியாகவிடாது கூடவே இருப்பதாக உறுதி தந்தாள். கொமிசியோன் ஹெர்மானோஸ் பெண்களுடன் சேர்ந்து ஈ.எஸ்.எம்.ஏ வளாகத்துக்கு உள் நுழைவு அனுமதி கிடைத்தால் அவர்களுடன் போவதென்றும் என் அரசியல் சக தோழர்களுடன் சேர்ந்து கலந்துகொள்வதென்றும் நிரைப்படுத்திவைத்திருந்தேன். எச்.ஐ.ஜே.ஒ.எஸ் அலுவலகத்தில் வேரா என்னருகில் நிற்க புகைப்படங்களடங்கிய புத்தகத்தைப் புரட்டியபோது ஒரு புகைப்படத்தில் என் கண்கள் பதிந்து மீள மறுத்து நீண்டகாலமாகி விடவில்லை. கில்டா பெரசின் பார்வையும் அவளின் முக அமைப்பும் என்னை நானே பார்ப்பதுபோல் இருந்தது. அவள் என் தாய் என்று கண்டுகொள்வதில் எவ்வித தடங்களும் இருக்கவில்லை. உணர்வுகளும் அதைத்தான் பேசின. இருந்தும் கண்களில் நீர் கசிய வேராவிடம் கேட்டபோது உண்மையைச் சொல்ல மறுத்ததுடன் இதனைத் தெரிந்துகொள்ள ஒரே வழி மரபணுச்சோதனை மட்டுமே என்று சொல்லிவிட்டாள்.

விழாவில் யுவான் கபேண்டி பேசினார் . அவரின் பேச்சில் தன் தாயை நினைவுகூர்ந்தும் அவளைத் தெரிந்துகொள்ளாமலே போவதற்கு காரணாமாயிருந்தவர்களைப் பற்றியும் அவளைக்

கொலைசெய்தவர்களைப் பற்றியும் பேசினார். அவரின் பேச்சு கொஞ்சநஞ்சமிருந்த என் மனப்பலத்தையும் சிதைத்துப் போட்டது. கட்டுப்படுத்த பலமின்றி ஒரு சிறிய உடல் அசைவுகூட என்னை நிலைகுலைய வைத்துவிடும் என்ற மனந்தளர்ந்த நிலையில் பேச்சைக் கேட்டுக்கொண்டிருந்தேன். யுவானின் உண்மையான அடையாளத்தை இரண்டு மாதங்களின் முன்புதான் அறிந்துகொண்டார். இதனால் அரசு அவ்விழாவில் அவரைப் பேசக்கோரியிருந்தது. பேச்சை முடித்துக்கொண்ட யுவான் மேடையருகே மற்றவர்களிடமிருந்து விலகி தன்னைக் கட்டுப்படுத்த முடியாது விம்மி வெடித்து அழுதுகொண்டு நின்றார். அவரருகே நான் போனேன். ஆறுதலாக அவர் தோள்மேல் கைவைத்து "உனக்காவது உன் பெற்றோர் யாரென்று தெரியும் எனக்கு அதுகூடத் தெரியாது".

என் தாயார் கற்பினியாகவே ஈ.எஸ்.எம்.ஏ க்கு வந்தார் என்று எனக்குத் தெரியும். யுவானைப்போலவே நானும் ஈ.எஸ்.எம்.ஏ வளாகத்தில்தான் பிறந்தேன் என்பதும் எனக்குத் தெரியும். சில நாட்கள் என்னைத் தன் கரங்களில் சுமந்தவள் எச்.ஐ.ஜே.ஒ.எஸ் புகைப்படத்தில் பார்த்தவள்தான் என்பதும் எனக்குத் தெரியும்.

எப்படி அவளால் கர்ப்பினியாய் சித்தரவதைகளைத் தாங்கமுடிந்தது. தனது குழந்தையைப் பறித்தபோது அதை அவள் எப்படி சகித்துக்கொண்டாள். தான் நம்பியவற்றிற்காக உயிரைக்கூட விட்டுவிட அவளால் எப்படி முடிந்தது. நானோ சில துளிகள் இரத்ததை மாதிரியாகக்கொடுக்கக்கூட துணிவின்றி கலங்கி நிற்கின்றேன். ரவுலுக்கும் கிறசில்லாவுக்கும் இதில் என்ன சம்பந்தம் இருக்கிறது அல்லது நீதி நிலைநாட்ட நான் இதைச் செய்ய தேவை என்ன இருக்கிறது. அன்றேல் சர்வாதிகாரியின் குற்றங்களை நிரூபிக்கவும் நான் இதைச் செய்யத்தேவையில்லை. இது என்னைப்பற்றிய விடயம். என் அடையாளம் பற்றிய விடயம். இது என் கடந்தகாலம். என் எதிர்காலத்துக்கான வாய்ப்பு. இனியும் காத்திருப்பதில்லை என்ற சடுதியான முடிவு மனதில் திடம்பெற்றது. மரபணுச் சோதனைக்கான காலம் வந்துவிட்டது.

பாட்டிகள் அமைப்பு தொலைந்துபோனவர்களின் மாதிரிகளை இரண்டு இடங்களில் சேமிப்பில் வைத்திருந்தனர்.

ஒரு மரபணுமாதிரி வங்கி அமெரிக்காவில் ரெக்சாசில். மற்றையது டுராண்ட் வைத்திய சாலையில். முசியோ தி லா மெமோறியாவின் திறப்புவிழா முடிந்த இரண்டாம் நாள் றொபேட்டோவுடன் - இப்போது அவர் என் காதலனல்ல ஆனால் முக்கியமான நண்பர்களிலொருவர் - மரபணுமாதிரிக்கு இரத்தம் கொடுக்கப்போனேன். இவ் மரபணுசோதனை ரெக்சாசில் செய்யப்படுமென்று எனக்குச் சொன்னார்கள். இறுதியாக மிகமுக்கியமான ஒரு அடியை நான் எடுத்துவைத்தேன். ஆனால் வாழ்க்கையில் கடினமான விடயங்கள் இலகுவில் தீர்ந்துவிடுவதில்லை. அம்மரபணுச் சோதனையின் முடிவு திருப்திகரமானதாக இருக்கவில்லை.

காலம் ஓடிக்கொண்டிருந்தது. கோரியின் புகைப்படத்தை பார்த்ததிலிருந்து அவர் சம்பந்தமான தகவல் தொகுப்பில் ஈ.எஸ்.எம்.ஏ க்கு அவரை இராணுவம் கடத்தியபோது கர்ப்பினியாய் இருந்தார் என்பதை அறிந்துகொண்ட பின்னரும் கோரி தான் என் தாயென்று ஏறத்தாழ ஒரு முடிவுக்கு வந்திருந்தேன். ரொலிநோச்சே இன்வெஸ்ரிக்காவின் தகவல் சேகரிப்பில் வெளிச்சத்துக்குவந்த லிதியா விய்யிராவுடன் தொடர்பை ஏற்படுத்திக்கொண்டேன். அன்று பத்தொன்பதும் நிரம்பாத என் தாயின் பிரசவத்தில் உதவிய லிதியா இன்று எனக்கான உதவிக்குழுவில் சேர்ந்திருந்தார். அவருடன் கொமிசியோன் ஹெர்மானோஸ் கேரன், விக்கி, பவுலா இவர்களுடன் யுவான் கபெண்டியும் இணைந்து பணியாற்றினார்கள். நாட்கள் ஓடிக்கொண்டே இருந்தன. மரபணுச் சோதனையின் முடிவு மட்டும் தள்ளிப்போய்கொண்டே இருந்தது. என் பொறுமை இதற்குமேலும் நிலைக்கவில்லை. டுராண்ட் வைத்தியசாலையில் இன்னுமொரு பரிசோதனைக்கான மாதிரியைக் கொடுத்தேன். இரண்டில் ஏதாவது ஒன்று முடிவைத்தரவேண்டும். காத்திருந்தால் மன அழுத்தம் தாளாது மனநிலைப் பிறழ்வு வந்துவிடலாமென்றும் பயந்தேன்.

டுராண்ட் வைத்தியசாலையில் 26 யூன் 2004 இல் இரத்தமாதிரியை முதல்தடவை கொடுத்த மூன்று மாதங்களின் பின் கொடுத்தேன். தனியாக அங்கு போகாமல் சிலரை துணைக்குச் சேர்த்துக் கொண்டேன். கேரன் என் உதவிக்குழுவிலிருந்து வந்திருந்தார். அன்று வந்திருந்தவர்களில் ஒருவர் கோராசியோ பிற்ரலகாலா.

இவரும் காணாமல் போன குழந்தைகளில் ஒருவர். கிறசில்லா டாலியொவில் எல்லோரும் ஒன்று கூடினோம். இன்னுமொரு "விக்கி"யும் அந்தக்குழுவில் வந்திருந்தாள். மொண்டோ நேரோச் போராட்டக்குழுவின் முன்னாள் போராளி அவளின் இயக்கப்பெயர் விக்கி. கிறசில்லாவில் என்னைக் கண்ட நேரத்திலிருந்து லிதியா தன் கண்களை வேறெங்கும் திருப்பாது என்னையே பார்த்துக்கொண்டிருந்தார். என்னிலும்விட பரபரப்பாகவும் குழப்பத்துடனும் அவளிருப்பது தெரிந்தது. "நீ கோரியின் மகளா என்பது எனக்குத்தெரியவில்லை பரிசோதனையின் முடிவிலேதான் அது எனக்குத் தெரியப் போகிறது" தொடர்ந்து பேசமுடியாது அழுகை அவளை இடைநிறுத்தியது. "ஆனால் அன்று அக்குழந்தையை நான் கைகளில் எடுத்துப்பார்த்தபோது இருந்த அதே கண்கள் உனக்கும் இருக்கிறது" என்று சொன்னது என் மனதைத்தொட்டது.

வைத்தியசாலைக்குப்போக ஆயத்தமானபோது நான் என் அடையாள அட்டையை மறந்துபோனதைச் சொன்னேன். எப்படி அடையாள அட்டையை மறந்தேன் என்னை ஆட்டுவிக்கும் என் கட்டுக்கடங்காத சக்தியின் வேலையோ?

"கடவுள் நான் இப்பரிசோதனைக்குப் போவதை விரும்பவில்லைப் போலும்" அவர்களைப் பார்க்கத் துணிவின்றி என் கைப்பையை கிளறிக்கொண்டே சொன்னேன். "என்னிடம் அடையாள அட்டை இல்லை".

"வேறெதுவும் இல்லையா, உன் கடவுச்சீட்டு இருக்கிறதா பார்" கூட்டத்திலிருந்து ஒரு குரல்.

"வீடியோக் கடையின் அடையாள அட்டைதான் இருக்கிறது".

எனக்கு அழுவதா சிரிப்பதா என்று கூடத்தெரியவில்லை. வெறுமை மனதில் ஒன்றுமே இல்லாத வெறுமை. ஒன்றும் தெரியாத வெறுமை.

ஏதோ ஒரு திரைப்படத்தில் வரும் காட்சிப்போலும். நான் அதன் பார்வையாளர்போல் விக்கியும் வேராவும் என்னை ஒரு ரக்சியில் அள்ளிப்போட்டுக்கொண்டு றோபோவைப்போல் வீட்டினுள் போன நான் என் சகோதரியிடம் எனது அடையாள அட்டையைக்

என் பெயர் விக்ரோரியா | 159

கேட்டு வாங்கினேன். ரக்சியில் மீண்டும் ஏறி மற்றவர்கள் எங்களுக்காக காத்திருந்த டுராண்ட் வைத்தியசாலைக்குப் போனோம். அடையாள அட்டைப் பிரச்சினை தீர்ந்தது. இப்போது காத்திருத்தல், மேலும் காத்திருப்பு. வாழ்க்கையில் காத்திருப்பு மாத்திரமே அதன் சாரம்சம்போல் காத்திருப்பு. இன்னும் எவ்வளவு நேரம் என் பொறுமை காத்திருக்குமென்று எனக்குத் தெரியவில்லை.

கோரியின் புகைப்படத்தை அச்சிட்ட புத்தகத்தை புரட்டியதிலிருந்து மரபணுச் சோதனையின் பெறுபேறுகள் மூலம் எனது அடையாளம் நிரூபிக்கப்படும் வரைக்குமான கால இடைவெளியில் லிதியா விய்யிராவைத் தவிர்த்து சகோதரர்கள் கோசே மரியா, அடொல்போ தொந்தா கதை தொடர்பாக இன்னுமொருவரையும் நான் சந்தித்தேன். கோரி என் தாயென்றும் நான் விக்ரோரியாவாகவும் இருந்தால் எனக்கு ஒரு சகோதரியும் இருக்கிறாள். முன்பு அவள் ஏவால் டானியேலா ஆகவும் இப்போது டானியேலா என்று மட்டும் அழைக்கப்படுபவள். என் பெரியப்பா தத்துக்கொடுத்த இராணுவத்தான் ஒருவரால் வளர்த்தெடுக்கப்பட்டவள்.

முதல் முதலாக நான் அவளுடன் பேசியபோது என்னைச் சந்திக்க சம்மதித்த அவள் நகர மத்தியிலுள்ள மக்டோனால்சில் சந்திப்போமெனச் சொன்னாள். முதல் பார்வையில் எங்கள் குடும்பத்திற்கான தோற்ற அடையாளங்களை அவளில் என்னால் கண்டுபிடிக்கமுடியவில்லை. சிறிது உன்னிப்பாக கவனத்துடன் தேடியபோது நான் எனது தாயின் தோற்றத்தைக்கொண்டுள்ளேன் என்றால் அவளும் அப்படியேதான் - டானியேலாவின் கண்கள், அவளின் நிறம், முடியின் நிறம் எல்லாமே தொந்தா குடும்பத்தின் முதுசத்தை ஒத்திருந்தன. உடையும் நடைமுறைகளையும் (எங்கள் சந்திப்பிற்காக அவள் தெரிந்தெடுத்த இடத்தைப்பற்றி மவுனமாக விட்டு விட்டும்) பார்த்தபோது எங்களுள் பெரிய வித்தியாசங்கள் இருந்தன. இருவருமே வெவ்வேறானவர்கள். தோற்றம், நிறம் போன்ற உடல்சார் ஒற்றுமைகளை தவிர்த்துப்பார்த்தால், அவைகளை என்னால் சரியாக ஒத்துப்பார்க்க முடியவில்லை. எனினும் உடை விடயத்தில் அவளது வெள்ளை பிளவுசும் அளவெடுத்துத் தைத்த காற்சட்டையும் என் கண்கவர் உடைக்கு நேரெதிரானவை. அவளின் வாய், மூக்கு என்னுடன் கச்சிதமாகப்

பொருந்துகிறது. என் மூக்கு வாயைப்போல கோரியினதும் போல.

"நான் உனது சகோதரியா என்று எனக்கு நிட்சயமாகத் தெரியாது. ஆனால் உனது பெற்றோரே எனது தாய் தந்தையாக இருக்க" வாய்ப்பிருக்கிறது பேச்சைத்தொடங்க அவளிடம் சொன்னேன்.

"நீ என் சகோதரியாக இருக்கலாம் இல்லாமலும் இருக்கலாம். ஒன்றைமட்டும் நீ தெரிந்துகொள்ளவேண்டும். எனக்கும் என் பெற்றோருக்கும் எந்தவித சம்பந்தமும் இல்லை. தங்கள் மகளை வளர்ப்பதை விட்டுவிட்டு கிரிமினல் வேலைகளைச் செய்வதென முடிவெடுத்த அவர்களை ஒருபோதும் நான் மன்னிக்கமாட்டேன்." எந்த நெகிழ்ச்சியுமின்றி கடகடவென கொட்டித்தீர்த்தாள். "இப்போது நான் ஒரு குழந்தைக்குத் தாய் எப்படி அவர்களால் என்னை கைவிட முடிந்ததென்று என்னால் புரிந்துகொள்ளவே முடியவில்லை."

அந்த நிமிடத்தில் நான் நினைத்தது ஞாபகத்தில் இருக்கிறது. மரபணுச் சோதனையில் நான் எதிர்பார்க்கும்முடிவு வராமலே இருக்கவேண்டும். நானும் இந்தப்பெண்ணும் எப்படிச் சகோதரிகளாக இருக்கமுடியும் வாய்ப்பே இல்லை.

"அவர்கள் என் பெற்றோரா இல்லையா என்பது எனக்குத் தெரியாது. அவர்களைப்போலவே நானும் ஓர் அரசியல்குழுவில் சேர்ந்து வேலைசெய்கின்றேன். அன்று அவர்கள் எதற்காகப் போராடினார்களோ அதே இலக்கிற்காகத்தான் நானின்று அரசியல் நடவடிக்கைகளில் பங்கேற்கின்றேன். அன்றையச் சூழலில் நானிருந்திருந்தால் அவர்கள் செய்ததைத்தான் நிட்சயமாக நானும் செய்திருப்பேன். பெரிதாக நீ பிரசங்கம் வைக்காதே. நானும் அவர்களைப்போல் ஒரு கிரிமினல்தான்" சொல்லிவிட்டு எழுந்து அவளைத் திரும்பிக்கூடப்பார்க்காது அங்கிருந்து வெளியேறினேன்.

டானியேலா திட்டமிட்டு வளர்க்கப்பட்டவள். அடொல்போ தொந்தாவின் நீண்ட கரங்கள் அவள் வளர்ப்பில்கூடத் தன் ஆளுமையைப் பதித்திருந்தது. என் சகோதரியை அறிந்துகொள்ளும் முன்னேயே அவளைத் தொலைத்துவிட்டேன் என்று நினைத்தேன். இச்சந்திப்பு

இறுதிச் சந்திப்பாக இல்லாவிடினும் இனியும் அவளுடன் நான் தொடர்புகொள்வேனென்றும் எனக்குத்தோன்றவில்லை. அப்படி நாங்கள் சந்தித்தாலும் சச்சரவுகளும் குறைவிளக்கங்களுமே அச்சந்திப்பின் முன்தீர்மானங்களாக இருக்கும். சிலவேளைகளில் என்றோ ஒரு நாள் எங்களிடையில் ஓர் உறவைக் கட்டியெழுப்பக் கூட முடியலாம். ஆனால் இப்போதைக்கு அது இயலாத காரியம்.

ஒக்ரோபர் 2 ஆம் திகதி 2004 இல் காத்திருப்புக்களின் காலம் கரைந்து மரபணுச் சோதனையின் முடிவுகள் என் கைக்குக் கிடைத்தது. முதல் அமெரிக்க சோதனை, டுராண்ட் வைத்தியசாலை முடிவுகளின்படி தேசிய மரபணுவங்கியின் முடிவு 99.99 வீதம் நான் மரியா கில்டா பெரஸ், கோசே மரியா லவுறானோ தொந்தா தம்பதியின் புதல்வியென முடிவாயிற்று - கோரி - காபோவின் குழந்தை.

எல்லா மனவெறுப்பையும் தள்ளிவைத்துவிட்டு முதல் முதலில் டானியேலாவிற்கு அவள் ஊடகங்கள்மூலம் செய்தி அறியமுன் சொல்லவேண்டுமென்பதற்காக தொலைபேசியில் அழைத்தேன். "மிக நல்லது" என்று சொன்ன அவள் "இப்போது உன்னைப்பார்க்க நான் விரும்பவில்லை" என்று முடித்துக்கொண்டாள். கொமிசியோன் ஹெர்மானோஸ் பெண்கள் என்னுடன் தொடர்புகொண்டு இரண்டு ஆண்டுகள் கடந்தபின், நான் காணாமல்போனவர்களின் குழந்தை என்று சொல்லி ஒக்ரோபர் 8 இல் 99.99 வீதம் ஆதாரங்களுடன் நான் யாரென நிரூபணமாயிற்று. முடிவாக விரும்பினால் நான் விக்ரோரியா என அலறி எல்லோருக்கும் சொல்லலாம். எனது விருப்பமும் அதுதான். எல்லோருக்கும் நான் விக்ரோரியா எனச்சொல்லவேண்டும் பெருங்குரலில் உரமாக முடிவாக. ஆம் நான் விக்ரோரியா!!!

இரத்த உறவுகள்

கட்டிலுக்கு அருகில் ஒரு கதிரையில் உட்கார்ந்திருக்கிறேன். கட்டிலில் சிறிய குழந்தை ஒன்று வெளிர்நிற முடியுடன் கிடக்கிறது. குழந்தை வீரிட்டுக் கத்துகிறது. அதற்குப்பசி. என் நண்பர்கள் அதற்கு ஏதாவது கொடுக்கும்படி கெஞ்சுகிறார்கள். அப்படிக்கொடுக்காவிட்டால் குழந்தை இறந்துவிடும். மூன்று வாரமாக குழந்தை பட்டினி. குழந்தைக்கு எதுவும் கொடுக்க எனக்கு விருப்பமில்லை என்று சொல்லுகிறேன். என் மார்புகள் புடைத்து பால் கொடுக்காததால் வலிக்கிறது. எனக்குத் தெரியும் அது என் குழந்தை அல்ல. நான் களவாடிய குழந்தை. அதை நான் அவளிடமிருந்து களவாடினேன். இருந்தும் அதற்கு பாலூட்ட எனக்கு விருப்பமில்லை.

குழப்பங்கள் நிறைந்த 2003 இலிருந்து இதுபோன்ற பயங்கர கனவுகள் என்னைத் தொடர்கின்றன. இரவுகளில் தொடர்ந்து தூக்கத்தில் அலறுவதும் தூக்கம் கலைந்து கட்டிலில் அமைதியின்றி அங்குமிங்கும் புறள்வதும், சிலவேளைகளில் அழுவதுமுண்டு. ஆரம்பத்தில் இதனால் மிகவும் குழப்பமடைந்தேன். இந்தக் கனவுகளை எதிர்த்துப் போராடவேண்டுமென்று என்னை நானே கட்டாயப்படுத்திக் கொண்டேன். என் கனவுகளை துரத்திவிட்டால் நான் நானாக இருக்கமுடியும் என்று நம்பினேன்.

ஆனால் அது நடக்கக்கூடிய காரியமல்ல. இன்றும் அக்கனவுகளும் அமைதியில்லா இரவுகளும் வருகின்றன. பக்கவிளைவுகளைப் போல் அவை அவ்வப்போது வந்துபோகின்றன. இதனால் என் வாழ்வில் அறிவிற்கும் அங்கலாய்ப்புக்குமான எல்லை எப்போதும் மங்கலாகவே இருக்கும். காலப்போக்கில் அடிக்கடி வரும் அக்கனவுகளில் அக்கனவுகளினுள்ளேயே

நானே எனக்கு அவை கனவுகள் என்று சொல்லமுடிந்தது. எனக்கென ஒதுக்கப்பட்ட பாத்திரமாக கனவுகளில் வாழ்ந்தேன். எனினும் உணர்வில் என் வாழ்க்கை இதுவல்ல என்றும் புரிந்துகொண்டேன்.

என் வாழ்க்கை விக்ரோரியா தொந்தாவின் வாழ்க்கை. அத்துடன் அனாலியாவின் வாழ்க்கையும் கூட. இருவருமே ஒருவர்தான். நான் அந்த இருவர். விக்ரோரியா ஆகுதல் தடைகள் நிறைந்த அரச நடைமுறைச் சிவப்புநாடாவைத் தாண்டுவதோ அல்ல. அல்லது ஊடகங்களில் பேசப்படுவதோ மட்டுமல்ல. இவைகள்கூட பெருங்குழப்பங்கள் இருக்குமென்று எனக்குத் தெரிந்திருக்கவில்லை. என் அடையாளத்தை மீள நிறுவுதல் தாய் தந்தையின் கடந்தகாலத்தை மீளத்தொகுத்தல் அவர்களின் குடும்பம், உறவுகள் இவையெல்லாமே என் உறவுகள்தானே.

டானியேலா இவ்வுறவுகளில் எனக்குத் தெரிந்தவர்களின் முதல் தொடர்பு. "எங்கள்" குடும்பத்தில் ஒருத்தி. இவளின் தொடர்பு வலிநிறைந்ததாகவும் மன அழுத்ததை தருவதுமாக இருக்கிறது. உறவின் சுமை எங்கே ஆரம்பித்ததென்று தெரியாத குழப்பநிலை. எங்களிருவருக்குமே சுலபமானதல்ல. பார்க்கப்போனால் மகிழ்வானதும் இல்லை. டானியேலாவிடம் மரபணுசோதனை முடிவை அறிவிக்க தொலைபேசியில் பேசிய பின்பு இன்றுவரை மேலும் இரண்டுதடவைகள்தான் அவளைத் தொடர்புகொண்டேன். ஒவ்வொரு தடவையும் இருவருமே ஏதாவதொரு காரணத்தை தேடிப்பிடித்துத்தான் தொடர்புகொண்டோம். முதல் தொடர்பு மின்னஞ்சலில் 2006 இல் என் தகப்பனார் சம்பதப்பட்ட பொருட்களில் சிலவற்றை எனக்கு அனுப்புமாறு வேண்டுகோள். பாட்டிகள் அமைப்பிடம் அவரின் புகைப்படம்கூட இல்லை. அப்பா பாட்டிக்கு எழுதியதாகச் சொன்ன கடிதத்தையும் கேட்டிருந்தேன். இந்த கடிதம்தான் அவரைக் கொலைக்களத்திற்கு இட்டுச்சென்றதாகவும் அறிந்திருந்தேன். தந்தையின் புகைப்படம் ஏதோ ஒரு மனித உரிமைப் புத்தகத்தில் வெளிவருவதில் தனக்கு உடன்பாடில்லை என இரத்தினச் சுருக்கமாகப் பதில் வந்தது.

இரண்டாம் முறை முதல் மின்னஞ்சலின் தொடர்ச்சியாக இந்தத்தடவை ஒருவரை ஒருவர் நேரில் சந்தித்தோம். ஆனால்

முதல்றை போலல்லாது அமைதியான சந்திப்பில் அப்பாவின் புகைப்படம், ஞாபகப்பொருட்கள் அவளிடமிருப்பதாக நம்பப்படும் அந்தக் கடிதம் எதையும் எனக்குத் தரமுடியாதென மறுத்துவிட்டாள்.

என் அடையளம் சட்டரீதியாக நிரூபிக்கப்படும்வரை பணத்தேவைகள் இருந்தன. தொலைந்துபோனவர்களின் குழந்தைக்களுக்கு அரசு நிதி நிவாரணமொன்றை உருவாக்கியிருந்ததால் அதனூடு என் பணத்தேவையை நிவர்த்திசெய்ய முடிந்தது. அப்பாவின் புகைப்படம் என்ன அவ்வளவு பெரிய விடயமா? அதுபோக தன் குடும்பத்துக்கு அவர் எழுதிய கடிதத்தை கடைசிச் செய்தியையும் நான் வாசிக்க வேண்டும். வேறு வழி எனக்கில்லை. டானியேலாமீது வழக்குத் தொடர்வதென முடிவெடுத்தேன். வழக்கின்முதல் நோக்கமே நிவாரணம்தான். கடிதத்தைப்பெற பிழையான நடைமுறையாக இருப்பினும் என்ன செய்வது ஆர்ஜன்ரீன நீதித்துறை அப்படித்தான் செயல்பட்டது. அம்மாவின் வாழ்க்கையைப்போல அப்பாவினதையும் புரிந்துகொள்ள எனக்கு வேறவழியேதும் புலப்படவில்லை.

நீங்கள் எந்தக் கண்ணாடியை அணிந்துபார்த்தாலும் என்னிடமிருந்து பறிக்கப்பட்ட வாழ்க்கையுடனான என் முதல் தொடர்பு பெருந்தோல்விதான்.

நானும் டானியேலாவும் அன்னியமானவர்களாகவும் வெவ்வேறான குண இயல்பு உடையவர்களாகவும் இருந்தபோதிலும் கண்ணுக்குத்தெரியாததும் தொட்டுணர்ந்திட முடியாததும் எங்களை இணைக்கிறது, இரத்த உறவு. வாழ்க்கை தன் கொடுமையான மாற்றங்களின் பின் எங்களைச் சந்திக்க வைத்ததே அன்றி அதன் முன்பு சாதாரணமாக ஒருவரை ஒருவர் அறிந்துகொள்ளும் சூழலில் நாங்கள் சந்தித்துக்கொள்ளவில்லை. எங்களிருவரில் யார் அதீதமாகப் பாதிக்கப்பட்டவர். பாதிக்கப்பட்டவர் என நான் நினைப்பதே என் மரணம்தான். பாதிக்கப்பட்டவர் என்ற சொல் என் மனதில் பலமற்ற நிலையை கிளப்பிவிடும். அவ்வுணர்வுடன் என்னை இனம்காண எனக்குச் சம்மதமில்லை. டானியேலா ஆகிப்போன ஏவாவின் மீது எனக்குப் பெரிதாக பரிதாபமோ உப்பி ஊதிய இரக்கமோ

இல்லை. அவள் எங்கள் பெற்றோரிடம் என்ன எதிர்பார்க்கிறாள் என்பதிலேயே நாங்கள் வேறுபடுகின்றோம்.

என்னதான் வேறுபாடுகளிருப்பினும் எங்களிடையே உள்ள உறவை ஆழப்படுத்தவும் ஏதோ ஒரு வடிவத்தில் உறவைக் கட்டியெழுப்பவும் நான் முயன்றாலும் எங்களிருவருக்குமான இடைவெளி இருந்துகொண்டுதான் இருக்கும். ஒருவரை எவ்வாறு கணிப்பிடுகின்றோமென்பதில் ஒருவருக்கொருவர் வித்தியாசமாக இருப்போம். இதுவே எங்கள் இடைவெளி. எங்கள் சரிதையில் குறிப்பானவர் அடொல்போ தொந்தா. அவளுக்கு அவர் இன்னும் ஒரு தந்தையின் உருவப்படிமமாக இருக்கலாம். என்னைப்பொறுத்தவரை தொந்தா என் தாய் தந்தையின் மரணத்துக்குப் பதில் சொல்லவேண்டியவர்.

என் புதிய சூழலில் இதுவரை என்னைவிட்டகலா உறவுகளென்று நினைத்தவை எல்லாவற்றையும் மீள்வரையறை செய்யவேண்டிய கட்டாயம். இது என்னை அதீதமாக வருத்துவதாக இருந்தது. என் இரத்த உறவான டானியேலாவுடனான தொடர்பு பெரிதான முன்னேற்றமெதுவுமின்றித் தடங்கி நிற்கிறது. எல்லாக் குடும்பங்களுமே இரு பிரிவுகளைக் கொண்டவை. தொந்தா குடும்பத்தினருடனான முதல் முயற்சி வெற்றிகரமானதாக இல்லாவிடினும் என் தாயின் பக்கமான பெரஸ் குடும்பத்தைத் தேடுவது அடுத்த வாய்ப்பாக இருந்தது.

மரபணுச்சோதனை முடிவின்பின் பெரஸ் குடும்பத்தில் என் உறவினர் ஒருவரைச் சந்தித்தேன். கோரியின் குடும்பத்தில் அதிகமானவர்கள் இப்போது கனடாவில் வாழ்வதாக அவர் சொன்னார். என் தாய் குடும்பத்தில் மூத்தவள், மூன்று சகோதரிகள் ஒரு சகோதரன். ஆர்ஜன்ரீனாவின் பொருளாதார வீழ்ச்சியும் தொடர்ந்த பொருளாதாரச் சிக்கல்களும் கடைசி இரு சகோதரிகளையும் கனடாவிற்கு விரட்டிவிட்டது. மூவரில் மூத்த சகோதரி குடும்ப சரிதையின் காரணமாக கனடாவிற்கு ஓடிப்போனாள். முதலில் கர்ப்பினியாய் இருந்த அவளின் மூத்த சகோதரி காணாமல் போனாள். அதைத்தொடர்ந்து கணவனிடமிருந்து பிரிந்தபோது இரு குழந்தைகளும் வருடக்கணக்கில் அவர் பராமரிப்பிலேயே இருந்தார்கள். துயரங்களைத் தாங்கமுடியாத அவள்

தன்னை நிலைநிறுத்திக்கொள்ளவும் தன் வாழ்க்கையைப் புதிதாக இன்னுமொருமுறை மீளக் கட்டியெழுப்பவும் தன் சகோதரிகளிருவருக்கும் கனடாவைத் தேர்வு செய்தாள்.

முதலிரு சகோதரிகளைத் தொடர்ந்து அவர்கள் தாய் தந்தையும் 1986 இல் கனடாவிற்குப் போனார்கள். சிறையிலடைக்கப்பட்ட தங்கள் மகளையும் சிறையில் பிறந்த பேரக்குழந்தையையும் தேடி மனம் களைத்த அவர்களை அடொல்போவும் நிம்மதியாக இருக்கவிடவில்லை. பொதுமன்னிப்புச் சட்டத்தின்கீழ் அடொல்போ சிறையிலடைக்கப்பட்டது அவர்களுக்குச் சிறிது ஆசுவாசமான காலமாக அமைந்தது. சிறையிலிருந்து விடுதலையான சிறிது காலத்திலேயே முன்னாள் ஈ.எஸ்.எம்.ஏ உளவுத்துறைத் தலைவரால் அவர்களை நிம்மதியாக இருக்கவிடவில்லை. டானியேலாவின் வளர்ப்புரிமை சம்மந்தமாக அவர்கள்மேல் வழக்குத்தொடுத்தார். தனது செல்வாக்கினூடு சர்வாதிகாரி காலத்தின் நடைமுறைகளில் பெருமைப்படும் பங்கெடுத்த நீதிபதி ஒருவரிடம் இவ்வழக்கை ஒப்படைக்க முடிந்தது. அத்தோடல்லாது இரு பாட்டிகளிடையிலான அப்போது ஏவா என்ற பேரக்குழந்தைக்கான போட்டி பற்றியும் அறிந்திருந்ததால் அதனையும் அவர் தனக்குச் சாதகமாகப் பயன்படுத்திக்கொண்டார். வழக்கில் வெற்றிபெற்ற அடொல்போ என் சகோதரியின் பெயரை மாற்றியபின்னும் திருப்தியடைந்துவிடவில்லை. என் தாய்வழிப்பாட்டன் பாட்டிக்கு எந்நேரமும் தொல்லை கொடுப்பதைத் தொடர்ந்து கொண்டிருந்தார். தாங்கள் தோற்றுவிட்டோமென அவர்கள் கனடாவுக்கு ஓடும்வரை தொந்தா ஓயவே இல்லை. இறுதியாக கனடாவில் தன் குடும்பத்துடன் இணைந்தவர் என் மாமா குடும்பத்தின் ஒரே ஆண். தன் சொந்த நாட்டில் வாழ்நாள் முழுவதும் அவர்பட்ட துயரங்கள் அவரையும் நாட்டைவிட்டுத் துரத்தியது.

விக்ரோரியா ஆகி சிறிது காலத்தினுள் புதிதாக ஒரு குடும்பத்துடன் என்னை இணைத்துக்கொள்ளும் ஆவலோ அதற்கான மனத்தெளிவோ இருக்கவில்லை. புதிய சூழலில் என் பழைய குடும்பத்தில் என் உறவுபற்றிய மனப்போராட்டமே அந்நாட்களில் முதன்மை பெற்றிருந்தது.

ஆயினும் முதன்முறையாக என் பாட்டி லியோனிற்றாவுடன் தொலைபேசியில் பேசியிருக்கிறேன். சித்தி ஈனசிற்கு அவ்வப்போது மின்னஞ்சல் அனுப்பியுமுள்ளேன். டானியேலாவின் முதல் சந்திப்பில் டானியேலா என்னுடன் ஓர் உறவை வளர்த்துக்கொள்ள விரும்பாததுபோல் இவர்களது தொடர்பில் நான் தான் டானியேலாபோல் தயக்கம் காட்டியவள். இருபத்தியேழு வருட தொடர்பற்ற வாழ்க்கை. ஏறத்தாழ பத்தாயிரம் கிலோ மீற்றர்கள் தூரமும் இத் தயக்கத்திற்கு இன்னுமொரு காரணம்.

நாளுக்குநாள் என் எதிர்மறைகளை பார்ப்பதில் எனக்குள்ளேயே நான் முரண்பட்டுக்கொள்வதும் அதனைச் சீர்ப்படுத்த முடியாமலிருப்பதும் அதிகரித்தது. எனக்குக் கொடுக்கப்பட்ட உருவகமே என் நிர்ணயிக்கப்பட்ட பாதையா என்று எனக்குப் புரியவில்லை. நடந்தவை அனைத்தையும் சம்பவங்களாக வாழ்வில் கடந்துபோன கணங்களாக வகைப்படுத்திக் கொள்வதையே என்னிடம் எதிர்பார்க்கப்படுகிறது. என்னளவில் அவைகளையெல்லாம் பிரித்துப்பார்க்க வேண்டிய தேவையுண்டு. அப்போதுதான் அவைகளை எதிர்த்துச் சமாளிக்கவும் சரியான கட்டுநிலைக்கு அவைகளைக் கொண்டுவரவும் இயலும். எல்லாவற்றையும் முழுமூச்சில் செய்ய முடியுமென்பதற்கு சாத்தியமே இல்லை. என் புதிய யதார்த்தத்தை ஏற்றுக்கொள்வதும் என் தொடர்புடையவர்கள் உறவுகளின் பாதிப்பின்றி நானே வாழ்க்கையில் ஓரிடத்தை தேடுவதே எனக்கு முதல் தேவையாகத் தெரிகிறது. விக்ரோரியா தொந்தாவாக இருப்பதற்கான தாற்பரியத்தைப் புரிந்துகொள்ளவேண்டும். விக்ரோரியாவாக இருப்பதற்கு அனாலியாவிற்கான ஓரிடத்தைத்தேடி அவளையும் தொலைத்துவிடாமல் பார்த்துக்கொள்ளவேண்டும். அனாலியாவின் வாழ்க்கை பொய்யான அத்திவாரத்தில் கட்டியெழுப்பப்பட்டதென்ற விவாதத்தில் புதைந்து தொலைந்துவிடாது பார்த்துக்கொள்ளவேண்டும்.

யதார்த்தத்தை ஆராயும்போது வகைப்படுத்தலைவிட பாதுகாக்கவே விரும்புகின்றேன். குடும்பமும் அதில் ஒன்று. முன்புபோலவே இப்போதும் எந்தவித குற்றச்சாட்டலுமின்றி அது என் குடும்பம். கிறசில்டா, ரவுல், கிளாறா மாத்திரமின்றி

மாமன்மார்கள், மாமிமார்கள், பாட்டன் பாட்டிகள், ஒன்றுவிட்ட சகோதரன் சகோதரிகள்... அவர்கள் மேலுள்ள பாசத்தை நான் வெளிப்படையாகக் காட்டுவது பாசாங்கல்ல. நீதியானவள் என்பதைக் காட்டிக்கொள்ளவுமல்ல. அவர்களைக் குடும்பமென்ற ஸ்தானத்திலிருந்து முற்றுமுழுவதுமாக நீக்கிவிடவில்லை என்பதை வெளிப்படுத்தவும் வேண்டியிருக்கிறது. இந்தக் குடும்பத்தை நான் குடும்பமென ஏற்றுக்கொண்டதே குடும்பம் என்ற சொல்லின் கருத்துக்கு மாறாக நான் செயல்படுவதாகவும் ஆகிவிடுகிறது. எனவே "குடும்பம்" என்ற சொல்லின் வீச்சினை நான் விரிவுபடுத்திக் கொண்டேன். மரபணுரீதியான குடும்பத்துடன் நான் வளர்ந்த குடும்பத்தையும் உள்வாங்கி குடும்பமென்ற குறியீட்டை விரிவுபடுத்திக்கொண்டேன். இவ்விரண்டு அலகுகள்மீதும் எவ்வித தகைமைசார் மதிப்பீட்டையும் வைக்காது சமமான நிலையிலேயே குடும்பமென்ற கருத்தினுள் எடுத்து மற்றையவர்களுக்கு இரண்டும் இருவேறு கூறுகளாக இருக்க எனக்கு இரண்டுமே சம மதிப்புடைய தேவையான ஒருமையாக உருவாக்கிக்கொண்டேன். என் இரத்த உறவுகளுடன் எனது அன்பையும் பரிவையும் பகிர்ந்துகொள்ள இன்னும் எனக்குச் சிரமமாக இருந்தபோதிலும், நான் எப்போதும் நேசித்தவர்கள்மீது என் நேசத்தின் அடையாளங்களை வெளிப்படையாகக் காட்ட என்னிடம் எந்த தயக்கமும் இருக்கவில்லை.

காணாமல்போனோரின் குழந்தைகள் அடையாளங்காணப்பட்டு அவர்களின் உண்மை அடையாளம் நிரூபிக்கப்படும் பட்சத்தில் பாட்டிகள் அமைப்பு ஒரு புத்தக்த்தை புதிய அடையாளதாரிக்குக் கொடுப்பார்கள். அந்தப் புத்தகத்தில் காணாமல் போனவர்கள் பற்றி அவர்களுக்குத் தெரிந்தவர்களிடமிருந்து பெற்ற நேர்முகங்கள், அலசல்கள், அவர்கள் குடும்பத்தைச் சேர்ந்தவர்களது தகவல்கள், அரசியல் ரீதியாகத் தொடர்புடையவர்களது காணாமல் போனவர்கள் பற்றிய கருத்துக்கள் என்பன தொகுப்பாக இருக்கும். எனக்கும் அப்படியொன்று கிடைக்கும். கோரியின் குணாம்சங்களை நான் அதிலிருந்து அறிந்துகொள்ளமுடியும். கோரியும் குணாம்சங்களில் காபோவிடமிருந்து வேறுபட்டிருந்தாலும் இருவரும் மாறாநிலைத் தோழமை இணைகள். எந்த உந்துசக்தி அவர்கள் வாழ்க்கையின் அடிநாதமாக இருந்ததோ அந்த சுவாலையை நான்

அறிந்துகொள்ளமுடியும். ஏனெனில் அவர்கள் போராடிய அதே கருத்துக்களுக்காக உண்மைக்காக உரிமைகளுக்காக என்னைப் போராட வைத்ததும் அதே நெருப்புத்தான்.

2003, 2004 காலங்களில் என் மட்டுமீறிய துன்பவேளைகளில் பொய்களால் உருவாகிய கட்டிடம் உடைந்து வீழ்வதுபோல் எல்லாமே தகர்ந்தபோதிலும் என் அரசியல் வேலைகள் தான் தாங்குதூணாக இருந்தது. அக்காலத்தில் நான் யாரென்பதை ஏற்றுக்கொள்வதற்கு என்னால் முடியவில்லை. இதுவரை எனக்கு முக்கியமாக இருந்தவைகளெல்லாவற்றின் மதிப்பினையும் மீள்மதிப்பீடு செய்யவேண்டியிருந்தது. ஆனால் என் அரசியல் ஈடுபாடு மாத்திரமே எனது ஊக்கமாகவும் வாழ்வின் பெறுமதியே அதனுள் அடங்கியதென்றும் நம்பினேன். ஏனெனில் எனது குடும்பச்சூழல், வளர்ப்பு என்பனவற்றில் என் அரசியல் நம்பிக்கைக்கு எந்தப் பங்குமில்லை. இவை என்னுள் புதைந்துகிடந்தவை. என் குணாம்சங்களை உருவாக்கி என் தனிமனித நிலையினை நிர்ணயித்தவை.

காபோவினதும் கோரினதும் வாழ்க்கையின் கிடைக்கப்பெற்ற சிறுசிறு தகவல்களைப் புரட்டிப்பார்த்தபோது அவர்களின் அரசியல்பணிதான் என்னை அவர்களுடன் நெருக்கமாக உணரவைத்தது. கோரியின் குணாம்சம் பற்றிய கதைகள், மற்றவர்களுடன் அவள் பழகிய விதம், தடைகளை உடைக்க அவர் போராடியவிதம், துடுக்கான பேச்சு என்னை நானே என்னுள் கண்டுகொள்ளவும் என்னை வெளிப்படுத்துவதில் உதவியாகவுமிருந்தது. காபோ தன் அரசியலில் வைத்த அசைக்கமுடியாத நம்பிக்கை திடமாகத்தன் அரசியல் பணிகளை முன்னெடுத்து பத்திரிகைகள் அவருக்களித்த பெருமதிப்பு நேர்காணலில் பேசியவர்கள் அவர்மீது கொண்ட மரியாதையை வெளிப்படையாகவே பார்க்கமுடிந்தது. காபோவைப் பற்றிய பெருமிதம் என் மனதை நிறைத்தது. எனது குழப்பமான வாழ்க்கைப் பாதையில் காபோ பற்றிய அவர் குணாம்சம், நடவடிக்கைகள் மீண்டும் என்னை வாழ்க்கையை நேசிக்க கற்றுத்தந்தது. இதற்கு எதிர்மறையும் என் முன்னே தான் இருந்தது. ரவுல், இரண்டு வருடங்களுக்கு முன்பு சர்வாதிகாரி காலத்தில் குற்றச்செயல்களில் ஈடுபட்டோர் பெயர்களில்

ரவுலினது பெயரும் இருந்தபோதே ரவுல் குற்றமற்றவர் என்ற எண்ணம் தலைதூக்க ஆரம்பித்தது.

மனதை ஒரு கட்டுக்குள் கொண்டு வர என் தாய் தந்தை எப்படி இருந்தார்கள் என்பதை அறிவதும் எவ்வித குணஇயல்புகளைக் கொண்டிருந்தனர், எவ்வகையான அரசியல் செயல்பாட்டாளர்களாக இருந்தார்கள் என்பதையும் அறிவது ஒரு முயற்சியாக இருந்தது. என் தாய் தந்தையென இதுவரை நம்பியவர்கள் தாய் தந்தை அல்ல என்பதை ஏற்றுக்கொள்வது கடினமாக இருப்பதுபோல் ஞாபகங்களில் மாத்திரம் வாழும் இருவரை என் வாழ்க்கையில் ஏற்றுக்கொள்வது அதைவிடக் கடினமானது. அவர்கள் இருந்தார்கள் என்பதற்கு மிகக் குறைந்த அடையாளமாக கல்லறைகள்கூட இல்லை. நான் அவை முன்பு முழங்காலிடுவதற்கு. சந்தேகத்தில் என் மனம் குழம்பும் போதெல்லாம் ஆறுதல்படுத்த பார்ப்பதற்கு என்னிடன் புகைப்படம் கூட இல்லை.

என் வழக்கப்படி புதிய செய்திகளைத் தள்ளிவைத்து என் மனம் விரும்பும் காலம் எப்போதோ அப்போதே அவற்றைப் புரிந்துகொள்ள முயற்சிப்பேன். அதற்கு இடைஞ்சலாக என் பாட்டி லியோனித்தாவின் சுயீனச் செய்தி வந்துசேர்ந்தது.

சில மாதங்களுக்குள்ளேயே என் வாழ்வில் மரணம் எல்லாத் திசைகளிலுமிருந்து என்னைச் சூழ்ந்துகொண்டது. உண்மையான தாய் தந்தை எங்கிருந்தோ தோன்றி அதே வேகத்தில் மறைந்து போனார்கள். ரவுல் மரணத்தை உரசிப்பார்த்தவர். கிறசில்லாவின் ஆன்மா எப்போதோ இறந்துவிட்டது. உடலை மட்டும் சுமையாக சுமந்துகொண்டு தன் மனப்பிரள்வுகளிலிருந்துவிடுபட வழிதெரியாத வாழ்க்கையில் அவள் கண்ட ஒரே கனவு கூட கைகூடாக் கனவாய் போய்விட்டது.

மரணம் என் சூழலில் ஒரு கொள்ளைநோய் போல் சூழப்பற்றியிருந்தது. அதன் மீதான என் உணர்வுகளை கட்டுப்படுத்தும் சக்தி என் கையில் இல்லை. அவர்கள் வாழ்ந்தார்கள் என்பதை ஏற்றுக்கொண்டால் பெரஸ், தொந்தா குடும்பத்தினருடன் என்னை நான் பொருத்திக் கொள்ளவேண்டும். அக் குடும்பங்களையும் புரிந்துகொள்ள வேண்டும்.

என் அப்பாவழிப் பாட்டன், பாட்டி தெல்மோவும் குய்கியும் இறந்து பல காலமாகிவிட்டது. தங்கள் பேரக் குழந்தையைப் பார்க்காமலே இந்த உலகைவிட்டுப் போய்விட்டார்கள். தங்கள் மகனின் இழப்பை எப்படி எடுத்துக்கொண்டார்கள், அவர்கள் உணர்வுகள், தவிப்பு, இயலாமை எப்படி இருந்திருக்கும், தன் இளைய மகனின் மரணத்துக்காக மூத்த மகனை மன்னிக்கமாட்டேன் என்று தெல்மோ கூறியது எனக்குத் தெரியும், எல்லா தாய்மார்கள்போலவே பாட்டியும் தன் மகனின் மரணத்தை இயலாமையுடன் ஏற்றுக்கொண்டிருப்பாள் என்று நம்புகிறேன். துயரமும் ஏமாற்றமும் ஒரு நோயைப்போல இவர்கள் உடலை அரித்து சிதைத்திருக்கும். அவர்கள் உடலும் ஆன்மாவும் இனி எங்களால் தாங்கமுடியாதென்று நம்பிக்கையை தொலைக்கும் வரை, அவர்கள் மரணம் வரை அவை அவர்களை விட்டுவைத்திருக்காது. ஒரு கடவுளும் ஒரு மோட்சமும் இருக்குமாயின் அங்கு அவர்களைக் கட்டியணைத்து மகிழலாமென எனக்கு ஓர் ஆசை. என் பிறப்பையும் என் தாய் தந்தையின் மரணத்தையும் மறைக்க எடுத்த எல்லா முயற்சிகளையும் முறியடித்து அவர்கள் பேரக்குழந்தை வெளிவந்தாள் என்று அவர்கள் அறிய அது ஒரு வாய்ப்பாக இருக்கும்.

அம்மாவழித் தாத்தா அர்மாண்டோ நான் எனது புது அடையாளத்தை தெரிந்துகொள்வதற்கு இரண்டு மாதங்கள் முன்னர் இறந்துபோனார். தன் தனிப்பற்றுக்குரிய மகளின் மரணத்தை இறுதிவரை அவரால் ஏற்றுக்கொள்ள முடியவில்லை. அவரின் மரணம் குடி முதல்வரது மட்டுமல்லாது கோரி தன் வாழ்நாள் முழுவதும் றோல்மொடலாகப் பார்த்தவரின் மரணமும்கூட. அவரிடமிருந்துதான் கோரி அரசியல் பொறுப்புணர்வைக் கற்றுக்கொண்டார். கோரியின் இறுதிக் காலங்களில் இராணுவ யுந்தாவிற்கு எதிரான போராட்ட முறை ஆயுதம் தாங்கிய போராட்டமா, அரசியல் போராட்டமா என்பதில் இருவரும் ஒரு கருத்துக்கு வரமுடியாமல் சர்ச்சையிட்டுக் கொண்டதும் அவரிடம்தான், அதைவிட அர்மாண்டோ குடும்ப பாரம்பரியமொன்றை ஆரம்பித்தவர். அது என்மூலம் தொடர்கிறது. பொக்சிங் - கோரி எனது மாமா நான் எல்லோருமே இதில் ஈடுபாடுடையவர்கள் - பொக்சிங்கை நான் தொடங்கியபோது இது ஒன்றும் எனக்குத் தெரிந்திருக்கவில்லை.

அவர் தன் இளமைக் காலத்தில் பயிற்சியாளராக இருந்தாரேயன்றி நேரடியாக அந்த விளையாட்டை விளையாடியதாக என்றும் ஒத்துக்கொள்ளவில்லை. நான்கு பாட்டன் பாட்டிகளில் லியோனிற்றா மாத்திரம் எஞ்சியிருந்தார். ஆதிப்போராளி, மாயோ சதுக்கப் பாட்டிகளின் அமைப்பைத் தொடங்கிய பன்னிருவர்களில் ஒருத்தி. துயரமும் தோல்வியும் தன் சொந்த மகளின் இழப்பிலும்கூட என்றோ ஒரு நாள் தன் பேரக் குழந்தையைப் பார்ப்பேன் என்ற அசையாத நம்பிக்கையுடன் போராடியவர். முன்பு சொன்னதுபோல் அவருடன் நான் ஒருமுறை தொலைபேசியில் பேசியிருக்கிறேன். ஈனஸ் சித்தியின் மின்னஞ்சல்களில் அவ்வப்போது அவர் பற்றிய செய்திகளுமிருக்கும். இதற்குமேல் இந்த உறவைக் கொண்டுசெல்ல என்னால் முடியவில்லை. அளவுக்குமீறிய துக்கமும் மாற்றங்களையும் சந்தித்த நான் மனதளவில் மிகவும் சோர்வடைந்திருந்தேன். எனக்குத் தெரிந்தது சிறுசிறு செய்திகள்தான். இருந்தும் அவர்களைச் சந்திக்க என் மனதில் பலமில்லை. உணர்வுகளைக் கட்டுப்படுத்த வேறு வழியுமில்லை. முப்பது வருடங்களாக என்னைத் தேடியவர்கள் அவர்களது கதையையும் ஒப்பீடுகளையும் கேட்க நான் ஆயத்தமாக இருக்கவில்லை. அக்கதைகள் மூலம் ஒப்பீடுகள் மூலம் சிறிதுகாலத்துக்கு முன்புவரை என் பெற்றோர்களாய் இருந்தவர்கள்மேல் அவர்கள் கொட்டப்போகும் வெறுப்பை சகிக்கவும் என்னால் இயலாது. குறைகள் இருப்பினும் நானே எடுத்த முடிவின்படி இன்னும் அவர்களை என் பெற்றோர் என்று நேசிக்கிறேன். என் பெற்றோர் இறந்துவிட்டார்கள். நான் ஏன் பெரிதாக பாடுகளை அனுபவிக்கவேண்டுமென்று அப்போது சொல்லிக்கொண்டேன்.

மார்ச் மாதம் ஆர்ஜன்ரீனிய அரசியலில் முக்கிய நிகழ்வொன்று நடந்தேறும். வழமைப்படி இம்முறையும் சர்வாதிகாரி ஆட்சியின் விளைவாக நேரடியாகவோ மறைமுகமாகவோ பாதிக்கப்பட்டவர்களுக்கு மார்ச் மாதம் ஒரு மாற்றத்தைக் கொண்டுவந்தது. நான் சமூகசேவை அமைச்சில் அமைச்சர் அலிசா கியர்கினரின் கீழ் வேலை செய்துகொண்டிருந்தேன். 2005 மார்ச்சில் புதிய குடும்பம் பற்றிய என் மனம் மாற்றத்தில் ஒன்றுக்கு ஈனஸ் சித்தியின் மின்னஞ்சல் வழிவகுத்தது. 1976 இல் நடந்த இராணுவப் புரட்சியின் ஞாபகர்த்தமாக

அவர் அனுப்பிய மின்னஞ்சலில் பின்னிணைப்பாக ஸ்கான் செய்யப்பட்ட கோரியின் புகைப்படம் ஒன்றையும் 24 மார்ச்சில் எனக்கு அனுப்பியிருந்தார். இதுவரை பாட்டிகள் அமைப்பிடம் இருந்த புத்தகத்திலிருந்த ஒரே ஒரு படம் மட்டுமே என் பார்வைக்கு கிட்டியது. அப்புகைப்படம் கோரி கைதானபோது எடுக்கப்பட்டது. மோசமான சூழலில் பொய்யான சிரிப்புடன் கோரியின் முகம் தெளிவில்லாது பதிவாகியிருந்தது. அப்படத்தை பார்த்ததுமே கோரிக்கும் எனக்குமுள்ள ஓர் ஒற்றுமையைப் புரிந்துகொண்டேன். இரண்டாவது படம் அவர் என் தாய் என்பதற்கு சந்தேகமின்றி தெளிவாக சாட்சி சொன்னது. 70 களின் உடையலங்காரப் போட்டியில் நான் கலந்துகொண்டு ஒரு புகைப்படத்தை எடுத்ததுபோல் தத்துரூபமாக என்னைப்போலவே கோரி அப்புகைப்படத்தில் இருந்தார். மூக்கு, நெற்றி, வாய்... ஒவ்வொன்றிலும் கோரியின் பிரதிபலிப்பு என்னிடம் இருந்தது. திரையில் பிக்சில்களின் கூட்டுச் சேர்க்கையில் அவள் முகத்தில் பதிந்திருந்த தாய்மையின் சிரிப்பிலிருந்து கண்களை விலக்க என்னால் முடியவில்லை. அந்த புகைப்படத்தை பார்த்ததும் என் தாய் தந்தையைப் பற்றி தெரிந்ததெல்லாம் மிகமிகக் குறைவான தகவல்களே என்று புரிந்துகொண்டேன். டானியேலாவிடம் என் பெற்றோர் பற்றிய நிறைய தகவல்களும் புகைப்படங்களும் இருந்தும் அவற்றில் ஒன்றைக்கூட நான் பார்ப்பதற்கோ தெரிந்து கொள்வதற்கோ பிடிவாதமாக தடைபோடுகிறாள். அவ்வளவு தெரிந்தவள் விடாப்பிடியாக அவர்களை மன்னிக்க முடியாதென்று சாதிக்கிறாள்.

அந்த காலகட்டத்தில் என் மனம் பெருங் குழப்பத்தில் இருந்தது உண்மை. இப்போது உணர்வுகளை என்னால் கட்டுப்படுத்தவும் முடியும். அவைபற்றி பேசவும் முடியும். ஆனால் அப்போது அந்தப் படத்தை பார்க்கும் போதெல்லாம் உடைந்து அழுவதைத் தவிர வேறொன்றும் என்னால் செய்ய இயலவில்லை. அவளை நினைத்து அழுதேன். அவளின் விதியை நினைத்து அழுதேன். என்னை நினைத்து அழுதேன். சர்வாதிகாரி என்ற பாழாய்ப்போன கொடுங்கோலன் ஆர்ஜன்ரீனாவில் விதைத்துப்போன மனித அவலங்களை நினைத்து அழுதேன்.

அலுவலகத்தின் சிறிய கழிப்பறையில் என்னைக் கட்டுப்படுத்த முடியாமல் அழுதுகொண்டிருந்தபோது ஏதாவது பிரச்சினையா என ஓர் ஆண்குரல் கேட்டது. அட்றியன் ஜாயமி "கலிகோ" என் கட்சி நண்பி ஒருத்தியின் கணவன். அவரை எனக்கு பத்து வருடங்களுக்கு மேலாகத் தெரியும். அழுதுகொண்டே அம்மாவின் படத்தை அவருக்குக் காட்டினேன். என் உடலையும் ஆன்மாவையும் உலுக்கும் உணர்வுகளை அவருக்குச் சொல்லியிருக்கலாம். ஆனால் நான் அவருக்குச் சொல்ல முடிந்ததெல்லாம் நா தழு தழுக்க "என் அம்மா அழகானவள் இல்லையா".

அந்தச் சனமே என் தாய் தந்தை பற்றி அறிந்து கொள்வதென்ற திட்டம் மனதில் உருப்பெற்றது. இரண்டாவது சம்பவம் முன்னையதைவிட கடுமையானதும் முடிவினைத் துரிதப் படுத்துவதுமாக அமைந்தது. ஈனசின் இரண்டாவது மின்னஞ்சலில் லியோனித்தாவின் இறுதியான மருத்துவப் பரிசோதனை முடிவை எழுதியிருந்தார். அயராத போராளி, என் நான்கு பாட்டன் பாட்டிகளில் உயிரோடு இருக்கும் ஒரே ஒருத்தி. தன் மகளையும் பேரக் குழந்தையையும் தேடுவதற்கு தன்னை அர்ப்பணித்துக் கொண்டவள். ஏவாவை வளர்க்கப் போராடியவள். அவளுக்கு அல்ஸ்கைமர் நோய். விதியின் முரண்நகையை என்னவென்று சொல்வது. முப்பது வருட காலங்கள் மறைந்து போனவர்களுக்காக மறக்காது உழைத்தவள். அவள் அதையெல்லாம் மறக்கவைக்கும் தன்னைத்தானே மறக்கடிக்கும் நோயொன்றிற்குப் பலியானதை என்னவென்று எடுத்துக் கொள்வது? மறுபக்கத்தில் சிந்தித்தால் அவளின் கடைசிக் காலத்தில் மனதையழுத்தும் அவள் நினைவுகள் அவள் ஞாபகத்தை விட்டகலும். ஆனால் அவளின் வாழ்க்கையின் அடிநாதத்தை அவளிடமிருந்து பறிப்பதாகிவிடும். அவள் வாழ்வதே இந்நினைவுகளுக்காகத்தான். தன் மகளை இழந்ததிலிருந்து அவள் ஞாபகங்களே லியோனித்தாவின் வாழ்க்கையின் மையச்சுழற்சியாக, நோக்கமாக, தேவையாக இருந்துவந்தது.

என் திட்டங்களெல்லாம் இந்தச்செய்தியின் பின்பு குழம்பிப் போயின. மற்றைய தாத்தாக்கள் பாட்டிகள் இறந்துபோன நிலையில் லியோனித்தாவின் மறதி நான் தோற்கும் அறுதித்

தோல்வியாகிவிடும். அம்மாவின் ஞாபகங்களின் கடைசித் தரிப்பு லியோனித்தா. அடையாள மாற்றத்திற்கான நீண்ட சிவப்பு நாடாக்குள் சிக்கியிருந்த எனக்கு கனடாவிற்கு உடனடியாக போவது நடக்காத காரியம். காலத்தின் விரைவில் பாட்டியைக் காண பிந்திவிடும் எல்லாக் கதவுகளும் மூடிவிடும்.

முன்பு சொன்னதுபோல அப்பாவைப் பற்றி நான் அறிந்துகொண்டது சொற்பளவே. என்னைச் சுற்றியுள்ளோரில் நான் அதிசயிக்கும் குணாம்சங்களைக் கொண்டு அப்பாவினைப் பேரன்புக்குப் பாத்திரமானவராக உருவகம் செய்துகொள்வேன். நான் அதிசயிக்கும் மனிதர்களில் ஒருவர் பெற்றோ மைகோரியா. கட்சியில் எனது மென்தோர் (ஆலோசகர்) என் சமகால அரசியல் வாழ்வில் முக்கியபங்கு வகிப்பவரும்கூட. பெற்றோவிற்கு என் சிக்கல் தெரியவர ஒரு நொடி கூட தாமதிக்காது எனக்குதவும் நடவடிக்கைகளில் இறங்கிவிட்டார். "கவலைப்படாதே விக்கி" என்றார் பெற்றோ. என்னைச் சுற்றியிருந்தவர்கள்போல் எனக்கும் விக்கியென்பது அன்னியமாகத்தான்பட்டது. "நான் அலிசியாவிடம் பேசுகிறேன், சமூகசேவை அமைச்சு கனடாவிற்கான உன் பயணச்செலவை ஏற்றுக்கொள்ளவேண்டும் என்பதே எங்கள் விருப்பம். நீ உன் பாட்டியை உரியநேரத்தில் சந்திக்கலாம்." பலம்பொருந்திய தன் கையை என் தோளில் ஆறுதலாக வைக்க ஒரு தந்தையைப்போல் கற்பனை செய்ததை நிறைவு செய்தது.

"என்னிடம் கடவுச்சீட்டு இல்லையே பெற்றோ" கவலையுடன் சொன்னேன். "என் பெயருடன் ஒரு துண்டு காகிதம் தன்னும் என்னிடமில்லை."

"அதை நான் பார்த்துக்கொள்கிறேன். உன் பெட்டியில் என்ன அடுக்கப் போகிறாய் என்பதைப் பற்றி நீ யோசி" நம்பிக்கையுடன் பெற்றோ பதிலளித்தார்.

பேக்கரியில் ஒரு இறாத்தல் பாண் வாங்குவதுபோல், சப்பாத்தின் நூலைக் கட்டுவதுபோல் என் கடவுச்சீட்டுக்கான வேலையை அவர் வெகு சுலபமாக முடித்தார். என்னால் தெளிவாகச் சிந்திக்க முடியாதிருந்ததால் கடவுச்சீட்டு வேலைகளைச் செய்ய நான் தயங்கியபோது அலிஸ் கியர்கினர், பெற்றோ மைக்கோரியா இன்னும் பலரும் எனக்காக ஓடியாடி பாட்டியின்

ஞாபகங்கள் மங்குவதற்குமுன்பே அவரைப் பார்ப்பதற்கான பயண ஆயத்தங்களைச் செய்தார்கள். இதற்கு என்றென்றும் நன்றிக்கடன்பட்டவள்.

கடவுச் சீட்டுக்கான குடிவரவு குடியகல்வுத் துறையின் சக்கரங்கள் மெதுவாக இயங்கிக் கொண்டிருந்தபோது சமாந்திரமாக என் சம்பந்தப்பட்ட வேறு விடயங்களும் உருப்பெறத்தொடங்கின. அதிலொன்று கலிகோ. நான் அழுதுகொண்டு அம்மாவின் புகைப்படத்தை அவருக்கு காட்டிய அன்றே அவர் திட்டமிட்ட வேலைத்திட்டம். நான் தனியாக கனடா செல்லப்போவதில்லை. கலிகோவும் என்னுடன் வருகிறார். விக்ரோரியா என்ற விபரணப் படத்துக்கான கரு உருவகம் நான் அம்மாவின் படத்தைக் காட்டிய அன்றே வடிவம் பெற்றுவிட்டது. என் பெற்றோரை நெருங்கும்போது என் புதிய அடையாளத்தினுள் எவ்வாறு என்னைப் பொருத்திக்கொள்கிறேன் புதிதாகத் தெரிந்துகொண்ட இக்குடும்பத்தை என் இரத்த உறவுகளை நான் எப்படி அணுகுகின்றேன் என்பதையெல்லாம் பதிவுசெய்வது அவ்விவரணப்படத்தின் நோக்கம்.

இந்த விவரணப் படத்தில் நான் பெற்ற ஆழ் அனுபவங்கள் என்னைச் சிந்தனைச் சமநிலையைக் குலைக்குமளவிற்கு உணர்வு ரீதியாகவும் நடைமுறை ரீதியாகவும் பல சவால்களுக்கு முகங்கொடுக்க வேண்டியிருந்தது. நான் நினைத்தது போல் இது என்றும் சுலபமாக இருக்கவில்லை. எங்கள் பிரயாணமே தடைப்படுமளவிற்கு திட்டமிட்ட தடங்கல்கள். கடந்த காலத்தை நான் கிளறுவதைச் சிலர் விரும்பவில்லை. தங்களைக் குற்றவாளிகளாக நிரூபித்துவிடுவோம் என்பதற்காக மன ரீதியாக மட்டுமல்ல தகவல்களைப் பெற தடையாகவும் அரசியல் ரீதியான அழுத்தங்களையும் எங்கள் மீது பிரயோகித்து விக்ரோரியா விவரணப்படத்தை எப்படியாவது குலைத்துவிட வேண்டுமென்று தன் அதிகாரத்தைச் சிறையிலிருந்தும்கூட எங்கள்மேல் பாய்ச்சிய அடொல்போ ரீகல் தொந்தாவுடன் மீண்டும் ஒருமுறை மோதவேண்டியிருந்தது.

ரொரன்ரோ நகரம் நான் பார்த்த எந்த நகரத்தினுடனும் பொருந்தவில்லை. இந்நகரத்தின் பெரும்பகுதியை இன்னும் நான் பார்க்கவில்லை என்பதைச் சொல்லவும்

என் பெயர் விக்ரோரியா | 177

வேண்டும். ஆபிரிக்க, சீன, இத்தாலிய நகரங்களைப் பற்றிக் கேள்விப்பட்டிருக்கிறேன். வாசித்திருக்கின்றேன். தொலைக்காட்சியில் பார்த்துமிருக்கிறேன். ரொரன்ரோ என்னளவில் கிளிஸேயின் உச்சம். நகரின் ஒரு பகுதியிலிருந்து இன்னொரு பகுதிக்குப்போனால் வேறொரு பரிமாணத்தினுள் நுழைந்ததுபோல் இருக்கும். ஒவ்வொரு நகர்பகுதியிலும் குறிப்பிட்ட இனமக்கள் மற்றைய பகுதிகளின் தொடர்பின்றியே வாழ்கின்றனர். ஒருமுறை ஆபிரிக்கப் பகுதியினூடு நடந்து சென்றோம். அங்கு அப்பகுதி மக்களுக்கான சிறு உணவகமொன்றினுள் நுழைய எங்களுக்கு அனுமதி மறுக்கப்பட்டது. கலிக்கோவின் தோல் வெளுப்பு. அவருக்கு உட்செல்லும் தகுதியைக் கொண்டிருக்கவில்லை. அடுத்ததாக நான். என் உருவம் ஏதோ ஒரு வகையில் ஏற்றுக் கொள்ளப்பட்டதால் உள்ளேபோய் இரண்டு பியர்களை வாங்குமளவிற்குப் போதுமானதாக இருந்தது. பியரை நாங்கள் தெருவில் வைத்துத்தான் குடித்தோம்.

கலிக்கோ எல்லா நிகழ்வுகளையும் பதிவுசெய்ததால் ஆரம்பத்தில் கமரா பற்றிய எண்ணம் எனக்கு எப்போதும் இருந்துகொண்டே இருந்தது. போகப் போக கமரா சிறிதாகி கமரா இருப்பதையே மறந்து இயல்பாக என்னால் இருக்கமுடிந்தது.

என் குடும்ப சந்திப்பு இயல்பாகவே இருந்தது. ஞாபக மூட்டல்கள், பேசிக்கொண்டவை எல்லாமே அம்மாவைச் சுற்றியே இருந்தது. அடுத்த அடுத்த நாட்களில் மனிதாபிமானமிக்க பழகுவதற்கு இனிமையான கோரி என் கண்களுக்குத் தெரிந்தாள். என்னை அவளில் ஓரளவேனும் இனங்காண முடிந்தது. அவர்கள் பாவித்த பொருட்கள், புகைப்படங்கள், கடிதங்கள் இவற்றையெல்லாம் பெரும் பசி எடுத்தபின் படைக்கப்பட்ட உணர்வைப்போல் கண்களால் விழுங்கினேன். சிறுமியாக இருந்தபோது எப்படி இருந்தாள் என்பதையும் எனக்குச் சொன்னார்கள். படங்களைப் பார்த்தேன். தாயாக ஆனாலும் தாயாக மட்டும் அவளால் தொடரமுடியவில்லை. ரொரொன்ரோ பிரயாணமும் விவரணப்பட வேலைத்திட்டமும் அம்மா அப்பாவின் வாழ்க்கையை மீளக்கட்டியெழுப்ப உதவியதற்கு என் மனமார்ந்த நன்றிகள். அவர்களுக்கும் அவர்கள் வாழ்ந்த காலத்துக்கும்

நெருக்கமான உணர்வை இந்தப் பிரயாணம் என்னுள் வளர்த்தெடுக்க உதவியது. அவர்கள் என் தாய் தந்தை என்ற உணர்வு வலுப்பெற்றதுடன் அவர்கள் அரசியல் இலக்கே என் இலக்காகவும் அவர்களது போராட்டமே எனது போராட்டமும் வாழ்க்கையும் என்பதால் அவர்களை வியந்து பார்ப்பதையோ நேசிப்பதையோ யாராலும் தடுக்கமுடியாது.

பிரயாணம் முழுவதும் சுமூகமாக முடியவில்லை. மனிதர்களின் எதிர்பார்ப்புக்கள் - அதில் நானும் அடக்கம் - எல்லாமே எல்லோரினதும் எதிர்பார்ப்புக்கிணங்க நிறைவேறுவதில்லை. அவர்கள் என்னிடம் என்ன எதிர்பார்த்தார்கள் என்பது எனக்குத் தெரியாது. மகளின், சகோதரியின் எந்த அடையாளங்களை என்னில் காண ஆவலுடன் காத்திருந்தார்களோ? அவர்கள் திருப்தியடைந்தார்கள் என்றுமட்டும் நான் சொல்லமாட்டேன். ஏனென்றால் நான் கோரி அல்ல. எனக்கு ஏமாற்றமாக இருந்ததையும் நான் சொல்லத்தான் வேண்டும். லியோனித்தா முப்பது வருடங்களாக பாட்டிகள் அமைப்புடன் சேர்ந்து சர்வாதிக்கெதிராகப் போராடியிருக்கிறார். எல்லோருமே தங்கள் நம்பிக்கை இழந்துவிட்டபோதிலும் அவள் பிடிவதாமாக நம்பிக்கையுடன் போராடியிருக்கிறாள். ஆனால் ஒரு குறிப்பிட்ட அரசியல் அடிப்படையிலான போராட்டத்திலோ அல்லது குறைந்தபட்சம் அத்திசை நோக்கிய போராட்டத்திலோ ஈடுபடவில்லை. அப்போராட்டத்தில் என் அரசியலின் எந்தச் சாயலுமில்லை. அவளின் இலக்கு மகளையும் பேரக் குழந்தையையும் மீட்டெடுப்பது. அடக்குமுறைக்குள்ளானவர்களின் விடுதலை அல்ல. அல்லது மக்களின் விடுதலை அவளது முதல் நோக்கமல்ல. அவர்களைச் சந்தித்ததால் தான் இதை இப்பொழுது என்னால் சொல்லமுடிகிறது.

என் பாட்டியைச் சந்தித்தால் நானும் என் தாயைப்போல் ஓர் அரசியல் சித்தாந்த அடிப்படை கொண்டவளென்றும் அதே போராட்டக்குணம் தான் என்னிடமும் இருக்கிறது. அவர் எதற்காகப் போராடினாரோ அதே போராட்டத்தைத்தான் நானும் தொடர்கிறேன் என்று சொல்லவேண்டுமென நினைத்தேன். என் பாட்டி நீண்ட போராட்டங்களின் தோல்வியால் சோர்ந்து போனவள். மாயோ சதுக்கத்தில் எத்தனையோ

முறை எதிர்ப்பணிகளில் கலந்துகொண்டு தன் காலணிகளின் அடிப்பாகம் தேயும்வரை நடையாய் நடந்தவள். எனக்கும் அவர் மகளிற்கும் உள்ள ஒற்றுமையை நான் சொன்னபோது கைகளை வானத்தை நோக்கித்தூக்கி விரித்து பாதி பரிகாசமாகவும் பாதி உண்மையுமாக வயதானவர்கள் வழமையாகச் சொல்வதுபோல் "கடவுளே குடும்பத்தில் இன்னுமொரு இடதுசாரியா?" என்பதே அவர் காட்டிய உணர்வின் வெளிப்பாடு.

இதுவரை முதலாவதாகவும் ஒரே முறைதான் கோரியின் குடும்பத்தினரைச் சந்தித்திருக்கிறேன் அவர்கள் மீதான உணர்வுகளை வகைப்படுத்தவும் வரையறுக்கவும் முடிவாகச் சொல்லவும் காலம் தேவை. ஒவ்வொரு குடும்பமும் தனி மனிதர்களின் கூட்டு. ஒவ்வொரு தனி மனிதனின் பின்னும் வாழ்க்கை, மனமுறிவுகள், மகிழ்வான துக்ககரமான நிகழ்வுகளின் நினைவுகள் இருந்துகொண்டு இருக்கும். நீண்ட காலத்தில் அவனின் குணநலங்களில் இவை பிரதிபலிக்கும், தாக்கம் செலுத்தும், மாற்றங்களை உருவாக்கும். நான் நினைக்கிறேன் என் சித்திமார், மாமன்மார்கள், பாட்டி நான் உட்பட சக மனிதர்களுடன் இணக்கமாக இருக்க அவர்களை அறிந்துகொள்வதற்கான மனமார்ந்த அக்கறை எல்லோருக்குமே உண்டு. குடும்பம் என்ற கூட்டினுள் எங்களை அடையாளம் காணும் நாங்கள் அனைவருமே ஒருவரில் ஒருவர் கோரியைக்காண முயற்சிக்கிறோம்.

காலப்போக்கில் குடும்பம் என்ற கூட்டில் ஒவ்வொருவரும் அவரவருக்கான இடத்தை தெரிந்துகொள்வோமென நான் நம்புகிறேன். இதற்கான அடியை நான் எடுத்து வைத்துவிட்டேன் என்றே நினைக்கிறேன். இப்போதைக்கு இது எல்லாருக்குமே போதுமானது. என் தோளில் பெருஞ்சுமையோடு என் கனடா பிரயாணத்தை முடித்துக்கொண்டு நாடு திரும்பினேன். ஒருவிதத்தில் எனக்கு மன நிறைவும்கூட. ஓடும் நீர் கையில் பிடிபடாது வழுக்கிய என் அம்மாவின் உருவம் ஒரு வகையில் திடப்பட இப்பிரயாணம் உதவியது. கலிகோவிற்கோ கனடா பிராயணம் நிறைவாக அமைந்ததால் எங்கள் பிரயாணத்துக்கான அடுத்த தரிப்பை திட்டமிடத் தொடங்கினார். விவரணப் படத்துக்கான பல திட்டங்களை அவர் தனக்குள் போட்டபடியே இருந்தார்.

விவரணப் படத்துக்காக அம்மாவின் குடும்பமல்லாது என்ரே றியோவிற்குப் பிரயாணமானோம். அங்கு அப்பாவின் ஒன்றுவிட்ட சகோதரர்கள், மைத்துனர் என் பல நெருங்கிய உறவுகளைச் சந்தித்தேன். தொந்தா குடும்பத்தைப் பற்றி அவர்கள் மூலம் நிறைய விடயங்கள் அறியக் கிடைத்தன. இன்னும் தகவல்களை சேகரிக்க கடற்படைக் கல்லூரியில் படித்தவர்களின் ஒன்றுகூடலுக்குப் போனோம். காபோவின் கல்விக் காலத்தில் அவரின் அரசியல் நடவடிக்கைகள் பற்றி மணிக்கணக்கில் பேசினார்கள். அப்பேச்சுக்கள் எல்லோருக்கும் சிரிப்புமூட்டுவதாக இருந்தது. அவர்கள் பேச்சிலிருந்து காபோ முழுமையாக அறியமுடியாத இரகசியத்தன்மை கொண்டவரென்று உருவகப்படுத்த முடிந்தது. அங்கு கூடியிருந்தவர்கள் அப்பா பற்றி நான் அறிய ஆவலாக இருந்ததை அறிந்து முழு மன ஒத்துழைப்புடன் தங்களுக்குத் தெரிந்த எல்லாவற்றையும் சொல்வதற்காக இரண்டாம் முறையும் சந்திக்க ஆவல் தெரிவித்தனர். ஆயினும் விவரணப் படத்தில் இவர்களது காட்சி ஏதோ வந்துபோவதுபோல் திரைப்பில் மாறிப்போய்விட்டது. முன்னாள் கடற்படைக் கல்லூரி இப்போது இராணுவச் சிறைச்சாலையாக மாறிவிட்டது. அதையும் போய் பார்த்தோம். முன்பே சொன்னதுபோல் என் பெரியப்பா அடொல்போ இங்குதான் சிறையில் இருக்கிறார்.

முன்னாள் கடற்படைக் கல்லூரிக்கு இரண்டாந்தடவை போனபோது அப்பாவைப்பற்றி நிறைய சிறுசிறு விடயங்களை அறிந்திருந்தபோதிலும், என் தாய் தந்தை பற்றி முழுமையான தகவல்களை அறிந்துகொள்ள வாய்ப்பே இல்லையென எனக்குப் புரிந்தது. பெரியப்பாவுடன் நேரடியாகப் பேசமுடியாது. ஹெக்ரரும் இறந்துபோனபடியால் பெரியப்பா ஒருவரால் மாத்திரம் அவர்களது இறுதிநாட்கள் பற்றி சொல்லமுடியும். அவரைச் சந்திக்க நான் எடுத்த முயற்சி தோல்வியில் முடிந்ததை நான் முன்பே குறிப்பிட்டிருக்கிறேன். முன்னாள் கடற்படைக் கல்லூரியில் படப்பிடிப்பு நடப்பது பற்றியும் அது என்னென்ன சிக்கல்களை கொண்டுவரும் என்பது பற்றியும் யாரும் இதுவரை சிந்திக்கவில்லை.

படப்பிடிப்பில் சிக்கல் ஏற்படாதென்று யாராலும் உறுதியாக கூறமுடியாவிடினும் சிக்கல்கள் வந்தேதீரும் என்பதற்கு

என்னிடம் காரணங்கள் இருக்கின்றன. முன்பு ரெலிநோச்சே இன்வெஸ்ரிக்கா அடொல்போ பற்றியும் அவர் சகோதரன் பற்றியும் நிகழ்ச்சியில் விவரணப்படுத்தியிருந்ததையும் அவருக்குத் தெரியாமலே கமராவை ஒளித்துவைத்து படமெடுத்து அவரை பகிடிக்கு உள்ளாக்கியதாலும் ஆத்திரத்தில் இருந்த அவர் கலிக்கோவின் விவரணப்படம் பற்றி அவரின் தொடர்புவேண்டி அவரை தொடர்புகொண்டவர் மூலம் அறிந்துகொண்டு தன் எல்லா பலத்தையும் திரட்டி இவ்விவரணப்படம் உருவாகாமல் தடுப்பதற்கான நடவடிக்கைகளை முடுக்கி விட்டிருந்தார்.

அவரின் திமிரான நடவடிக்கைகளை விலக்கிவிட்டுப் பார்ப்பினும் அதே மாவ்வியாக் கும்பலும் இராணுவக் கடத்தல் கும்பலும் சர்வாதிகாரி காலத்தில் எந்தக் குற்றங்களைச் செய்தாலும் தண்டனையின்றி இருந்த நிலை போய் சனநாயக காலத்திலும் எந்தவித தடையுமின்றி அவர்களால் சுதந்திரமாக நடமாட முடிவதும், விரும்பினால் இடையூறுகளைச் செய்வதற்கான பலம்பொருந்தியவர்களாகவும் இருந்தார்கள். அவர்களில் ஒருவர் சிறையில் இருப்பதுகூட அவர்களைக் கட்டுப்படுத்தவில்லை. மீண்டும் தன் பற்றிய விவரணங்கள் வெளிவந்துவிடக்கூடாதென்பதற்காக என்னென்ன நடவடிக்கைகளை மேற்கொள்ளவேண்டுமோ அவைகளை நடைமுறைப்படுத்த முடியுமளவிற்கு இன்னும் அவர்கள் கையில் அதிகாரம் இருந்தது.

அடொல்போவின் தடைகளை மீறி அவ்விவரணப்படம் 24 மார்ச் 2008 இல் முதல் முறையாக இராணுவப் புரட்சி நினைவு தினத்தில் முசியோ தி லா மெமோறியாவில் ஈ.எஸ்.எம்.ஏ வளாகத்தில் திரையிடப்பட்டது. இவ்விவரணப் படத்தை எடுத்துமுடிக்கும் வரை நாங்களும் பாட்டிகள் அமைப்பும் மனித உரிமைகள் அமைப்பும் வேலைத் தளத்திலும் வீடுகளிலும் மிரட்டல்களை சமாளிக்க வேண்டியிருந்தது. எங்கள் தொலைபேசிகள் ஒட்டுக்கேட்கப்பட்டன. அடொல்போவின் கையெழுத்துடனான பதிவுத் தபாலில் இப்படம் பொது இடங்களில் திரையிடப்படக்கூடாதென கட்டளையிட்டிருந்தார்.

கலிக்கோவின் திரைப்படக் கம்பனிக்குள் ஆயுதங்களுடன் புகுந்த கும்பல் ஒன்று கையில் கிடைத்த எல்லாவற்றையும்

அள்ளிக்கொண்டு போய்விட்டார்கள். பாவம் சந்தர்ப்பவசத்தால் அங்கிருந்த பணியாளர்களை அங்கிருந்து போகும்போது கதிரைகளுடன் சேர்த்துக் கட்டிவிட்டுப் போயிருக்கிறார்கள். பாட்டிகள் அமைப்பும் எச்.ஐ.ஜே.ஒ.எஸ் உம் பதிவுத் தபால்கள் மாத்திரமின்றி மிரட்டல்களையும் பெற்றன. என் வீட்டிற்கு ஒரு கடிதம்கூட வந்திருந்தது. வாயைப் பொத்திக்கொண்டு இருக்கக் கட்டளை கீழே கையெழுத்து இருக்குமிடத்தில் அச்சுறுத்தும் ஒரு மாவ்வியாக் கும்பலின் அடையாளம். பாட்டிகளின் அமைப்பு அலுவலகத்துக்கு தொடர்புகொண்டு பாதுகாப்புப் பற்றி பேசிவிட்டு தொலைபேசியை வைத்ததுதான் தாமதம். தொலைபேசி மணி அடித்தது. எடுத்தபோது எஸ்ரெல்லா கார்லொற்றாவுடன் நான் தொலைபேசியில் பேசியது ஒலிநாடாவாக ஓடிக்கொண்டிருந்தது. எல்லா மிரட்டல்கள் தடைகளையும் மீறி விவரணப்படம் விக்ரோரியா திரையிடப்பட்டது. நான் சொல்வது உங்களுக்குப் பைத்தியக்காரத் தனமாகக்கூட தோன்றலாம். எனக்கோ இது எங்கள் சிறு வெற்றிகளில் ஒன்று. சட்டத்தின் இயலாமையின் பின் ஒளிந்து கொண்டிருப்பவர்களுக்கும் நிழலில் பதுங்கியிருந்து கொண்டு தங்கள் கொடூரங்களும் சட்டத்தின் இயலாமையும் என்றும் அவர்களை வெற்றியாளர்களாக நிலைக்கவிடும் என்று நினைப்பவர்கள் மீதான வெற்றி.

படப்பிடிப்பின்போது நினைவுகள் நிற்கும் பல சம்பவங்கள் நடந்தேறின. மனதை மாய்க்கும் சம்பவங்களில் ஒன்றை மட்டும் இங்கு குறிப்பிடுகிறேன். இவை ஞாபகத்துக்கு வரும்போதெல்லாம் மனம் உடைந்துபோவேன். நானும் லிதியாவும் கை பற்றியபடி ஈ.எஸ்.எம்.ஏ வளாகத்துக்குள் இருக்கும் ஒவ்விசஸ் கசினோவினுள் நுழைந்து சுற்றிப்பார்த்தபோது லிதியா என் அம்மாவுடன் சிறையிலிருந்த பகுதியைக் காட்டினாள். உடல், மயிர் கூச்செறிய கட்டுக்கடங்காது கண்ணீர் பெருகியதை இன்றும் நினைத்துப் பார்க்கிறேன். சார்டா தடுப்புக்களுடன் கூடிய சிறிய மூலை இங்குதான் கோரி என்னை உலகத்திற்கு அறிமுகம் செய்தாள். இங்குதான் அவர் என்னை விக்ரோரியா என்று அழைக்க முடிவு செய்திருக்கலாம். இங்கேதான் என்ன செய்வதென்று தெரியாத குழப்பத்திலும் தன் சிறுபிள்ளைத்தனமான நம்பிக்கையில் தான் வெளியே வந்தால் என்னை அடையாளங்காண காதில் நீலநிற

நூலால் தைத்தாள். அங்கு தொடர்ந்தும் நிற்க முடியவில்லை. மரணமும் அழிவும் நிறைந்த அந்தச் சிறைச்சாலைப் பகுதியிலிருந்து தப்பியோட வேண்டுமென்ற உணர்வு என்னை ஆட்டுவித்தது. கமராவை நிற்பாட்டும்படி கேட்டுக்கொண்ட நான், இனி ஒருபோதும் இங்கு வருவதில்லை என்ற முடிவுடன் வெளியேற ஆயத்தமானேன். கண்களில் நீர் வடிய ஆறுதலாக என்னைப் பக்கவாட்டில் அணைத்துக்கொண்ட லிதியா என் காதில் "இம்முறை நாமிருவரும் சேர்ந்தே இங்கிருந்து போவதை தடுக்க முடியாது".

இப்படித்தான் தோல்விகளுடனும் பின்னடைவுகளுடனும் உயர்வுகளுடனும் தாழ்வுகளுடனும் நீண்ட நெடிய பயணத்தில் கோரியையும் காபோவையும் என் தாயையும் தந்தையையும் சின்னச் சின்ன துண்டுத் தகவல் சேகரிப்பில் உருவகப்படுத்த வேண்டியிருந்தது. இதேபோல்தான் என் இரத்த உறவுகள் பற்றியும் நான் அறிந்துகொள்ள முடியும். இருபத்தியாறு வருட என் வாழ்வில் இவ்வுறவுகள் இருட்டிலேயே மங்கிக்கிடந்தனர். உறவை அதிலும்கூட நீண்டதொரு வலிமிக்க பயணம்தான். உணர்ச்சியைப் புரிந்துகொள்வதைவிட பெரிய சவால் மற்றவர்களை நேசிப்பதற்கான புதிய வழிகளை உருவாக்கலும் குடும்பமெனும் உறவை பலப்படுத்தும். பொறுமையையும் வளர்த்தெடுக்க வேண்டும். என் புதிய வாழ்க்கையில் அவர்களின் இருப்பை உள்வாங்கவேண்டும். என் இரத்த உறவென்ற குடும்பம் பற்றி என்னுள் ஒரு நினைவுப்படிவம் இருப்பது போலவே இதுவரை எனது குடும்பம் என்று நினைத்திருந்த என் சரிதையில் அவ்வடிவில் இடம்பெறாத குடும்பத்தின்மேலும் எனக்கொரு கருத்துருவம் உண்டு, அவர்கள் மீதான உணர்வுகளை ஒழுங்குபடுத்தி கொள்ளவேண்டும். இவ்விரு உறவுகளையும் தனித்தனியாக ஒன்றினுள் மற்றொன்று கலந்து குழப்பங்களை ஏற்படுத்தாதவாறு பிரித்துப்பார்க்கவேண்டும். குடும்பத்தில் ஒட்டாத ஒருத்தியாய் இருத்தல் எவ்வளவு கடினமானதென்பது எனக்குத் தெரியும். அப்படியிருந்தும் என் குடும்பங்களைப் பற்றி இதுவரை நடந்தேறிய சமபவங்களின் அடிப்படையில் புரிந்துகொள்ள வேண்டியிருக்கிறது. ஒவ்வொருவருக்கும் தங்கள் கடமையிலிருந்து தவறியதற்கும் குற்றங்களுக்குமான அவரவர் பங்கினைத் தீர்மானிக்கவேண்டும். யாருமே உணர்வுகளுக்கு அப்பாற்பட்டவர்கள் அல்ல. யாருமே தங்கள் உணர்வுகளைக்

காரணங்கள், தருக்க அடிப்படையில் அவை சரியென சாதிக்க முடியாது. இதனால் பொய்யும் பின்பு கண்டறியப்பட்ட உண்மை இராணுவம் அதன் குற்றச்செயல்கள் ஒவ்வொரு தனி மனிதனதும் என் வாழ்வில் என்ன வகிபங்கினை வகித்தனவோ இவை எல்லாவற்றையும் புறந்தள்ளி என் குடும்பம் என் குடும்பமாகவே இருக்கும். இரத்த உறவுகளும் இக்குடும்பமும் சமமே அன்றி ஒன்றிற்கு மற்றொன்று மேற்பட்டதல்ல. கிளாறா என் சகோதரியாக இருப்பாள். மரபணுச் சோதனை அதற்கு எதிராக இருந்தும். டானியேலாவையும் என்னையும் மரபணுக்கள் பிணைத்தாலும் அவளிடம் தோன்றாத சகோதர உறவு கிளாறாவுடன் என்றும் தொடரும்.

கிளாறாவும் மனச்சுமைகளுடன் போராடிக் கொண்டுதானிருக்கிறாள். என்னைப் போலவே அவளும் தன் குழப்பங்களுக்குக் காலப்போக்கில் தன்னிச்சையாக முடிவுகளை எடுக்க வேண்டும். என் தங்கை தன்னை வளர்த்த குடும்பத்துடனும் அதேபோல் தன் இரத்த உறவுக் குடும்பத்துடனும் என்னைப்போலவே வேதனையான பயணத்தில் இருக்கும் அவள் தானே குடும்பங்கள் பற்றி சரியான முடிவுகளையும் வழிகளையும் தேர்ந்தெடுக்க வேண்டும். என்னையன்றி அவள் துயரத்தை யார் முழுமையாக அறிவார். எந்த மரபணுச் சோதனையும் அவளும் நானும் ஒன்றாய் வளர்ந்த வளர்த்தெடுத்த உறவினை முறிக்கப்போவதில்லை.

என்றும் அக்கா தனக்குத் துணையாக நிற்பாள் என்று கிளாறாவுக்குத் தெரியும்.

பொதுவெளியும் தனி வாழ்வும்

காலே அஸ்போராதோவிலுள்ள தேசிய கடவுச்சீட்டு அலுவலகத்துக்கு நான் போனபோது அன்று நீண்ட நெடிய வரிசை முடிவின்றி போய்க்கொண்டிருந்தது. கணமான எதைத்தன்னும் அல்லாது செய்தித்தாளை அங்கு என்னால் வாசிக்க முடியாதென்பதால் இசையில் என் காத்திருப்பைக் குறைத்துக் கொண்டேன். அதைக்கூட உன்னிப்பாக என்னால் இரசிக்க முடியவில்லை. பின்னணியில் ஏதோ இரைச்சல்போல் ஒலித்துக் கொண்டிருந்தது. மாதக்கணக்கான அரசகரும இழுத்தடிப்புக்கள், நீதிமன்ற நடைமுறைகள் நீதித்துறை பற்றிய கிளிஸே முழுமையாக நிறைவேறிய பின் அடையாள அட்டை, கடவுச்சீட்டுக்கான விண்ணப்பங்களை சமர்ப்பிக்க வந்திருக்கிறேன்.

கையில் பளபளப்பான புதிய பிறப்புச் சாட்சிப்பத்திரம். அதில் மின்னும் எனது புதிய பெயர். புதிய பெயருக்கு நான் என்னைப் பழக்கப்படுத்துக் கொள்ளவேண்டியிருந்தும் என்னளவில் நீண்ட நாட்கள் இதற்காகவே காத்திருந்தேன். இங்கும் அதே கதைதான். நீண்ட காத்திருப்புக்குப்பின் பல கவுண்டர்கள் உள்ள அறையொன்றில் வெறுமையான கவுண்டரில் போய் நின்றேன், தடுப்புக்குப்பின்னால் நரைத்தும் நரைக்காததுமான முடிக்கலவையுடன் நடுத்தர வயது பெண்ணொருத்தி இருந்தாள். அவளின் வயதை ஊகிப்பதில் தோற்றுப்போன என்னைப்பார்த்து என்ன வேண்டுமெனக்கேட்டாள்.

“நீ ஆர்ஜன்ரீனாவில் பிறந்தவளா அல்லது நீ வெளிநாட்டவளா?” தடுப்புக்குப்பின் கருஞ்சிவப்பு நகப்பூச்சினைப் பார்த்துக் கொண்டிருந்தவள் தலையுயர்த்திக் கேட்டாள். நீண்ட தலைமுடியை படியவாரி குதிரைவால்போல் கட்டியிருந்த

முடியலங்காரம் வெறுப்பை உமிழும் அவள் முகத்தை இன்னும் தீவிரமாகக் காட்டியது. "ஆர்ஜன்ரீனாவில் நான் ஆர்ஜன்ரீனியன்" மேலும் விளக்கம் சொல்ல விருப்பமின்றி சுருக்கமாக பதில் சொன்னேன். வழமைபோலவே சுருக்கமான பதிலுக்கு பல கேள்விகள் எழும்பின.

"அப்படியென்றால் உன்னிடம் ஏன் இதுவரை கடவுச்சீட்டு இல்லாமலிருக்கிறது"

மாதக் கணக்கில் நட்பு வட்டத்திலும், தெரிந்தவர்களுக்கும் அரச அதிகாரிகளுக்கும் இன்னும் பலருக்கும் என் நிலைமையை விளக்கிச் சொல்லிக்கொண்டிருக்கும். எனக்கு மீண்டும் மீண்டும் விளக்கம் சொல்வது போதும் போதுமென்றாகிவிட்டது. விக்ரோரியா என்று அழைக்கப்படுவதை பரீட்சயப்படுத்திக் கொண்டிருக்கும் எனக்கு ஒரு ஏலியன்போல் சந்திக்கும் எல்லோருக்கும் விளக்கம் சொல்வதற்கு இனி என்னிடம் பொறுமையில்லை.

"மன்னிக்க வேண்டும்" என் கோபத்தைக் கட்டுக்குள் வைத்து கொள்ள முயன்றபோதிலும் குரலில் தெளிவாகத் தொனிக்க "நீதிமன்ற தீர்ப்பின்படி நீங்கள் செய்யவேண்டியதெல்லாம் எனக்கு ஒரு கடவுச்சீட்டு வழங்குவதே. மற்றையதெல்லாம் தேவையற்ற விடயங்கள்".

"சரி சரி" என விடயம் அதிசயம் போல்பட்ட குரலில் சொன்ன அவள் என் முகத்தைப்பார்க்காது "ஒரு நிமிடம் பொருத்திரு" எனசொல்லி, ஒரு கதவைத் திறந்துகொண்டு போனவள் அய்ந்து நிமிடங்கள் கழித்து அவளிலும் வயதான அனுபவமிக்கவள்போல் தோற்றங்கொண்ட பெண்ணுடன் வந்தாள். அவளைப் பார்க்கும்போதே அதிகாரப்படியில் உயர்நிலையில் இருப்பவள் என்று தெரிந்தது. எந்த விளக்கமும் சொல்வதில்லை என்ற வைராக்கியத்தில் சொன்னதையே மீண்டும் சொன்னேன். முன்னையதைப் போன்ற கேள்விகள் முன்னைய பதில்கள். இந்த இரண்டு பெண்களும் எதையும் செய்யத் தயாரில்லை என்பது தெரிந்தது. நான் யார் என்று அவர்களுக்குப் புரியவில்லை. மீண்டும் ஒருத்தி முன்னையவர்களைப் போலவே வயதானவள். இருவரிலும் பார்க்க அனுபவம் மிக்க தோற்றம். அதே கேள்விகள்.

என் பொது வாழ்க்கையிலும் சரி என் தனி வாழ்க்கையிலும் சரி என்னை ஒரு துணிவான பெண்ணாக மனத்திடம் நிறைந்தவளாகவே நினைத்திருந்தேன். கண்ணீர் என்றுமே பலவீனத்தின் அடையாளமாகத்தான் இருந்தது. பொது இடங்களில் அழுவதை எப்போதுமே தவிர்த்து வந்துள்ளேன். அண்மை காலத்தில் நடந்தேறிய கொடுமையான சம்பவங்களால், முன்னர் ஒருபோதும் அழாத அளவிற்கு அழுதிருந்தேன். ஏமாற்றத்தினாலும், மன உடைவினால் ஏற்பட்ட களைப்பாலும் நான் அழத்தொடங்க நிர்வாக அதிகாரத்திலுள்ள பெண்கள் தங்களால் தீர்க்கமுடியாத பிரச்சினை எழும்போது என்ன செய்வார்களோ அதைச்செய்தார்கள். தங்களின் மேல்நிலை ஆண் அதிகாரியை உதவிக்கு அழைத்தார்கள்.

குடிவரவு குடியகல்வு ஆணையாளரின் அலுவலகத்தில் ஓரளவு அமைதியடைந்த நான் மீண்டுமொருமுறையை என் தேவையை விளக்கி உற்சாகமின்றிய குரலில் இன்னும் சில சின்ன விளக்கங்களைச் சொன்னேன். நான் சொல்ல விரும்பியவைகளை மட்டும் சுருக்கமாகச் சொன்னேன். ஏற்கனவே ஆணையாளர் ஒரு ரொப்பிலறோனி சொக்கிலேற்றும் ஒரு கிளாஸ் தண்ணீரும் தந்து என்னை அமைதிப்படுத்த முயன்றும் இருந்தார். கற்பனை செய்துகூடப் பார்க்கமுடியாத என் நிலைக்கு இரங்கிய போதும், தன் தகுதிக்கு ஓர் இளம்பெண்ணிடம் இதுபற்றி தன் சந்தேகங்களைத் தீர்த்துக்கொள்வதற்கு விரும்பாமல், எனக்குப் புதுக் கடவுச்சீட்டு வழங்குவதற்கான உத்தரவில் கையெழுத்திட்டார்.

மணித்தியாலங்கள் கழிந்து அழுத கண்களுடனும் வீங்கிய முகத்துடனும் கையில் புதுக் கடவுச்சீட்டுடன் வரிசையைக் கடந்தபோது என் வயதில் உள்ள ஓர் இளைஞன் முகத்தில் ஏமாற்றத்துடன் பொங்கிவரும் அழுகையை அடக்கிக்கொண்டு வரிசையில் நிற்பதைக் கண்டேன். முதற்பார்வையில் புரியாத அடையாளம் என்னைப்போலவே பரிதாப நிலையில் நின்றவரை உற்றுப்பார்த்ததும் அவர் யாரென எனக்குத் தெரிந்தது. பவுலோ மொயானோ. நம்பிக்கைகள் மரித்துப்போன பாலைவனத்தில் சந்தித்துக்கொண்ட இரு மனிதர்கள்போல் ஒருவரை ஒருவர் கட்டித்தழுவிக் கொண்டோம். பாட்டிகளமைப்பு இவரைக் காணாமல்போன குழந்தையாக

1983 லேயே மீட்டெடுத்துவிட்டது. அப்போது அவருக்கு வயது ஏழு. இருபது வருடங்கள் கழிந்தும் தனது புது அடையாளத்துக்கு முயற்சியில் ஏறத்தாழ என் நிலையில்தான் இருந்தார். மனதில் வெறுப்புடன் அந்த காரியாலயத்தைவிட்டு வெளிவரும்போது இதுபோன்று வெறுப்பை விதைக்கும் நிகழ்வுகளை வாழ்க்கையில் நிறையவே மீண்டும் மீண்டும் சந்திக்க வேண்டுமென்று எனக்குப் புரிந்தது. அரச நிர்வாகம் ஓர் அடையாளத்துடன் வாழ்ந்த பின் இன்னுமொரு அடையாளத்தை கொடுக்க எந்தவித முன்னேற்பாடுமின்றி இருக்கிறது. இருந்தும் இந்தக் குளறுபடிக்குக் காரணமே அந்த நிர்வாகம் தான்.

கடவுச்சீட்டுக் கதை எங்கள் போன்று புதிய அடையாளத்தை பெற முயல்வோர் கதையில் ஒரு சிறு உதாரணம். கனடா பிரயாணத்திற்கு பெற்றோ, பைகோரியா போன்றவர்கள் முயன்றும் கூட அவர்கள் முயற்சிகளெல்லாம் ஒரு பீப்பாவை நிரப்பும் சிறு துளிகள்போல் பீப்பா நிறைவது போலிருந்தாலும் என்றும் அது நிறைந்துவிடாது. உதாரணமாக சட்டத்துறைக்கு என் பெயர் மாற்றம் இதுவரை தீர்வுகாணாத ஒரு பிரச்சினை. ஏதோ ஒன்று எப்போதுமே நீதித்துறைக்கு குறைந்த தகவலாகவும் உடனடியாகத் தீர்க்கமுடியாததுமாகவே காலம் கரைந்துகொண்டு போகும்.

வரிச்சுட்டிலக்கம் நான் வேலை செய்வதற்கும் என் வருமானவரிக் கணக்கை காட்டவும் ஓய்வூதியத்துக்கு செலுத்தும் பணத்தினை கணக்கு வைக்கவும் தேவையானது. நான் புதிதாக ஓர் இலக்கத்தைப் பெற்றதும் என்னிடம் இப்போது இரண்டு இலக்கங்கள் இருந்தாலும் என் பெயர் மாற்றத்துக்கு முதல் வரவிலிருந்த ஓய்வூதியப் பணத்தை இழந்துபோனேன். மேலோட்டமாகப் பார்ப்பின் இவைகளெல்லாம் சிறு சம்பவங்கள்போல் தெரியும். ஆனால் என் நாளாந்தத்தில் இவை தாக்கம் செய்பவை. என் சக்தியை உறுஞ்சுபவை. ஏற்கனவே குழம்பிப் போயிருக்கும் வாழ்க்கையில் தேவையற்ற குழப்பங்களை கொண்டுவருபவை.

பாட்டிகளமைப்பு காணாமல் போன குழந்தைகளை தேடுவது அவர்களை அடையாளங் காண்பது மாத்திரமின்றி காலப்போக்கில் அடையாளம் காணப்படுபவர்களுக்கான

உதவிக் குழுக்களையும் உருவாக்கியிருந்தது. பாட்டிகளமைப்பின் உறுப்பினர்கள், கண்டுபிடிக்கப்பட்டு சிக்கல்களினூடு தங்கள் அனுபவங்களைப் பெற்ற புதியவர்கள், மன நலவியளாலர்கள் என பலர் அடங்கிய குழு ஒன்று அடையாளங் காணப்பட்டவரை முதல் நாளிலிருந்தே வழிநடத்தும். என் உதவிக் குழுவுடன் முதல் நாளிலிருந்தே சகஜமாகப் பேச பழக நான் நானாக இருக்க என்னால் முடிந்தது. விசேடமாக மீளடையாளம் பெற்ற யுவான் கபெண்டியும் மரியானோ கொன்சால்வெசும் எனக்கு மிகவும் உதவியாக இருந்தார்கள். என்னைப்போன்றே அவர்களும் அடையாளமிட்டபின் நுழைந்து வெளிவந்த சூழமைவுகள் ஒரேமாதிரியானவை. அத்துடன் திடீரென பிரபலமாகி திக்குமுக்காடிப்போன அனுபவங்களும் அவர்களுக்கு உண்டு. எச்.ஐ.ஜே.ஒ.எஸ் இன் பவுலா எனக்கு எதைச்செய்வதற்கு இயல்பாக இருக்கிறதோ அதைச்செய்யவும் இல்லாவிடில் மறுத்துவிடும்படியும் சொன்னார். நேர்முகமாக இருக்கலாம். கூட்டங்களில் பேசுவதாக இருக்கலாம். அல்லது ஊடகங்களுக்கு பதிலளிப்பாக இருக்கலாம். எது என்றாலும் என் விருப்பப்படி நடந்துகொள்ள பவுலா அறிவுரை கூறினார்.

மன நலவியளாலர்களின் சேவையும் முழுமையான பண்பு முனைப்புச் சேவையாக எங்களுக்குக் கிட்டியது. எனக்கும் என் போன்றோருக்கும் அக்காலகட்டத்தில் எதுவுமே பயன்பாடற்ற ஒன்றாகத் தெரியாது. எல்லாவற்றையும் பரீட்சித்துப் பார்த்து பிரச்சினைக்கான தீர்வைத் தேடுவோம். புது அடையாளத்தை ஏற்றல் மிக மெதுவானதும் வேதனைகள் நிறைந்ததொன்றாகவே என் வாழ்க்கையில் அமைந்தது. என்றுமே நான் தனியாக இவையெல்லாவற்றையும் கடந்து வருவேனென்று எண்ணியதுமில்லை. என் முதல் உளநலத் தொழில்முறை உதவியாளர் ஒரு பெண். அவர் என்னிடம் உரையாடல்களைத் தொடர்வதுடன் என் அடுத்தபடி பற்றியும் கலந்தாலோசிக்க வேண்டும். முதல் நிமிடத்திலேயே நாங்களிருவரும் ஒருவருடன் ஒருவர் ஒத்துப்போவாமா என்ற சந்தேகம். விளக்கமாக என்னால் என்னவென்று சொல்லமுடியவில்லை. ஒத்துழையாமை என் பக்கத்தில் இருந்துதான். எங்கள் இருவருக்குமிடையே கெமிஸ்ரி பொருந்தவில்லை என்றும் சொல்லலாம். இரண்டு அமர்வுகளின்பின் அவரிடம் போவதில்லை என்று முடிவெடுத்தேன். இரண்டாம் முயல்வு ஓர் ஆணுடன். சில

அமர்வுகளிலேயே அவரின் உதவியுடன் நான் எவற்றிற்கு முன்னுரிமை கொடுக்கவேண்டுமென்ற என் விருப்பத்தை வரிசைப்படுத்த அவர் உதவினார்.

புவனஸ் ஏயரசின் மாகாணத் தேர்தலில் நிற்பவர்கள் பட்டியலில் என் பெயரும் வந்தபோது பொதுவெளியில் என்னைப் பற்றிய அவதானம் தீவிரமடைந்தது. என் கட்சியின் மத்தியகுழு நான் ஓர் உளநலவியளாரைத் தேடவேண்டிய தேவை இருக்கின்றதென்பதை எனக்கு வலியுறுத்தியது. ஊடகங்களின் என் தனிப்பட்ட வாழ்க்கை பற்றிய விவரணங்கள் மீண்டும் மீண்டும் செய்தியாக்கப்படுவதால் ஒவ்வொரு முறையும் நான் என் வலிநிறைந்த கடந்த காலத்தை இன்னுமொருமுறை கடக்கவேண்டியிருப்பதால் ஒரு மன நலவியளாலரின் துறைசார் அறிவுரையும் பற்றிய சிக்கலை பகுதி கவலையாகவும் பகுதி நகைச்சுவையுடனும் பேசினேன். வலு அமைதியாக ஒரு தந்தையின் பொறுமையுடன் தனது விவாதத்தை எடுத்து வைத்தார். இது என் பற்றிய விடயம் மட்டுமல்ல என்றும் கட்சிக்கு உள்ளேயும் வெளியேயும் நான் பிரதிநிதித்துவப்படுத்தும் யாவரும் சம்பந்தப்பட்ட விடயம் என்று சொல்லி, நான் மனத்திடனுள்ளவளாக இருக்கவேண்டுமென்றும், எந்தச் சந்தர்பத்திலும் இது என்னால் முடியுமா என்ற அங்கலாய்ப்பு என் மனதில் தோன்றக்கூடாது என விளக்கம் சொன்ன அவரை என் பக்க நியாயங்கள் மூலம் என் நிலையை விளக்க முயன்றேன். எனது காரணங்கள் எனது முடிவுகளினடிப்படையிலேயே அவர்கள் என்னைப் பார்க்கவும் நடாத்தவும் வேண்டுமென்றும் நான் யாரோ அதனைத்தான் அவர்கள் பார்க்கவேண்டும் நான் ஒரு வளர்ந்த பெண், என் முடிவுகளை நான் தான் எடுக்கவேண்டும். அவற்றின் பின் விளைவுகளை நானே தனியாக பொறுப்பேற்றுக் கொள்ளவும் வேண்டும். நாங்கள் அவர் அலுவலகத்தில் உட்கார்ந்து பேசிக்கொண்டிருந்தோம் அவர் என்னைப் பேச விட்டுக் கேட்டுக்கொண்டிருந்தார். மூன்றுமாதங்கள் மட்டும் நான் தெரப்பிக்குப் போவதென்றால் எனக்குச் சம்மதமென்று முடிவாகச் சொன்னேன். இந்த உரையாடல் என் மனதில் ஒரு படமாக என்றும் பதிந்திருக்கும்.

மூன்று மாதங்கள் ஓடி மறைந்தன. அதன்பின்பு தெரப்பிக்கு இன்றுவரை போகவில்லை. தெரப்பிக்குப் போவதை வாழ்நாள் முழுதும் நீட்டிக்கொள்ளவும் எனக்குப் பிரியமில்லை. அதற்காக சைக்கோ அனாலிசிஸ் எனக்குத் தேவையற்றதொன்றென்று விவாதிக்கவும் முயலவில்லை. இரண்டாம் முறை நான் தேர்ந்தெடுத்த மன நலவியளாலர் டாரியோவில் நல்லதொரு நண்பனை நான் கண்டதும் உண்மை. காலப்போக்கில் என் மனம் அதற்கு இசையலாம். உள்மனதைக்கேட்டலை எப்படி பயன்படுத்துவதென்று எனக்குத் தெரியவும் வரலாம். அதுவரை என் பயங்கரக் கனவுகளுடன் நான் வாழ்ந்தாக வேண்டும். இப்போதெல்லாம் அவை என் வாழ்வின் நிலையானதொரு அங்கமாக மாறிவிட்டது. என்றோ ஒரு நாள் "இப்படியான"வளாக இருக்கவேண்டுமென்ற ஆவல் சிறுவயது தொடக்கமே என்னுள் உள்ள ஏக்கம்.

என் இரண்டாம் வாழ்க்கை உத்தியோகபூர்வமாக பாட்டிகள் அமைப்பால் கண்டெடுக்கப்பட்ட 78 வது குழந்தை என்ற அறிவித்தலுடன் ஆரம்பமானது. இந்த அறிவிப்பு வந்ததுமே இன்றோ நாளையோ ஊடகங்களிற்கு நான் பதிலளிக்க வேண்டியதில்லை. இதனால் என் அரசியல் நடவடிக்கைகளையெல்லாம் கைவிட்டு என்னை நானே தனிமைப்படுத்திக்கொள்ளும் நிலைக்குத் தள்ளப்பட்டேன். ஒவ்வொரு முறையும் களவாடப்பட்ட குழந்தைப்பருவம் பற்றிக் குறிப்பிட்டபோதெல்லாம் அழுகையை என்னால் கட்டுப்படுத்தமுடியவில்லை. *2004* ஒக்ரோபரின் பின்பு வந்த இருவருட காலங்களுக்கு என் கண்ணீரைக் கட்டுப்படுத்தும் மனோபலம் எனக்கு வாய்க்கவே இல்லை. பயங்கர கனவுகள், கைவிட்ட தெரப்பி, எண்ணற்ற அரச நிர்வாகத் தடைகள் இவைகளைச் சமாளிக்கவே என் மனபலம் போதாமலிருக்க இன்னும் புதிய பிரச்சினைகளைச் சுமத்திக்கொள்ள என்னால் முடியவில்லை. மனதில் படிந்த கருநிழல்களைத் துடைத்தெறிய பேசுவதால் மாத்திரமே முடியுமென்று புரிந்திருந்தும் அக் கருநிழல்களையும் இன்னும் பிற புலன்களில் மட்டுமுணரும் நிழல் உருவங்களையும் வெளிச்சத்துக்குக் கொண்டுவந்தால் மாத்திரமே அவைகளை என் மனதிலிருந்து விரட்டமுடியுமென்று தெரிந்திருந்தும் அதற்கான சரியான உத்தி என்ன என்பதுதான் பிடிபடாமலே இருக்கிறது.

ஆரம்பத்தில் நேர்காணல்களையும் தொலைக்காட்சிகளில் தோன்றுவதையும் வெகுநிதானமாகத் தேர்ந்தெடுத்தேன். இவ்வாறு கடந்த வருடங்களின் தாங்கொணாச் சுமையிலிருந்து பகுதி பகுதியாக விடுபட முடிந்தது. மிதமிஞ்சிக் குடித்து என் உடலையும் மனதையும் நிறையவே கெடுத்தும் வைத்திருந்தேன். புது வாழ்க்கையை என் கைகளில் எடுத்துக்கொள்ளவும் என் முடிவுகளை நானே ஏற்றுக்கொள்ளவும் எதிர்காலத்தைப் பற்றிச் சிந்திக்கவும் நேரம் வந்துவிட்டது. பொதுவாழ்வில் நான் வைத்த அடிகள், வலிகள் நிறைந்ததாகவே இருந்தது. தொன்மக் கதையொன்றில் ஓர் அரசன் வருவான். அவன் இரவில் நிர்வாணமாக ஊரைச்சுற்றி வருவானாம். தான் தேவையின்றி நிர்வாணமாகப் போகின்றேன் என்று அவனுக்குத் தெரியவந்ததும் அவன் உணர்வுகள் எப்படியிருந்திருக்குமோ அதேபோலவே என் உணர்வுகளும் இருந்தன. ஏனெனில் தனிப்பட்ட வாழ்க்கை பற்றிக் கேள்வி கேட்பதும் அதற்கு விளக்கங்கோருவதும் தேவையற்ற விடயங்கள். அவை பொதுமக்களுக்கு கவர்ச்சியாக இருப்பினும் தன் வாழ்வின் தனிப்பட்ட தகவல்களில் எதைச் சொல்வது எதைத் தவிர்ப்பதென்பதைச் சம்பந்தப்பட்டவனே முடிவெடுக்க வேண்டும். பத்திரிகையாளனல்ல. பத்திரிகையாளர்கள் என் வாழ்வின் ஒவ்வொரு காலகட்டத்தையும் மீள்நிறுவி பரப்பரபேற்படுத்திக் கொண்டிருந்தனர். என் பற்றிய அள்ள அள்ள குறையாத தகவல் சுரங்கம் இருப்பதுபோலும் அதை யாருமறியா மூலங்களிலிருந்து பெற்றதுபோல் என் தனிப்பட்ட வாழ்க்கையைப் பற்றித் தகவல் அறிக்கைகள் வெளிவந்தவண்ணம் இருந்தன. தகவல்கள் இல்லாதபோது இடைவெளிகளை நிரப்பத் தாங்களே பத்திரிகைத்தகவல்களை தங்கள் விருப்பத்திற்கு உருவாக்கி பரபரப்பிற்குப் பஞ்சமில்லாது பார்த்துக் கொண்டனர். இவைகளை கணக்கில் எடுக்காது என் போக்கில் நான் இருக்க முயன்றபோதிலும் ஊடகங்களினூடான நேரடித் தொடர்பின் முதல் அடி நான் வலிந்து என்னுள் வரவைத்த மனஅமைதியைக் குலைத்து மேலும் சுமைகளை ஏற்றுவதாக அமைந்தது.

என் முதல் நேர்காணலை விக்ரோரியா கின்ஸ்பேர்க் என்ற ஊடகவியலாளருக்கு பகினா (பக்கங்கள்) 12 என்ற பத்திரிகைக்காகக் கொடுத்தேன், அதனுடன் தொடங்கியது என்

ஊடகவெளித் துகிலுரிதல். முதல்கட்டத்தை கண்ணீருடனும் மவுனத்துடனும் தொடர்ந்த போதிலும், இந்த இரண்டாம் கட்டத்தையும் கண்ணீரின்றிக் கடந்து வந்தேனென்று சொல்லமுடியாது. தொலைக்காட்சி நிகழ்ச்சிகள், பொதுக் கூட்டங்களில் பாட்டிகள் அமைப்புடன் கலந்துகொள்வது, நேர்காணல்கள் என்று அவை நீண்டுகொண்டுபோனது. இந்த ஆரவாரமெல்லாம் வெகுசீக்கிரத்தில் அடங்கிவிடும். ஓர் அரசியளாலனின் அரை அனாமதேய நிலைக்குள் நான் ஒளிந்துகொள்ளலாம் என்று நினைத்தது நடைமுறைக்குச் சற்றேனும் சாத்தியமில்லை என்பதைத் தொடர்ந்த நிகழ்வுகள் மென்மேலும் உறுதிப்படுத்தின.

1976 இன் இராணுவச் சதியை நினைவு கூர்ந்து 2007 இன் ஆரம்பத்தில் ரெலிவிசியோன் லா இடென்திதாத் (அடையாளம் தொலைக்காட்சி நிரை) பாட்டிகள் அமைப்புடன் சேர்ந்து இரு திரைப்படங்களையும் ஒரு விவரணப் படத்தையும் தயாரித்து ஒளிபரப்பியது. முதல் பகுதியில் தாத்தியானா று அத்தே பிறற்றோஸ் பற்றியமைந்தது. தாத்தியானா 1980 இல் சர்வாதிகாரி காலத்திலேயே பட்டிகளால் அடையாளம் காணப்பட்டவர். இரண்டாம் பாகம் யுவான் கபண்டியின் சரிதையைச் சொல்லிற்று. மூன்றாவது பகுதி கண்டெடுக்கப்பட்ட பல குழந்தைகளின் கதைகளைச் சொல்லி இறுதியில் பல கண்டெடுக்கப்பட்டவர்களின் நேர்முகங்களுடன் முடிவடைந்தது. நேர்முகங்களில் நானும் அடக்கம்.

பின்பு மேடை நாடகம். விக்கியும் விக்கியும் மேடையேறியது. நாடக ஆசிரியை எரிக்கா கோல்வாரஸ் சிநேகிதிகளான எனக்கும் விக்கி, கிரிகேராவுக்கும் நடக்கும் சம்பாசனை ஒன்றினையும் எழுதியிருந்தார். இச்சம்பாசனையில் தொலைந்துபோன எங்கள் பெற்றோர் பற்றியதாகவும் எங்கள் அனுபவங்கள் பற்றியும் பேசியது. என் நண்பி அவள் பாத்திரத்தைத் தானே ஏற்று நடித்ததால் இந்நாடகத்தில் ஆர்வமாகப் பங்கேற்றேன். இந்நாடகம் பாலாஜியோ பாசியே லா பிளாசா என்ற வணிக, கலாசார வளாகத்தில் தியாட்டரோ புறோ ல இடந்தித்தா (அடையாள நாடகத் தொடர்) எனும் தலைப்பில் நடைபெற்றது.

அத்திரியான் ஐய்மியின் விவரணப்படம் விக்ரோரியாவும் பல தடைகளைக் கடந்து திரைகண்டது. இராணுவ ஆட்சியில் நாட்டின் செல்வத்தையும் வளங்களையும் அவர்கள் கொள்ளயடித்ததும் அவர்கள் மீதான பிற குற்றச்சாட்டுக்களும் விளக்கமாகப் பொதுமக்கள் முன் வைக்கப்பட்டது. அத்திரைப்படத்தின் உருவாக்கத்தில் ஆரம்ப முதலே பங்கெடுத்திருந்தும், படத்தின் ஒவ்வொரு காட்சியையும் பலமுறை பார்த்திருந்தும் பொதுமக்களுக்கு திரையிடப்பட்ட அந்த நாளில்தான் நான் அனாலியாவைக் கடந்து விக்ரோரியாவாக என்னை உணர்ந்த நாள். என் அடையாளம் பற்றி நான் அறிந்ததிலிருந்து வாழ்வில் எவ்வளவோ நடந்தேறியிருந்தும் இவ்விவரணப் படமே என் வாழ்வில் ஒரு புதிய பகுதியின் தொடக்கமாக அமைந்தது. விக்ரோரியா இக்கால இடைவெளியில் மெல்ல மெல்ல உருவாகித் தன்னைத்தானே ஒப்புக்கொண்டும் தான் யாரென்ற விளக்கத்தையும் பெற்றுக் கொண்டாள். அவளால் அனாலியாவைத் தன்னுள் இணைந்து எதிர்காலத்தைக் குழப்பமின்றிப் பார்க்க முடிந்தது. விக்ரோரியாவும் அனாலியாவும் ஒருவராயினர். அந்த ஒருவர் தான் நான்.

2003 இன் தேர்தல் வெற்றிக்குப்பின் சனாதிபதி நெஸ்ரோ கியர்கினரின் அரசு தன் அரசியல் இலக்கை மனித உரிமைகளை மீள நிலைப்படுத்துவதன் மூலம் முன்னெடுப்பதில் தெளிவான நிலைப்பாட்டுடன் செயல்பட்டது. நடைமுறையிலிருந்த பொது மன்னிப்புச் சட்டத்தை இரத்துசெய்து இராணுவத்திற்கெதிரான முடக்கப்பட்ட விசாரணைகளை மீண்டும் தொடங்கியதுடன் பொருளாதாரச் சிக்கலினை விடுவிக்க சர்வதேச நாடுகளுடன் பேச்சுவார்த்தைகளைத் தொடங்கின. 2004 இல் ஒரு புதிய மக்களியக்கம் லிபரே டெல் சுயர் (தெற்கின் விடுதலை) எனும் பெயருடன் அரசியல் அரங்கேறியது. இதனை நாங்கள் பார்தியா லிபரேயின் கொள்கைக்கமைய உருவாக்கியிருந்தோம். இது அரசில் பங்கேற்றதும் கொள்கையளவிலிருந்த எங்கள் அரசியலை நேரடியாகச் செயல்படுத்த சமூகசேவை அமைச்சில் மனித உரிமைகள் பிரிவின் முக்கிய பதவிகளை எங்களால் பெறமுடிந்தது. இதுவே எங்கள் அரசாட்சிப் பங்கெடுப்பின் முழுநோக்கம்.

இந்நாட்களில் நான் சமூகசேவை அமைச்சர் அலிசியா கியர்கினரின் கீழ் பணிபுரிந்துவந்தேன். சமூக மாற்றத்திற்கான வேலைத் திட்டங்களை இளைஞர் மத்தியில் நடைமுறைப்படுத்தும் இளையோர் பிரிவில் நான் வேலைசெய்தேன். இதைத்தவிர சமூகசேவை அமைச்சில் ஒரு வேலைத் திட்டத்தையும் நாங்கள் புதிதாக உருவாக்கினோம். குளோடியா பல்கோனே என்ற அந்த வேலைத்திட்டம் பற்றிய பெருமிதம் இன்னும் எனக்கிருக்கிறது. பதினாறு வயதான பள்ளி மாணவி குளோடியா சர்வாதிகாரி ஆட்சியில் எலச்சே தி லொஸ் லப்பீசஸ் (எழுதுகோலின் இரவு) என்ற இராணுவ நடவடிக்கையில் காணாமல் போனவள். இந்த வேலைத்திட்டம் இளைஞரிடையே மனித உரிமைகள் பற்றிய விழிப்புணர்வை ஏற்படுத்தவும் அவை பற்றிய விவாதங்களைத் தூண்டவும் சரித்திரத்தின் அண்மையில் நடந்த இந்நிகழ்வை ஞாபகங்களில் பதிக்கவும் எடுக்கப்பட்ட முயற்சி. நம் நாட்டிலும் உலகெங்கும் மனித உரிமைகள் பற்றிய சிந்தனையை இளைஞர்களுக்கு அளிப்பதன் மூலம் சரித்திரபூர்வமான குறிப்பிட்ட நிகழ்வுகளை அவர்கள் பகுத்தாராய உலக மனித உரிமைச் சங்கத்தின் சட்டதிட்டங்களையும் அறிந்துகொள்ள இவ் வேலைத் திட்டத்தை அறிமுகப்படுத்தினோம்.

குளோடியா பல்கோனே வேலைத் திட்டம் அரசியல் ரீதியாக மாத்திரமின்றி தனிப்பட்ட முறையிலும் எனக்குப் பெறுமதிமிக்கதொன்று. இலக்கின்றி, மன நிறைவின்றி என்னை நானே அழித்துக் கொண்டுமிருந்த அந்த நாட்களில் நம்பிக்கையெல்லாம் தொலைந்து இலக்கின்றி வெறுங்கூடாய் நடமாடிக் கொண்டிருந்த எனக்கு இந்த வேலைத்திட்டம் ஆக்கபூர்வமான உணர்வுகளை என்னில் கட்டியெழுப்பியது. இந்த திட்ட வேலைகளின்போது தான் எதிர்காலத்தில் என் அரசியல் மெந்தோரானவரும் குளோடியா திட்டத்தினை நெறிப்படுத்திக் கொண்டிருந்தவருடனுமான தனிப்பட்ட உறவு முளைவிடத் தொடங்கியது. நான் அமைச்சைவிட்டு விலகியபோது தொலைந்துபோன சிந்தனைச் சமநிலையையும் ஓரளவேனும் மீட்டெடுக்க இந்த உறவு உதவியது. அவரே தேர்தல் பட்டியலில் என் பெயரை இணைப்பதற்காக முழுமூச்சாக உழைத்தவர். அதன்பயனாக 2007 இல் பாராளுமன்ற உறுப்பினராய் நான் தேர்வானேன். இன்றுவரை நாங்கள்

இணைந்தே வாழ்கின்றோம். இவரைப்பற்றிச் சில வரிகளில் மாத்திரம் சொல்வது நியாயமில்லாவிடினும் அவர் என் வாழ்வில் 2004 இற்குப்பின் முக்கிய பங்கினை வகித்தார். வகித்துக் கொண்டிருக்கிறார் என்று சொல்வதில் அவரின் முக்கியத்துவத்தை இங்கு பதிவுசெய்கின்றேன்.

2005 இன் தேர்தல் வந்தது. இத்தேர்தலில் அரைவாசிக்கும் மேலான பாராளுமன்ற உறுப்பினர்களும் மூன்றிலொரு பங்கு செனட்டர்களும் புதிதாகத் தெரிவானவர்கள். அரசிற்கு ஒரு சவாலான நிலை. 2003 சனாதிபதித் தேர்தலில் 22% வாக்குகளை மட்டுமே பெற்றனர். இரண்டாம் சுற்றுத் தேர்தலும் அப்போது நடைபெறவில்லை. இத்தேர்தல் நெஸ்ரோ கியர்கினர் மேல் மக்களின் நம்பிக்கையில் மாத்திரம் தங்கியிருந்தது. எனது அரசியல் நடவடிக்கைகள் புவனஸ் ஏயரஸ் நகர்பகுதியை மையமாகக் கொண்டும் இருப்பிடம் அவலாண்டியாகவும் அக்காலத்திலிருந்தது. அவலாண்டியா புவனஸ் ஏயரசின் தென்பகுதி. பெண்களுக்கான ஒதுக்கீடு (முப்பது வீதமானவர்கள் பெண் வேட்பாளர்களாய் இருக்கவேண்டுமென்பது சட்டம், வாய்ப்புள்ளவர்கள் தேர்ந்தெடுக்கப்படுவார்கள்) ஒரு காரணமாக என் வதிவிடம் இன்னுமொரு காரணமாக என் அடிப்படை அரசியல் வேலைகள் காரணமாகவும் நான் தேர்ந்தெடுக்கப்படுவேன் என்று நம்பிக்கையுடன் இருந்தேன். தேர்வுப் பட்டியலில் எனக்கு ஆறாவது இடம். அய்ந்து பேரே பாராளுமன்றம் போகலாம். தேர்தலின் பின்னான பட்டியல் மீள்பார்வையில் சம்பளமற்ற பிரதிநிதியாக பாராளுமன்ற அனுபவங்களை பெற எனக்கு ஒரு வாய்ப்பு கிட்டியது.

2007 இல் இன்னுமொரு மாற்றம் வந்தது. பாராளுமன்ற உறுப்பினர்களுக்கான தேர்தல் பட்டியலை கட்சிகள் அறிவிப்பதற்கு சில நாட்களே இருந்தபோது உம்பேர்டோ ருமினி, கியர்கினரின் தேர்தல் கூட்டணிக் கட்சியான பெரந்தே பராலா விக்ரோரியா (வெற்றியின் முன்னனி)வின் புவனஸ் எயரஸ் வேட்பாளர்களில் ஒருவராக என்னை பிரகடனப்படுத்தும் வாய்ப்பை எனக்கு பெற்றுத்தந்தார். இரண்டு நாட்களின் பின் கட்சிப் பட்டியலில் பதினாறாவது இடத்தை பெற்றேன். இந்த தேர்தலில் நேரடியாக பாராளுமன்ற அங்கத்தவராக தேர்வானேன். அன்றைய வரையில் பாராளுமன்றத்திற்கு

தேர்வான அங்கத்தவர்களில் நான்தான் வயதில் சிறியவளென்று ஆர்ஜன்ரீன சரித்திரம் பதிவுசெய்தது. இதில் எந்த என் பிறப்பு வருடத்தை அவர்கள் கணக்கிலெடுத்தார்கள் என்பது தெரியவில்லை.

என் பெரிய தடுமாற்றமே தேர்தலின் பின்தான். மக்கள் ஏன் என்னை தேர்ந்தெடுத்தார்கள் என்னிடம் எதனை எதிர்பார்க்கின்றார்கள். வருடக்கணக்கான என் அரசியல் நடவடிக்கைகளில் நான் தேர்ந்தெடுத்த ஓர் அரசியல் சூழலில்தான் இயங்கி வந்திருக்கிறேன். எனவே மக்கள் என்னை அரசியலுக்காக தேர்ந்தெடுத்தார்களா அல்லது நான் ஓர் அனாதை என்பதற்காக தேர்ந்தெடுத்தார்களா? தொலைந்துபோன தம்பதியின் மகள் ஒருத்தியை பரிதாபத்தின் நிமித்தம் பாராளுமன்ற கதிரை ஒன்றில் அமர்த்திவிட்டார்களோ என்ற தடுமாற்றம் என்னை வெகுவாக அலைத்தது.

தடுமாற்றத்துடன் என் எதிர்கால பணிக்காக ஒரு விலையும் நான் கொடுக்க வேண்டியிருந்தது. பாராளுமன்ற உறுப்பினராக இருப்பது ஒரு முழுநேர வேலை. குளோடியா பல்கோனே திட்டவேலைகள் என்னை அரசியலுக்கு கொண்டுவந்த மக்களிடையேயான அரசியல் பணிகள் எல்லாம் இனிமேல் செய்யமுடியாது. வேலைத் திட்டங்களில் என்னை ஈடுபடுத்திய தூண்டுதலே குயிலிமஸ் தேவாலய சமூகசேவைக் காலத்திலிருந்து தொடர்ந்து வருவது. இன்று என் அரசியலை தொடர்ந்து செய்வதற்காக அதனை கைவிடவேண்டும். என் புதிய பதவியில் சுயநம்பிக்கையை வளர்க்க முடிந்திருந்தாலும் மக்களுடனான திட்டங்களில் அவர்களில் ஒருவராய் வேலை செய்யமுடியாமை என் மனதை எப்போதும் அலைத்துக் கொண்டிருக்கப்போகிறது. காலப்போக்கில் என் திட்டங்களும் சூழ்திறனும் தற்போதைய நிலையிலும் முன்போலவே ஒன்றானதொன்றும் இன்றைய என் பதவி மக்களுக்கான திட்டங்களை உருவாக்கவும் நிர்வகிக்கவும் சந்தர்ப்பம் வழங்கும் ஒரு நிலையே என்பதையும் புரிந்துகொண்டேன். இன்றைய பதவி முக்கியமானதோ முக்கியமற்றதோ அல்ல. நான் முன்பு செய்ததைவிட வித்தியாசமானது. இந்நிலை ஒரு நாள் முடிவுக்கு வரும்போது இந்த பதவிக்கு நேரடியாகவோ மறைமுகமாகவோ

என்னை கொணர்ந்த என் முந்தைய நடவடிக்கைகளுக்கு நான் உற்சாகமாக திரும்பிப்போனேன்.

நான் பாராளுமன்றத்திற்கு தேர்ந்தெடுக்கப்பட்டதற்கான காரணத்தை வேறொரு வழியில் பூர்த்திசெய்யும் நடவடிக்கைகளை தேர்ந்தெடுத்தேன். நான் காணாமல் போனவர்களின் மகள் என்ற காரணத்துக்காக வேட்பாளராய் நிறுத்தப்பட்டேனா என்ற வினாவிற்கு ஆம் என்று நிட்சயமாக பதிலளிக்க முடியும். இதற்காக நான் நன்றி சொல்லவோ அல்லது காணாமல் போனவர்களின் மகள் என்ற நிலைக்கு மட்டும் என்னை தாழ்த்திக் கொள்ளவோ நான் தயாரில்லை. அதேபோல் என் செயல்திறனில் மக்கள் நம்பிக்கை வைத்தார்கள் என்பதிலும் எனக்கு சந்தேகமில்லை. ஓர் அடையாளமாக எனது பிரதிநிதித்துவத்தையோ அல்லது நான் எப்படி வாக்களிக்கவேண்டுமென எனக்கு சொல்லப்படுவதை செய்யவோ நான் அங்கு போகவில்லை என்ற நம்பிக்கை மக்களுக்கு உண்டு என்பதையும் புரிந்துவைத்திருந்தேன். ஒரு மக்கள் பிரதிநிதியாக எனக்களிக்கப்பட்டிருக்கும் அதிகாரத்தைக் கொண்டு நான் என்ன செய்யமுடியும் என்பதுதான் முக்கியமே தவிர நான் என்ன காரணத்திற்காக தேர்ந்தெடுக்கப்பட்டேன் என்ற சிறிய அடையாள உருவத்திற்குள் என்னை நான் முடக்கிப் பார்க்கவில்லை. நான் தொலைந்துபோனவர்களின் குழந்தையாய் இருக்கலாம். மீட்டெடுக்கப்பட்ட குழந்தைகளில் முதல் பாராளுமன்றத்துக்கு தேர்வானவளாயும் இருக்கலாம். அத்துடன் மக்கள் என்னை தேர்ந்தெடுத்து எனக்களித்த அதிகாரங்கள் என் கடமைகளும் அப்பதவியின் பகுதிகளே.

மனிதஉரிமை கமிசனின் பேச்சாளர் பதவி எனது. முன்னாள் சர்வாதிகார ஆட்சியில் நடந்தவைகளை விசாரணைக்கு உட்படுத்தவேண்டும் என்று திட்ட தயாரிப்பிலும் நடைமுறைப் படுத்தலிலும் தீவிரமாக என் பங்களிப்பை செலுத்தி நீதியை நிலைநாட்டவேண்டும் என்பதிலும் மனித உரிமை கழகத்தின் மேற்கோளான "இனி ஒருபோதும் இல்லை" என்பதை சனநாயக பாதைக்கு திரும்பியபின் சமூகத்தின் மனதில் பதிய வைக்கும் நடவடிக்கைகளிலும் தோளோடு தோள்கொடுத்து இடையறாது செயல்பட்டேன்.

சர்வாதிகாரி காலத்தில் அரசபயங்கரவாதத்தில் பங்கெடுத்தவர்கள் அரசு பொதுச்சேவை பெரும்பதவிகளினுள் தங்களை மறைத்துக் கொள்வதை தடுக்கும் சட்டம். சாட்சிகள் பாதுகாவல் சட்டம் என்பன எனக்களிக்கப்பட்ட அரசியல் அதிகாரத்தை எதை தேடி அரசியலுக்கு வந்தேனோ அதனை செயல்படுத்த பயன்படுத்திக் கொண்டேன். தொலைந்துபோனவர்களின் மகளாகவும் தெற்கின் விடுதலை அமைப்பின் அங்கத்தவளாக சரியான நிலைப்பாட்டுடன் என்னால் இயங்கமுடிந்தது.

மனித உரிமை கமிசனைவிட கல்வி, பெண்கள் உரிமைச் சட்டம், போதைகளுக்கு அடிமையாவதை தடுத்தல், கூட்டுறவுத்துறை அது போன்று உள்நாட்டு பாதுகாப்பு கமிசன்களிலும் என் உழைப்பையும் எண்ணக் கருக்களையும் செலவிட முடிந்தது. என் முன்னனுபவங்களும் இந்த கமிசன் வேலைகளுக்கு மிக உதவியாக இருந்தன. பாராளுமன்ற சக பிரதிநிதிகள் என்னை தொலைந்துபோனவர்களின் மகளாக பார்த்தபோதெல்லாம் என் பிரதிநிதித்துவத்துக்கான கடமையை பெரிதாக எடுக்க அப்பார்வை உதவியது.

மீளடையாளம் பெற்றதும் பொய்யின்மீது கட்டியெழுப்பிய வாழ்க்கையும் என்னை ஒரு புது முகத்தை ஒரு புதிய குடும்பத்தை உருவாக்கவும் என் வாழ்வை அவைகளுடன் இணைத்துக் கொள்ளவும் வேண்டியிருந்தது.

வாழ்வின் திடீர் திருப்பங்களில் என் பட்டறிவின் பலன்களையும் தொடர்ந்து என் வாழ்வினை செப்பனிடும் முயற்சியையும் பல தடவைகள் கைவிட்டிருக்கிறேன். இந்த நடைமுறையை வாழ்வின் புது நிலையுடன் தகவமைத்துக்கொள்ளும் முயற்சியாகவே பார்த்தேன். 2007 இன் தேர்தல் இதன் உச்சக்கட்டமாக அமைந்தது. இதுவரை நடந்தவைகளில் மனதை அமைதிப்படுத்தவும் அது உதவியது, நல்லவைகளையும் தீயவைகளையும் உண்மையையும் பொய்யையும் ஒரு மனதுடன் ஏற்கமுடிந்தது. சர்வாதிகாரத்தின் பெறுபேறுகளின் நான் ஒருத்தியாய் இருப்பதுபோலவே ரவுலும் கிறசில்லாவும் என்மேல் காட்டிய அன்பின் பெறுபேறாகவும் இருக்கின்றேன். காபோவிலும் கோரியிலும் நான் காணும் நல்லவைகளைப்போல ரவுலிலும் கிறசில்லாவிலும் நல்லவைகளை காண்கின்றேன்.

காபோவையும் கோரியையும் நான் அறிந்திராவிடினும் அவர்கள் தரக்கூடிய அன்பை என்னால் உணரமுடிகிறது. அதேபோல் ஈ.எஸ்.எம்.ஏ இன் தலைமை அதிகாரி தன் தம்பியையும் அவர் மனைவியையும் கொன்றவரின் பெறாமகள். லொஸ் கபலேரோஸ் இசைநிகழ்வில் கண்மூடித்தனமாக கத்துபவர்களில் ஒருத்தி. எல்லாவற்றிலும் எல்லாமாக நான் இருக்கின்றேன். அனாலியாவும் விக்ரோரியாவும் நானே.

என் வாழ்வின் கடந்த காலத்தில் இன்னும் அறியாப்புள்ளிகள் பலவுள்ளன என நான் சொல்லித்தான் ஆக வேண்டும். என் பெற்றோர் பற்றி அவர்களைப்போல் தொலைந்துபோனவர்கள் பற்றி மறைக்கப்பட்டவைகள் அனைத்தையும் ஒரு நாள் அறிந்துகொள்வேனென்று உறுதியாக நம்புகின்றேன்.

எனது சகோதரி டானியேலாவை பொறுத்தவரை அவளைப் பற்றி முழுவதையும் நல்ல வேளையாக நான் சொல்லவில்லை. நேருக்கு நேர் கண்டு பேசுவதற்கான நேரமிதுவரை வாய்க்கவில்லை. உண்மை என்பது தெளிவாக தெரிந்தும் அதற்காக நாம் போராட முடியுமே ஒழிய மற்றயவர்கள் மீது அதனை திணிக்க முடியாது. உண்மையை ஒத்துக்கொள்வதில்லை என டானியேலா முடிவெடுத்ததால் என்னால் எதையும் செய்ய முடியவில்லை.

இராணுவ சதி முடிந்து முப்பத்துமூன்று வருடங்கள் கடந்துவிட்டன. ஆர்ஜன்ரீன மக்களை அது வாழ்நாளில் திரும்ப நிவர்த்தி செய்ய முயல முடியாத மாற்றங்களை விட்டுப்போனது. நான் உண்மையை தெரிந்துகொள்ள இருபத்தியேழு வருடங்கள் காத்திருந்தேன். சிலருக்கு உண்மையை அறிய வெகுகாலம் தேவையின்றியும் இருந்தது. ஆனால் எல்லோருக்குமே இதுவரை முழு உண்மையும் தெரியாது. சிறு துகள்களிலிருந்தும் ஊகங்களிலிருந்தும் உண்மையை மீள் கட்டமைக்க முயல்கின்றோம். பொறுமையையும் திறமையையும் சோதிக்கும் பொருத்து விளையாட்டின் சில துண்டுகளை வைத்துக்கொண்டு முழுமைப்படுத்த முயல்கின்றோம். சர்வாதிகாரத்தில் பங்கெடுத்தவர்களிடமே உண்மையின் திறவுகோல் உள்ளது. வருடக்கணக்கில் இவர்களை யாராலும் நெருங்கமுடியவில்லை. 2003 இன் பின் ஆர்ஜன்ரீன

அரசு தன் அரசியல் விருப்பாற்றலில் நீதிவிசாணைக்கு தடையாய் இருந்த கடைசி தடையான பொதுமன்னிப்புச் சட்டத்தை தகர்த்து குற்ற விசாரணைகளை தொடங்கியது. தங்களை யாராலும் நெருங்கமுடியாது சட்டத்தடைகளால் வேலி அமைத்து பதுங்கி இருந்தவர்கள் எல்லோரும் விசாரணையின் பின்பு சிறை செல்ல காத்திருக்கின்றனர். இது ஆர்ஜன்ரீனாவின் சரித்திர மகத்துவங்களின் பொன்முடி. தொடர்ந்தும் போராடுதலும் மறக்கடிப்புக்குள் மூழ்கிவிடாது இருப்பது இருத்தலிற்கு அவசியம். ஏனெனில் சரித்திரமில்லா நாட்டிற்கு எதிர்காலமும் இல்லை.

செய்வதற்கு இன்னும் நிறையவே இருக்கின்றன. ஈ.எஸ்.எம்.ஏ விசாரணை போன்ற மெகா வழக்குகள் ஏதோ ஒரு நீதிமன்றத்தில் வருடக்கணக்காக சிக்கி கிடக்கிறது. அவ்வழக்குகளில் விசாரணையில் சம்பந்தப்பட்ட அதிகாரிகள் அரச பயங்கரவாதத்தை பொதுமக்களுக்கு அறியத்தருவதில் விருப்பும் ஆர்வமும் அற்றவர்களாக இன்றளவும் இருக்கிறார்கள். அதிகாரப்பணியில் இருப்பவர்கள் ஒவ்வொரு நிலையிலும் தங்கள் விசாரணைகளை செய்யாது முட்டுக்கட்டைகளை போடுவதிலேயே அதிக கவனம் செலுத்துவது இவ்வழக்குகளை சீக்கிரத்தில் விசாரித்து தண்டனைகளை அறிவிப்பதை தாமதப்படுத்திக் கொண்டே போகிறது. உண்மையை மூடிமறைப்பதற்கு இவ்வழக்குகளில் சம்பந்தப்பட்ட அதிகாரிகளின் முயற்சியை முறியடிப்பது அவ்வளவு சுலபமல்ல. தீர்க்கமான முடிவும் பெரும்பான்மையினரது அரசியல் விருப்புறுதி என்பன இந்நிலையை முறியடிக்கும் ஆயுதங்களாக பயன்பட்டு நீதியை நிலைநாட்டும்.

விடாப்பிடியான முயற்சிகளில் ஒன்றாக எனது சரிதையை வெளிப்படையாக சொல்வதையும் எடுத்துக்கொள்ளலாம். எனது சரிதை நிச்சயமாக ஒரு சராசரியின் சரிதை அல்ல. அதேபோல் தனித்துவம் வாய்ந்ததுமல்ல. ஏறத்தாழ கூர்மையான விளிம்புகளைக் கொண்டதும் சிறிது கூடுதலாகவோ குறைவாகவோ கொடூர நிகழ்வுகளை உள்ளடக்கியதும் சற்றேறக்குறைய எனது சரிதையைப்போல் தனிச்சிறு கூறுகளை உடையதுமான என்னொத்த, குறைந்தபட்சம் அய்நூறு குழந்தைகளின் சரிதை. நாங்கள் எல்லோருமே

ஒன்றில் சிறையில் பிறந்தவர்கள். அன்றேல் தாய் தந்தையருடன் கடத்தப்பட்டவர்கள். எனது சரிதையே முப்பதாயிரம் ஆர்ஜன்ரீனிய ஆண்களும் பெண்களும் - இதில் பெரும்பாலானோர் தங்கள் இளமைக் காலத்தில் அரச பயங்கரவாதத்திற்கு பலியானோரது - சரிதை. முடிவாக இராணுவ அரசினால் வாழ்க்கை நிர்ணயிக்கப்பட்ட முப்பது மில்லியன் ஆர்ஜன்ரீனியர்களின் சரிதை. இவர்களில் சிலர் அகதிகளாக நாட்டை விட்டு ஓடித் தங்கள் குடும்ப அங்கத்தவர்களை பிரிந்து வருந்தினர். சிலர் சித்திரவதைகளிலிருந்து உயிர்தப்பியும் தங்கள் சகாக்களைப்போல் வீரமரணம் அடையவில்லையே என்ற குற்ற உணர்வுடன் வாழ்ந்தனர். இன்னும் சிலர் அன்று நடந்தவைகளை பார்க்க விரும்பாது விலகியிருந்துவிட்டு அன்றைய அட்டூழியங்களுடன் முரண்பட்டுக் கொண்டிருக்கின்றனர்.

எனது சரிதை அனாலியாவினது விக்ரோரியாவினது கோரியும் காபோாவினதும் ஆர்ஜன்ரீனியர்கள் என்பதால் முப்பது மில்லியன் சரிதைகளுடனும் தொடர்புடையது இணைப்பது. ஆர்ஜன்ரீனாவில் நடந்தேறிய கொடூரங்களில் பெரும்பங்கு என் சரிதையினுள் நடந்ததென்பதில் சந்தேகமில்லை. அதிலும் கொடுமை இன்றுவரை அவைகளை குறைப்பதற்கான நடைமுறைகள். இலத்தினமெரிக்காவின் கலாசார கலங்கரை விளக்கமாகத்தானிருக்க வேண்டுமென முயலும் நாட்டில் முப்பது வருடங்களுக்கு முன் என் சரிதை நடந்தேறியதென்பதை அறியும்போது உலகம் ஆச்சரியத்தில் மூழ்கலாம். காட்டுமிராண்டித்தனத்திற்கும் நாகரிகத்துக்குமிடையான மோதலை எப்போதோ ஒழித்துக்கட்டிய நாட்டில் இதை வாசிக்கும் வாசகனிற்கு அதிர்ச்சியாகவும் “கடவுளே உலகம் இவ்வளவு கொடுமையானதா?” என அங்கலாய்க்கவும் வாய்ப்புண்டு. இன்னும் சில வாசகர்கள் இதனையும் இதைபோன்ற சரிதைகளையும் உன்னிப்பாக வாசிக்க முடியாமல் இருப்பதற்கு இதனை எழுதியவள் பிடிவாதம் பிடித்தவள், எழுத்தில் ஒழுங்கற்று சில பகுதிகளில் அங்குமிங்குமாக அலைக்கழிப்பது வாசினைக்குத் தடையாக இருக்கிறதென சொல்லலாம். ஆனால் எழுத்தின் நோக்கம் எப்படியோ நிறைவேறிவிட்டது. எனக்கு நடந்தவைகளை நான் ஒரு விதத்தில் விபரித்தவை நல்லவைகளாகவோ கொடூரமானவைகளாகவோ இருக்கலாம், அல்லது ஏதோ ஒருவகையில் பொறுத்துக்

கொள்ளக்கூடியதாக இருக்கலாம். அன்றேல் ஆத்திரத்தைக் கிளப்புவதாகவோ பரிதாபத்தையோ வாசகன் மனதில் தோற்றுவித்திருக்கலாம். ஆனால் இங்கு சொன்னவைகள் எல்லாமே உண்மைகள். இவைகள் எல்லாமே ஆர்ஜன்ரீனாவில் நடந்தவைகள். அதுவும் ஏறத்தாழ முப்பது வருடங்களுக்கு முன் எங்கள் எல்லோருக்கும் நடந்தவை. எனது சரிதை நடந்தேறியவைகளில் ஒன்றுமட்டுமே. அதை ஓர் உதாரணமாக நீங்கள் எடுத்துக்கொள்வீர்களானால் அதுவும் சரிதான். நடந்த கொடூரங்களுக்கும் ஆற்றமுடியாத வடுக்களுக்கும் சர்வாதிகாரியின் கொடுங்கோலின் உதாரணமாக இதை நீங்கள் எடுத்துக் கொள்ளலாம்.

என் முன்னே இருப்பதெல்லாம் என் வாழ்க்கையை தொடருவதும் என் அரசியல் பணியை தொடர்வதும் மாத்திரமே. என் பெற்றோரின் முதிசமும் அவர்கள் சரிதையும் என் அரசியல் பணிக்கு இப்போது புதிய அர்த்தத்தை கொடுக்கிறது. இந்த அரசியல் முனைப்பு என்னுள் எப்போதுமே இருந்த ஒன்றெனினும் பத்துவருடங்களின் முன்பு தான் அது விழிப்படைந்தது என்னிலிருந்து வெளிப்பட்டது. எத்தனையோ சந்தர்ப்பங்களில் நான் நடமாடக்கூட முடியாமல் முடங்கிக்கிடந்ததுண்டு. இன்று நாளுக்கு நாள் என் பலம் பெருகிவருகிறது. எனது சுயமதிப்பு ஒவ்வொரு நாளும் அதிகரிக்கிறது. கோரியினதும் காபோவினதும் மகளாய் இருப்பது எனக்கு பெருமை. உண்மை மறைக்கப்படலாம். மாற்றப்படலாம் அல்லது உண்மையை அழிக்கலாம். அழிக்க முயலலாம். ஆனால் என்றோ ஒரு நாள் உண்மை வெளிவந்தே ஆகுமென்றும், அதனை யாராலும் இறுதிவரை மறைத்துவிட முடியாதென்பதை நிறுவுவதற்கு என் சரிதை சாட்சியாக நிற்கவேண்டும், என்ற எனது ஆவல் நிறைவேறியிருக்கிறது. நூற்றுக்கணக்கான சரிதைகளில் எனதும் ஒன்றென்பது எனக்குத்தெரியும். அவை வருங்காலத்தில் பேசும், அடையாளங்கள் மறைக்கப்பட்டு பொய்யான அடையாளங்களுடன் வாழ்பவர்கள் எதிர்காலத்தில் அதனில் நின்று விடுபடுவர். அதுபற்றி பேசுவார்கள்.

வாழ்வின் வரண்ட பாதையை கடந்துவந்துவிட்டேனென்று எனக்குத் தெரியும். என் வாழ்வை தொடர்வதற்கு எனக்கொரு கடமை உண்டு. வாழ்வின் ஒவ்வொரு கணத்தையும்

ஒரு முழு மனுசியாக அனுபவிக்க எனக்குத் தெரியும். உண்மைக்காக போராடுவதே வாழ்க்கை. சமூக நீதிக்காக, என் நம்பிக்கைகளுக்காக என் போராட்டம் தொடரும்.

என் வாழ்க்கைக்காக பெற்றோருக்கு நன்றி கூறுகின்றேன். என் வாழ்வுக்காக தங்கள் வாழ்க்கையை அவர்கள் இழந்தார்கள். தங்கள் மகள் நீதியான உலகில் வாழவேண்டுமென்பதற்காக. அனாலியாவிற்கு நன்றி சொல்கின்றேன். அவளால் விட்டுக் கொடுப்பதை தவிர வேறொன்றும் செய்யமுடியவில்லை. அவளினிடத்தை உண்மை எடுத்துக்கொண்டது. எனக்கு வழிகாட்டியவர்கள் உதவிசெய்தவர்கள் நான் தவறிவிடாது தடுத்தவர்கள் எல்லோருக்கும் எனது நன்றி. நான் பிறப்பதற்கு முன்னே உருவான காதல் கதைக்காக எனக்கு நானே நன்றி சொல்லிக் கொள்கிறேன்.

தன் மகள் தன்னிடமிருந்து பறிக்கப்படுவாள் என்று தெரிந்திருந்தும், தனது கணவன் இறந்துவிட்டாரென்று தெரிந்திருந்தும், தன் பிரசவத்திற்குப்பின் தான் நீண்ட நாட்கள் வாழமுடியாதென்று புரிந்திருந்தும், தன் கொலையாளிகளுக்கு அவள் ஒரு செய்தியை அனுப்புகிறாள்: குறியீடாக எனக்கு அவர் தந்த பெயரில் கோரி தன் போராட்ட வாழ்க்கையை தொடர்கிறாள். என் பெயரினுள்ளேயே எனது முதிசமும் அடக்கம்.

எனது பெயர் தாக்கமுடியாத எதிர்ப்பின் கடைசி அலறலாக எனக்கென நிர்ணயித்த வாழ்க்கைக்கு எதிராக ஒலிக்கிறது. அது என் இருப்பை கோரி தனது இறுதி இலக்கை அடைந்துவிட்டதை சொல்கிறது. கோரி தனது இறுதிப்போரில் வெற்றி பெற்றதைச் சொல்கிறது. இதனால்தான் என் பெயர் விக்ரோரியா.

பாட்டி

காலே விர்ரே கபாலோசில் அலுவலகத்தின் முதல் தளத்தினுள் சூரியக் கதிர்களால் எட்டிப்பார்க்க முடியவில்லை. வசந்தகால உணர்வைக் கொடுக்கும் கோடைகால வெப்பத்துடன் வீதிகள் கலகலப்பாக இருந்தன. அனாலியா பெரிய தோல் சோபா ஒன்றில் தன்னை யாராவது அழைக்கும்வரை காத்திருந்தாள்; மரபணுச் சோதனைகளின் முடிவு அவளைக் கட்டிப் போட்டிருந்தது. முடிவு அவளைக் குலைத்துப் போடுமென்ற பயம் அல்லது ஏதாவதொரு கவலையீனத்தால் தான் தொலைந்து போய்விடுவேனோ என்ற குழப்பம்.

இதற்குமுன் பலதடவைகள் மாயோசதுக்கப் பாட்டிகளின் அலுவலகத்திற்கு அவள் வந்திருக்கிறாள். அதிலும் கடைசி மாதங்களில் பலதடவைகள். கடைசி மாதங்களில் அவள் வாழ்க்கை காற்றில் அலையும் மணல் குவியல்போல் அங்குமிங்கும் அலைக்கழிந்து பேரிரைச்சலுடன் அழிந்து போயிற்று. இவ்வலுவலகத்தில் எல்லோரையும் அவளுக்குத் தெரியும். வழமையாக அவள் சோபாவில் இருப்பதில்லை. காத்திருப்பதுமில்லை. ஏதாவதொரு மேசையடிக்குப் போய்விடுவாள். வழமைபோலவே பவுலா, புலறென்சியா, எஸ்குயில் எல்லோருமே இருந்தார்கள். இன்று அமைதி கோலோச்சியது. வரும்முடிவுக்கான மரியாதை காட்டும் சூழல். அத்துடன் பயம் அவளையும் அங்கிருந்தவர்களையும் சூழ்ந்திருந்தது. சில நாட்களாகவே நிலை இப்படித்தான். காத்திருப்பு அறையின் சுவர்களில் வரும் நிகழ்வுகளிற்கான திகதிகள் அச்சிட்ட பல போஸ்ரர்களும் பெரிய பெரிய புத்தக அலமாரிகளும் கோப்புக்களும் அவ்விடத்திற்கு தந்த பழகிய உணர்வைவிட்டு மிரட்டுவனவாகத் தெரிந்தது.

உண்மையின் முக்கியத்துவம் என்ன என்பதை அவள் முழுமையாக புரிந்துவைத்திருந்தாள். வருடக்கணக்கில் தங்கள் பேரக் குழந்தைகளை தேடிப் போராடும் பெண்களுக்கு உதவியிருக்கிறாள். இன்று அவள் மறுபக்கத்தில், தொலைந்து போன குழந்தையாய் தான் நிற்பேனென்று எண்ணிக்கூடப் பார்த்திருக்கமாட்டாள். விரும்பியோ விரும்பாமலோ தன்னைக் கண்டுபிடித்தவர்கள்மேல் ஆத்திரமில்லாமலுமில்லை. தன்னைக் குழப்பும் கலவையான உணர்வுகளைக் கட்டுப்படுத்த முடியாது அவைகளிலிருந்து விடுபட தன் தலையை ஆட்டிக்கொண்டாள். தலைகுனிந்து இருந்த அவள் அந்தப்பெரிய சோபாவினுள் ஒடுங்கி உட்கார்ந்தாள். கையில் மரபணுச் சோதனை முடிவினைக் கொண்ட கடித உறை. கைகள் வியர்த்து பிசுபிசுத்துப் போயிருந்தன. கண்கள் அதன்மேல் விழ கைகள் உறையை இறுகப் பிடித்தன. வாழ்வின் அடிப்படையையே மாற்றும் சோதனை முடிவு ஒரு துண்டு காகிதமாய் அவ்வுறையினுள் சுருங்கிக் கிடந்தது.

இரண்டு நிமிடங்களின்பின் தான் அவளின் புது மெய்காப்பாளனுடன் டுராண்ட் வைத்தியசாலைக்கு வந்தாள். வழமைபோல் மிக முக்கிய நேரங்களிலும் அவளது தனிப்பட்ட முடிவுகளை எதிர்நோக்கும்போதும் தனியாக இருந்ததுபோல் இப்போதும் தனியாகத்தான். ஒரே துணை இரத்தமாதிரியை அவளிடமிருந்து எடுக்கப்போகும் வைத்தியர்.

அன்று குளிர் அதிகமில்லாத நாள். பச்சைநிற கம்பளி புள்ஓவர் ஒன்றையும் பாவனையில் பழமையான, பைகள் நூலிழைகள் பிரிந்த ஜீன்சும் அணிந்திருந்தாள். தாடியுடனான அந்த மெலிந்த மனிதனை தொடர்ந்து நீண்ட கொரிடோரினூடு நடந்துபோனாள். அலுப்பூட்டும் வெள்ளை நிறச்சுவர்கள். சுவரிலிருந்த தீயணைப்புக் குழாய் சுருளின் கடும்சிவப்பு அந்த இடத்தின் பயமுறுத்தலை ஏதோ ஒரு வகையில் முறியடிப்பதுபோல் தோன்றிற்று.

அவர்கள் சதுரவடிவான அறை ஒன்றினுள் நுழைந்தனர். கொரிடோரிலும் பார்க்க வெளிச்சமான அறை. கதவிற்கு எதிர்ப்புறச் சுவரில் சிறிய படமொன்று. ஸ்பொட் லைற்களின் வெளிச்சக் கற்றைகளில் அவ்வறையின் ஒரே

ஒரு அலங்காரம். அறையின் ஒரு சுவர் முழுவதையும் கண்ணாடி சன்னல் நிறைந்திருக்க சூரியஒளி அதனூடு புகுந்து ஸ்பொட் லைற்களுடன் கலந்து அறை பிரகாசமாக இருந்தது. வலதுபுறச் சுவரில் கைகழுவும் தொட்டி, பொயிலர் என்பன பொருத்தப்பட்டிருந்தது. அக்கட்டிடத்தைப் போலவே பாவிப்பில் பழமை ஏறிய அவை நிதிப்பற்றாக்குறைக்குச் சாட்சியாக இருந்தது. வலப்பக்கத்தில் மேசையும் புத்தக அடுக்குத் தட்டுக்களும். மேசையில் மெலிந்த தாடிக்காரரர் உட்கார்ந்தார்.

ஒரு படிவத்தை நிரப்பிக்கொண்டே வைத்திய பரிசோதனை நடைமுறையை விளக்கமாகச் சொன்னார். அனாலியாவிற்கோ அது மனப்பாடம். எத்தனையோ தடவை எத்தனையோ பேர்கள் அவளுக்கு அதை சொல்லியிருந்ததுடன் முதல் பரிசோதனையின் போது அவளே அந்நடைமுறைகளினூடு பயணித்தும் இருக்கிறாள். அப்பரிசோதனையின் முடிவு இன்னும் வந்துசேரவில்லை. லாகெற்ஸ் கையுறைகளை போட்டுக்கொண்ட அவர் அற்ககோலில் நனைந்து ஊதிய பஞ்சினை வலது கையின் ஆட்காட்டி விரலில் தடவி மெல்லிய ஊசியால் குத்தி இரத்தமெடுக்க எழுந்து நின்றார்.

“என் கடவுளே உனக்கு ஏன் இரத்தம் இவ்வளவு குறைவாக இருக்கிறது” என அனாலியாவிற்கு சொன்ன அவர் அவளின் விரல் நுனியை ஓர் அட்டையில் போட்டிருந்த நான்கு சிறு வளையங்களிலும் ஒத்தி எடுத்தார். எப்படி ஒருவருக்கு குறைவாகவோ அதிகமாகவோ இரத்தம் இருக்க முடியுமென்று தனக்குள்ளே கேட்டுக்கொண்டாள் அனாலியா. வைத்தியர் எந்தக் கருத்தில் அதை சொல்லியிருப்பார். அது ஓர் உருத்திரிபு பேச்சாக இருக்கலாம். அன்றைய நிலையில் அதனை பதம் பிரித்தறியுமளவில் அவள் மனநிலை இல்லை.

இரத்த மாதிரிகளை பதித்த அட்டையில் உற்பத்தியாளனின் பெயரோ அல்லது ஆய்வுகூடத்தின் பெயரோ யாரறிவார், ஒரு மூலையில் what man what man என அச்சிடப்பட்டிருந்தது. இந்த அட்டைக்கு பொருத்தமாகத்தான் பெயர் வைத்திருக்கிறார்களென அவள் நினைத்துக் கொண்டாள்.

இந்த சடங்கு முடிந்ததும் வெள்ளைக்கோட் அணிந்த அவர் அனாலியாவுடன் மீண்டும் நீண்ட கொரிடோரவினூடு காத்திருப்பு அறைக்கு வந்துசேர்ந்தார்.

“அவ்வளவு தான்” வைத்தியருக்கே உரிய சிரிப்புடன் சொன்ன அவர் “இதனை நாங்கள் பரிசோதனை கூடத்திற்கு இன்றே அனுப்பிவிடுவோம். அதன் பின்பு சிறிது காத்திருக்க வேண்டிவரும்”. அனாலியாவின் பார்வையில் தெரிந்த குழப்பத்தைக் கண்ட அவர் இடைநிறுத்தி, ஏதாவது ஆறுதலாக சொல்ல நினைத்து “அமைதியாக இரு, முடிவைபற்றி யோசிக்காதே. காத்திருப்பு நீண்டதாக இருக்காதென்பதை நீயே தெரிந்து கொள்வாய்”.

காத்திருப்பு பெரிய விடயமல்ல என தனக்குப் புரிகிறதென்பதை வைத்தியருக்கோ அல்லது வேறொருவருக்கோ விளக்குவதுபோல் தன் தலை அசைப்பின்மூலம் தெரிவித்தாள். உண்மையிலேயே பயத்தின் காரணம் என்ன முடிவை எதிர்பார்க்கின்றாள் என்று அவளுக்கே தெரியாது. தான் யாராய் இருக்க விரும்புகிறாள் என்று தெரியாததே தான் யாரென தெரியாததிலும் பார்க்க துன்பமானது.

அனாலியா முன்பு நடந்தவைகளின் நினைவில் தன்னை மறந்து மூழ்கிப்போனாள். அன்றைய உணர்ச்சி பிரவாகத்தை மீண்டுமொருமுறை மீட்டி பார்த்தபோது தன் எதிரே உள்ள கதவை திறக்கும்போது தெரியும் எஸ்ரெல்லா டி கர்லோற்றாவின் உருவம் அவளின் புன்சிரிப்பு அவள் ஞாபகத்தில் வந்தது. எத்தனை முறை இந்த கதவை திறந்து போயிருக்கின்றேன்? எத்தனை முறை எஸ்ரெல்லாவோ அல்லது அந்த அலுவலகத்தில் தனக்கு நன்கு பரிட்சமான பெண்களோ அன்புடன் தன்னை வரவேற்பார்கள் இன்று ஏன் எல்லாமே வேறாய் இருக்கிறது?

டுராண்ட் வைத்தியசாலையில் இரத்த மாதிரி கொடுத்து இரண்டு மாதங்கள் தான் இருக்கும். இன்றுதான் முதல் முறையாக யதார்த்த காலத்திற்கும் உணர்வுக் காலத்துக்குமான வித்தியாசத்தையும் அதுபற்றிய பிரக்ஞையையும் என்னால் உணரமுடிந்தது. யூலை மாதத்திலிருந்து நூறு பல்வேறு வாழ்க்கைகளை வாழ்ந்துவிட்டேன். இந்தக் காலத்தில் வெவ்வேறு உணர்வுகள் என்னுள் கிளம்பி முன்னைய என்

வாழ்க்கையைவிட அதிகமான அனுபவங்களை என்னுள் பதித்துப் போயிருந்தன. அவ்வனுபவங்கள் ஒன்றுடன் மற்றையது முரண்படும்போது மற்றையவர்கள்போலவே என் உணர்வுகளுக்கான காரணங்களைத் தேடியபோது எந்த விளக்கத்தையும் என்னால் கண்டறிய முடியவில்லை.

பரிசோதனை முடிவை வைத்தியசாலையிலிருந்து பெற்ற பின்பு எல்லோருக்குமே அதன்முடிவு தெரிந்திருக்கவேண்டும். ஏனென்றால் இதனுடன் தொடர்புகொண்ட எல்லோரையும் தொலைபேசியில் அழைத்துப் பேசியிருக்கிறார்கள். பவுலா, விக்கி, லிதியா எல்லோருக்குமே சேதி தெரிந்திருக்கிறது. தாங்கள் தனியாகப்போய் வைத்தியசாலையில் பரிசோதனை முடிவை பெற்றுக்கொண்டு பின்பு எல்லோரும் பாட்டிகள் அமைப்பின் அலுவலகத்தில் சந்திப்பதாக தங்களுக்குள் முடிவெடுத்துமிருக்கிறார்கள்.

அனாலியா மவுனமாக எஸ்ரெல்லாவை பின்தொடர்ந்து அவரது காரியாலய அறையினுள் நுழைந்தாள். காரியாலய அறையின் சுவர்கள் மற்றைய காரியாலயங்களைப்போல போஸ்ரர்களாலும் புத்தக அடுக்குகளாலும் கோப்புக்களாலும் நிறைந்திருந்திருந்தது. பின்னொருநாளில் அந்த சம்பவம் பற்றி யோசித்தபோது அவள் வெகுநேரம் முன்பின் தொடர்பில்லாது பேசியதையும், அப்பேச்சில் ஒரு முறை தன்னும் அவள் அங்கு வந்த காரியம் பற்றி குறிப்பிடவில்லை என்பதும் தெரியவந்தது. வெகுநேரம் கழித்தே எஸ்ரெல்லா முடிவடங்கிய கடித உறையை அவள் கையில் கொடுத்தார். பின்பு யாருடனோ தொலைபேசியில் போட்டோக் கொப்பிகளை எடுப்பதற்கு ஆயத்தம் செய்ய சொல்லி "மிகுதியை" தான் பார்த்துக் கொள்வதாகவும் சொன்னாள். எந்த மிகுதி வேலை? கட்டாயத்திற்கான மிகுதி ஆதாரங்கள்? கண்டெடுக்கப்பட்ட குழந்தையின் மிகுதி விடயங்கள்? எந்த மிகுதியில் அனாலியாவின் அடையாளம் தங்கியிருக்கிறது? அவள் மண்டையே வெடித்துவிடும்போல் உணர்வு. அதிலும் கேவலமாக கதவு திறந்து யாரோ ஒரு தொலைக்காட்சி நிகழ்ச்சி தயாரிப்பாளன் சிரித்துக்கொண்டே எல்லாம் ஒரு நகைச்சுவை நாடகத்தின் அங்கமென்றும் சொல்வானோ என்றும் எதிர்பார்த்தாள். அவளின் மண்டையும் வெடிக்கவில்லை. கதவு திறக்கவும் இல்லை.

ஆனால் தொடர்ந்தும் அனாலியா எஸ்ரெல்லாவுடன் ஏதோ பேசியிருக்கிறாள். என்ன என்பதுதான் அவள் நினைவில் இல்லை.

பாட்டிகள் காரியாலயத்தில் நடந்தவை எல்லாம் முன்கூட்டியே திட்டமிடப்பட்டவை. அவள் தவிர்ந்த சமாந்தர யதார்த்ததில் நடந்தேறியவை. அவளால் புரிந்துகொள்ள முடியாதிருந்தவை. அதனால்தான் நடப்பவைகளை அவள் வெளியே நின்று பார்த்தாள். ஒரு பார்வையாளனாகத் தன்னைத்தானே விலகி நின்று நடப்பவைகளின் ஓர் அங்கமாக பார்த்தாள். இந்த சமாந்தர யதார்த்ததில் எஸ்ரெல்லா தொலைபேசியை முன்கூட்டியே திட்டமிட்டதுபோல் எடுத்து நீண்ட தொலைபேசி இலக்கத்தை விரலால் அழுத்தியபின் மற்றைய பக்கத்தில் தொலைபேசியை எடுக்கும்வரை காத்திருந்தார். அனாலியாவைப் பார்த்து ஒரு புன்சிரிப்பை உதிர்த்தது அவளுக்கு ஆறுதலாக இருக்குமென்பதற்காக.

அனாலியா நடப்பவைகளுடன் எந்த தொடர்புமின்றி விலகி வெகுதூரத்தில் இருந்தாலும் நடப்பவைகளுக்கும் தனக்கும் ஏதோ தொடர்பு இருக்கின்றதென்ற உணர்வு அவளுக்கு இருந்தது. என்ன என்றுதான் புரியவில்லை. இருப்பினும் தான் யாருடன் தொலைபேசியில் பேசவேண்டுமென்பது அவளுக்கு புரியவுமில்லை. தெரியவுமில்லை.

தொலைபேசியில் எஸ்ரெல்லா யாருடனோ பேசும் குரல் இருவேறு உலகங்களில் சஞ்சரித்த அவளை நடைமுறை உலகின் மேடையில் தன் பாத்திரத்தினுள் அவளை மீளத்திணித்தது. இப்போது நடப்பவைகள் அவளுக்கு புரிந்தன. காலம் புரிந்தது, காத்திருப்புக்கள் புரிந்தது. நீண்ட காத்திருப்பின் ஒரு வாழ்க்கை காத்திருப்பதும் புரிந்தது. அது அவள் பற்றியது மட்டுமல்ல அவளின் காத்திருப்போ உணர்வுத்தேடல் பற்றியதோ அல்ல. ஒரு தாயின் உணர்வுகள் பற்றியது, நீண்ட கால அவளின் காத்திருப்பு பற்றியது. தன் மகளின் அழிவில் மிகுதியாக இருக்கும் ஒன்றே ஒன்றைப் பற்றியது.

அனாலியாவின் பிடிக்குள் அகப்படாமல் யதார்த்ததை விட்டு விலகி அலைபாயும் சிந்தனை, எஸ்ரெல்லா தொலைபேசியில் "லியோனித்தா நீண்டகாலத்தின் பின் உன்னுடன் பேசுவது

மகிழ்ச்சியாக இருக்கிறது, ஒரு நிமிடம், இங்கு யாரோ உன்னிடம் பேசவேண்டுமாம்" என்பதைக் கேட்டதும் திடீரென தன் கட்டுக்கடங்காத அலைபாய்தலை நிறுத்தியது. தொலைபேசியைக் கையில் வைத்துக்கொண்டு பேசு என்பது போல் சைகையுடன் அனாலியாவை பார்த்தார் எஸ்ரெல்லா. வலக்கையில் தொலைபேசியை வாங்கிய அனாலியா ஒரே நேரத்தில் அழுததையும் சிரித்ததையும் பின்பு நினைத்துப் பார்த்தாள்.

"ஹலோ பாட்டி? நான் தான் விக்ரோரியா உங்களது பேரக் குழந்தை. காதில் நீலநிற நூலால் அடையாளத் தையல் போட்ட குழந்தை..."

ஒலிக்குறி விளக்கம்

Abuelas de Plaza de Mayo: *அடியெலாஸ் தி பிளாசா தி மாயோ (மாயோ சதுக்க பாட்டிகள்): 1977 இலிருந்து அர்ப்பணிப்புடன் தங்கள் பேரக் குழந்தைகளை தேடுபவர்கள். அதேபோல் காணாமல் போனவர்களையும் தேடுபவர்கள். கட்டாய சுவீகரிப்புக்குள்ளான குழந்தைகளை ஆதாரத்துடன் அவர்கள் தாய் தந்தையரின் அடையாளங்களையும் நிறுவ தேசிய மரபணு தரவு வங்கியை அமைக்க முன்நின்று உழைத்தவர்கள். காணாமல்போன குழந்தைகளின் அடையாளங்களை நிறுவுவதில் முனைப்புடன் செயல்படுபவர்கள்.*

Alianza Anticamunista Argentina (AAA *அல்லது* Tripala *ஆர்ஜன்ரீனிய அன்ரி கொமினிச அலாயன்ஸ்) 1973 முதல் சர்வாதிகாரியின் ஆட்சிக்கால முடிவுவரை இயங்கிய தீவிர வலதுசாரி துணை இராணுவக்குழு. பெரனிஸ்டுகளினுள்ளே ஒரு பிரிவு. இவர்கள் அரச எதிர்ப்பாளர்களை சித்திரவதை செய்யவும் கொல்லவும் அரசின் கரங்களாக இயங்கியவர்கள்.*

Banco National de Datos Geneticas *(பாங்கோ நசனல் தி டாட்டோஸ் ஜெனரிக்கோஸ்) தேசிய மரபணு தகவல் வங்கி.*

Centro de Estudios Legales Y Sociales (CELS *சென்கிறோ தி எஸ்ரூடியோஸ் லிகாலஸ் இ சோசாலஸ்): சட்ட, சமூக ஆய்வுமையம். அரசுசாரா நிறுவனம். 1979 இலிருந்து மனித உரிமை மீறல்களை ஆவணப்படுத்தி வருகிறது. சனநாயகமாக்கலுக்கான ஆலோசனைகளில் பங்கெடுப்பதுடன் குற்றத்திற்கான தண்டனையிலிருந்து தப்பும் அரசியல் சூழலை எதிர்த்துப் போராடுபவர்கள்.*

Comision Hermanos (கொமிசியோன் ஹெர்மானோஸ்) காணாமல் போனவர்கள் உறவினர்களின் மனித உரிமை அமைப்பு. 1977 இல் உறவினர்களால் ஆரம்பிக்கப்பட்டது. எச்.ஐ.ஜே.ஒ.எஸ் இன் துணை அமைப்பு. தாய்மார்கள் பாட்டிமார்கள் அமைப்புடன் தொலைந்துபோனவர்களைத் தேடுவதிலும், அவர்கள் அடையாளங்களை நிறுவுவதற்கும் போராடுபவர்கள்.

Comision National sobre la Desaparicion de Personas (CONADEP கொமிசியோன் நசனால் சொப்ரே லா டெஸ்பரசியோன் தி பெர்சோனாஸ்) தேசிய ஆணைக்குழு. 1983 இல் ரவுல் அல்போன்சினால் உருவாக்கப்பட்டது. இராணுவ ஆட்சியின் போது நடந்த மீறல்களை விசாரித்து 1984 இல் தன் ஆய்வறிக்கையை NUNCA MAS இனி ஒரு போதும் இல்லை என்ற தலைப்பில் வெளியிட்டது.

CGT: பெரோனிச தொழிலாளர் சங்கம், 1930 இல் ஸ்தாபகம், உலகின் மிகப்பெரிய தொழிற் சங்கங்கள். ஆர்ஜன்ரீனிய பாராளுமன்ற அங்கத்தவர் சபை. செனட்சபை இரண்டையும் உள்ளடக்கியது.

கோர்தோபாசோ: மாணவர்கள் தொழிற்சங்கத்தினரின் கூட்டான இராணுவ சர்வாதி யுவான் கார்லோஸ் ஒன்காணியாவிற்கெதிராக 29.05.1969 இல் கோர்தோபாவில் நடாத்தப்பட்ட எதிர்ப்புப்பேரணி.

(கொராந்தே பார்த்தியே லிபரே) சுதந்தர நாட்டிற்கான அமைப்பு: சேகுவேரிய தத்துவ அடிப்படையில் 1987 இல் வேறுபட்ட இடதுசாரி குழுக்களால் ஒன்றமைக்கப்பட்ட அரசியல் கட்சி. புரட்சிகர தேசியத்தை முன்வைப்பவர்கள் இக்கட்சியிலிருந்து மூவ்மெந்தோ பாரியோஸ் தி பி மற்றும் மூவ்மெந்தோ லிபரஸ் தெல் சுர்.

(டெஸ்பார்த்தியோஸ் - தொலைந்துபோனவர்கள்): இராணுவ ஆட்சிக் கெதிராக போராடியபோது தொலைந்து போனவர்கள். எவ்வித குற்றச்சாட்டுமின்றி கைதாகி தடுத்துவைக்கப்பட்டு சித்திரவதை செய்யப்பட்டு

கொலையானவர்கள். அவர்களின் சொந்தங்களுக்கு எந்தவித தகவலும் தொலைந்தவர்களைப் பற்றி சொல்லப்படவில்லை.

(ERP புரட்சிகர மக்கள் இராணுவம்) மார்க்சிய கெரில்லா அமைப்பு: 1990 இன் Partido Revolucionario de los Trabajadores. ERP 1977 இல் தன் அழிவை சந்திக்கும்வரை அரசில் அங்கம் வகிப்பவர்கள்மீது தாக்குதலையும் கடத்தலையும் மேற்கொண்டது.

Escraches குற்றச் செயல்களில் ஈடுபட்ட முன்னாள் இராணுவ அரசின் சித்திரவதையாளர்களின் வீடுகளின் முன்பும் அவர்கள் பணியிடங்களிலும் மக்களுக்கு அறிவித்தல், குற்றத்திற்கு விசாரணையும் தண்டனையுமென்ற கோசத்துடன் நடாத்தப்பட்ட எதிர்பணிகள்.

ESMA (இராணுவ தொழில்நுட்பக் கல்லூரி) இராணுப் பயிற்சி முகாம் 1976 - 1983 வரையான இராணுவ சர்வாதிகாரியின் ஆட்சியில் முக்கிய இரகசிய வதைமுகாமாக இயங்கியது.

Frente Nacional Contra La Pobreya (FRENAPO வறுமைக்கெதிரான தேசிய இயக்கம்): சமூக, மனித உரிமை அமைப்புக்களின் கூட்டு. 2001 இன் பொருளாதார வீழ்ச்சியின்போது பிரபல்யம் பெற்றது. பட்டினிக்கும் வறுமைக்கும் எதிராக போராடியதால் மக்கள் மத்தியில் மதிக்கப்பட்ட அமைப்பு.

Frente Para La Victoria (FPV வெற்றியின் முன்னணி) இது ஒரு தனிக்கட்சியல்ல. 2003 இல் சனாதிபதி தேர்தலின் வெற்றிக்காக உருவாக்கப்பட்ட தேர்தல் கூட்டணி. நெஸ்ரோகியகினர், கிறிஸ்ரினா பெர்ணாண்டஸ் தி கியகினர் போன்றவர்களின் வெற்றியை நோக்காக கொண்டமைக்கப்பட்டது. FPV இடதுசாரி அரசியல் பெரோனிசமென பல கூறுகளைக் கொண்ட அமைப்பு.

Grupodetreas (வேலைக்குழு): கட்டற்ற வன்முறையை தங்கள் பணிக் கொள்கையாக கொண்ட இரகசிய இராணுவக் குழு. இராணுவம், புலனாய்வுத்துறை சார்ந்தவர்களிடமிருந்து விசேடமாக தெரிந்தெடுக்கப்பட்டவர்களைக் கொண்டது.

மனிதவதை, கடத்தல்கள், காணாமலடிப்பது, கொலை என்பனவற்றை மிகத் திறமையாக செய்தவர்கள்.

H.I.J.O.S (காணாமல் போனவர்கள், மறக்கடிக்கப்பட்டவர்களது குடும்பங்களின் அங்கத்தவர்கள்) காணாமல் போனவர்களின் குழந்தைகள் இராணுவ சர்வாதிகாரத்தில் நடந்த கொடுமைகளுக்கு விசாரணையும் தண்டனையும் கோரி போராடுபவர்கள். H.I.J.O.S என்றால் ஸ்பானிய மொழியில் குழந்தைகள்.

Jubentude Peronista (JP) பெரோனிச இளையோர் முன்னணி பெரோனிசத்தினுள் சீர்திருத்தங்களை முன்வைத்து உருவானது. 1960 களின் பின்பாதியில் மக்களிடையே பெரும் செல்வாக்கை பெற்றவர்கள்.

Madres De Playa De Mayo (மாயோ சதுக்கத்தின் தாய்மார்கள்) காணாமல் போனவர்களின் தாய்மார்கள் அமைப்பு. 1977 இலிருந்து மாயோ சதுக்கத்தில் நீதிகோரி வாராவாரம் மவுனப் பேரணியை நடாத்துபவர்கள்.

Masere De Ezeiza (எசியிசாப் படுகொலைகள்): யுவான் பெரோன் ஸ்பெயினில் தனது அரசியல் தஞ்ச காலத்தை முடித்துக் கொண்டு திரும்பியபோது எசிசிய சர்வதேச விமான நிலையத்தில் நடந்த பெரும் கலவரத்தில் உயிரிழந்தவர்களையும் சம்பவத்தையும் குறிப்பது.

Mobimicnto Barrios De Pie வேலையற்றோரது நகரத்தின் பகுதிகளில் குழுக்களாக வறுமை, பட்டினி, கல்விக்கான தேவை போன்றவற்றிற்காக சுயமாகவும் இடது அரசியல் களப் பணிகளின் காரணமாகவும் உருவாக்கப்பட்ட சமூக அரசியல் குழுக்கள். புவனஸ் எயரசிலும் மற்றய மாநிலங்களிலும் இயங்கிய இவர்கள் எழுத்தறிவை மக்கள் மத்தியில் பரப்புதல், நலிந்தோருக்கு இலவச உணவு என பல திட்டங்களை நடைமுறைப் படுத்தியவர்கள்.

Movimiento Libres Bel Sur (தெற்கின் விடுதலை) இடதுசாரி தீவிரவாத இயக்கம். 2007 இல் கியகினரின் வெற்றிக்கான அணியில் FPV இல் இணைந்து உழைத்தவர்கள்.

Movimiento Patrio Pico Revolucionario Quevracho (MPR குயிபராச்சோ, புரட்சிகர பெரோனிச அமைப்பு குயிபராச்சோஸ்) இடதுசாரிகளிலிருந்து 1970 களில் பிரிந்து உருவாகிய சமூக, அரசியல் குழு. தேசிய பார்வை கொண்டவர்கள். மொன்ரோ நேரோசின் தத்துவப்பார்வை கொண்டவர்கள். இலத்தினமெரிக்கப் பகுதியில் பரவலாக காணக்கிடைக்கும் ஒரு வகை மரத்தின் பெயரும் குயிபராச்சோ.

Movimiento Peronisto Montonera *(பெரோனிச இயக்கம் மொன்ரோநேரோ): 1970 களின் நகர்புற கெரில்லாக்கள். பெரோனிச இடதுசாரி இளையோர் அணியின் அரசியலிற்கு ஆதரவளித்தவர்கள். சித்தாந்த வேறுபாட்டினால் தலைமறைவு வாழ்க்கையை மேற்கொண்டு ஆயுதமேந்தி இராணுவ சர்வாதிகாரிக்கு எதிராக கடத்தல்கள், அரசியல் கொலைகளை செய்தவர்கள்.*

Nocha De Los Dastones Largos *(குண்டாந்தடிகளின் இரவு) மாணவர்கள் பேராசிரியர்களின் போராட்டம் 28.07.1966 இல் அதீத வன்முறை மூலம் அடக்கப்பட்டது.*

Nocha De Los Lapices *(பென்சிலின் இரவு): 17.09.1976 இல் மாணவர்களின் எதிர்ப்பணியை (இவர்களில் அதிகமானவர்கள் UES அங்கத்தவர்கள்) கடத்தி சித்திரவதை செய்து கொலை செய்ததை குறிக்கும் இரவு.*

Pucq De Olidos *(ஒலிவ் ஒப்பந்தம்): 1993 இல் கார்லோஸ் மெனம் தனது இரண்டாம் சனாதிபதி பதவிக்காக எதிர்க்கட்சித் தலைவர் ரவுல் அல்போன்சினுடன் செய்துகொண்ட ஒப்பந்தம்.*

Picana *(மின்சாரக் குண்டாந்தடி) ஆஜன்ரீனாவில் கண்டுபிடிக்கப்பட்ட மின்சார சித்திரவதைக்காக பரவலாக பாவிக்கப்பட்டது. உடல் முழுவதும் மின்சாரம் பாச்சி வதைக்க ஏதுவானது.*

Piquetero *அக்டிவிஸ்ட், வேலையற்றோர் சாலை மறியல்களை அரசிற்கு அழுத்தம் கொடுக்கும் முகமாக செய்பவர்களை பிக்குவிற்றேரோ என அழைப்பார்கள். பொருளாதாரச்*

சிக்கலால் சமூகத்திலேற்பட்ட சிதைவை நிவர்த்தி செய்யக் கோரிய போராட்டக்காரர்கள்.

Polosocial (சோசலிச கட்சி) விடுதலை சித்தாந்தவாதி லூயிஸ் பர்னெல்லோவால் ஆரம்பிக்கப்பட்டது. 2001 இல் இவர் செனற்றர் பதவிக்காக போட்டியிட்டார்.

Republica De Antre Rios (என்ரிரெ குடியரசு) இன்றைய ஆஜன்ரீனிய மாகாணம். என்ரேறியோல் கொரன்ரஸ் பகுதிகளை அடக்கி 1820 இல் குடியரசாக பிரகடனம் செய்யப்பட்டு ஒரு வருடத்தின் பின் மீண்டும் ஆஜன்ரீனாவுடன் இணைக்கப்பட்டது.

Repolucion Libertadora (விடுதலைக்கான புரட்சி) 1955 இன் இராணுவ புரட்சி பெரோனின் 1955 ஆம் ஆண்டு இரண்டாம் தடவையான ஆட்சியை முடிவுக்கு கொண்டுவந்தது. துப்பாக்கிகளின் புரட்சி என்றும் இதனை அழைப்பார்கள்.

Union Cibica Radical (UCR தீவிர மக்கள் கூட்டணி) 1891 இல் ஆரம்பிக்கப்பட்ட கட்சி 1983 இல் ரவுல் அல்போன்சின் தலைமையில் இராணுவ புரட்சிக்குப்பின் தேர்தல் முறையில் ஆட்சிக்கு வந்த கட்சி.

Union De Estudiantes Secundarios (UES மாணவர்கள் யூனியன்) உயர்வகுப்பு மாணவர் சங்கம் பெரோனிய மாணவர் சங்கத்தினதும் மாணவர் சங்கங்களினதும் கூட்டணி. 1970 இல் மொன்ரோநேரோசுடன் தொடர்புடையவர்கள்.

Vencremos (வென்செரிமோஸ்: “வெற்றி நமதே” என்ற சே-யின் சுலோகம்) கொராந்தே பார்தாயி லிபரே கட்சியின் மாணவர் அணி புரட்சிகர தேசிய அமைப்பு.